நிலமும் நிழலும்
திரைப்படப் பார்வை அனுபவங்கள்

நிலமும் நிழலும்
திரைப்படப் பார்வை அனுபவங்கள்

பெருமாள்முருகன் (பி. 1966)

படைப்புத்துறைகளில் இயங்கிவருபவர். அகராதியியல், பதிப்பு ஆகிய கல்விப்புலத் துறைகளிலும் ஈடுபாடுள்ளவர். அரசு கல்லூரி ஒன்றில் தமிழ்ப் பேராசிரியராகப் பணியாற்றுகின்றார்.

பெருமாள்முருகன்

நிலமும் நிழலும்
திரைப்படப் பார்வை அனுபவங்கள்

காலச்சுவடு பதிப்பகம்

அன்பார்ந்த வாசகருக்கு,
வணக்கம்.

காலச்சுவடு நூலை வாங்கியமைக்கு நன்றி.

நூலின் உள்ளடக்கம், உருவாக்கம், அட்டைப்படம் இன்ன பிற அம்சங்கள் பற்றிய உங்கள் கருத்துக்களையும் ஆலோசனைகளையும் காலச்சுவடு வரவேற்கிறது. தகவல், எழுத்து, வாக்கியப் பிழைகள் தென்பட்டால் கட்டாயம் தெரிவித்து உதவுங்கள். நூல் தயாரிப்பில் கடும் குறைபாடு இருப்பின் மாற்றுப் பிரதி உங்களுக்குக் கிடைக்கக் காலச்சுவடு ஏற்பாடு செய்யும்.

மின்னஞ்சல்: publisher@kalachuvadu.com

காலச்சுவடு நாகர்கோவில் தலைமையகத்துக்கும் கடிதம் அனுப்பலாம்.

தங்கள்
எஸ்.ஆர். சுந்தரம் (கண்ணன்)
பதிப்பாளர் — நிர்வாக இயக்குநர்

நிலமும் நிழலும் திரைப்படப் பார்வை அனுபவங்கள் ♦ கட்டுரைகள் ♦ ஆசிரியர்: பெருமாள்முருகன் ♦ © மு.இளம்பிறை, எ.மு. இளம்பரிதி ♦ முதல் பதிப்பு: ஜூலை 2018, இரண்டாம் பதிப்பு: டிசம்பர் 2019 ♦ வெளியீடு: காலச்சுவடு பப்ளிகேஷன்ஸ் (பி) லிட்., 669, கே.பி. சாலை, நாகர்கோவில் 629001

காலச்சுவடு வெளியீடு: 832

nilamum nizhalum Thiraippada Paarvai Anubavankal ♦ Articles ♦ Author: PerumalMurugan ♦ ©M.Elampirai, E.M.Elamparithi ♦ Language: Tamil ♦ First Edition: July 2018, Second Edition: December 2019 ♦ Size: Demy 1 x 8 ♦ Paper: 18.6 kg maplitho ♦ Pages: 192

Published by Kalachuvadu Publications Pvt.Ltd., 669, K.P.Road, Nagercoil 629001, India ♦ Phone: 91-4652-278525 ♦ e-mail: publications @kalachuvadu.com ♦ Wrapper printed at Print Specialities, Chennai 600014 ♦ Wrapper Printed at Print Specialities, Chennai 600014 ♦ Printed at Mani Offset, Chennai 600077

ISBN: 978-93-86820-52-5

12/2019/S.No. 832, kcp 2520, 18.6 (2) 9ss

திரைப்பட அனுபவங்களை
எழுதத் தூண்டிய நண்பர்
ராஜன்குறை அவர்களுக்கு

பொருளடக்கம்

	முன்னுரை : தருணங்களோடு இயைந்த திரை	11
1.	அரங்கு நிறைந்த காட்சி	15
2.	பேக் பெஞ்சு	25
3.	ஆடலுடன் பாடல்	34
4.	அரசனுக்கு ஏன் சட்டையில்லை?	44
5.	வில்லன் திருந்தி வாழலாமா?	56
6.	சுதந்திர வெளி	66
7.	என்றா பல்லக் காட்ற?	75
8.	இடைவேளையே சுபம்	84
9.	பாவனைப் படம்	93
10.	எப்போதாவது நிகழும் அபூர்வம்	105
11.	மனிதக் கருவாடும் கரையோர நண்டுகளும்	115
12.	காட்டுக் கொட்டாய் காட்சிகள்	125
13.	நீராரும் கடலுடுத்த நிலமடந்தை	134
14.	வெத்தல வெத்தல வெத்தலயோ	142
15.	'எல்லாம் உங்க கருணை'	152
16.	'பாட்டால் வாழும் படம்'	164
17.	மேலே தூவிய கொத்தமல்லி	174
18.	தோல்வி முயற்சி	182

முன்னுரை

தருணங்களோடு இயைந்த திரை

'காட்சிப்பிழை' இதழில் 'நிழல் முற்றத்து நினைவுகள்' எழுதிய பிறகு இரண்டாவதாக எழுதிய தொடர் 'நிலமும் நிழலும்.' திரைப்படம் பார்க்க நேர்ந்த சூழல், திரையரங்கம் ஆகியவற்றைப் பற்றிய விவரிப்புகளோடு பார்த்த படம் பற்றிய என் அபிப்ராயங்களையும் இணைத்து இதை எழுதியிருக்கிறேன். மதுரை, திருமங்கலத்தில் ஒருமுறை ஆட்டோவில் பயணம் செய்தபோது இந்தத் தொடரின் மையம் பற்றி என் மனைவியுடன் விவாதித்துக்கொண்டு சென்றேன். அப்போது தொடருக்கான தலைப்பாக 'இடமும் படமும்' என்று வைக்கலாமா என்று பேசினோம். இடம், படம் ஆகிய சொற்கள் ஒற்றைப் பொருள் தரும் தட்டையான அர்த்தம் கொண்டவையாக இருப்பதால் திருப்தி வரவில்லை. அப்போது எங்கள் உரையாடலைக் கவனித்து வந்த ஆட்டோ ஓட்டுநர் 'நிஜமும் நிழலும்னு வைங்கண்ணே. சூப்பரா இருக்கும்' என்றார். அவர் கொடுத்த தலைப்பைச் சற்றே மாற்றி 'நிலமும் நிழலும்' என்றாக்கினேன்.

நிலம் என்பது தமிழ் அகப்பொருள் இலக்கணத்தில் முதற்பொருளாக அமையும். அதாவது ஒரு படைப்பின் பின்னணி அல்லது நிலைக்களனை நிலம் என்னும் சொல் குறிக்கும். தொல்காப்பியத்தின் பழைய உரையாசிரியராகிய இளம்பூரணர் 'நிலம் என்பதனால் பொருள் தோற்றுதற்கு இடமாகிய ஐம்பெரும்பூதமும் கொள்க' என்று விரிவாக்குவார். நிழல் என்பது திரைப்படத்திற்கான குறியீடாகத் தொடர்ந்து

பயன்பட்டு வரும் சொல். இவ்விரண்டின் இணைவும் இத்தொடரின் மையத்திற்குப் பொருந்தியுள்ளன. இதில் பேசப்பட்டுள்ள வாழ்க்கைச் சம்பவங்களுக்கும் பார்த்த திரைப்படங்களுக்கும் இயைபு பெரிதாக இல்லை. எனினும் வெவ்வேறு சூழல்கள், சந்தர்ப்பங்களோடு திரைப்படங்கள் பிரிக்க இயலாமல் இணைந்திருக்கின்றன என்பது முக்கியமானது.

இப்போதைய தலைமுறைக்கோ இனிவரும் தலைமுறைக்கோ திரைப்படம் பார்ப்பதில் இத்தகைய அனுபவங்களும் சூழல்களும் வாய்க்க வாய்ப்பில்லை. தருணங்களோடு திரை இயைந்த காலம் எனது என்னும் பெருமிதம் கொஞ்சம் இருக்கிறது. இப்போது தொலைக்காட்சியிலோ குறுவட்டிலோ இணையம் வழியாகக் கணினியிலோ செல்பேசியிலோ படம் பார்க்கும் வழக்கம் வந்துவிட்ட காலம். திரைப்பட வெளியீடே வீட்டுக்குக் குறுவட்டு அனுப்பும் நிலைக்கு மாறிற்று. இணையத்திலேயே வெளியிடும் சூழலும் நிலவுகிறது. இப்போது குடும்பமாகவும் உறவினர் சூழவும் திரையரங்குக்குச் செல்லும் சூழலும் வெகுவாகக் குறைந்துவிட்டது. திரையரங்கப் பார்வையாளர்களாகப் பெரும்பாலும் இளைஞர்களே இருக்கின்றனர். நவீனச் சாதனங்களைப் பயன்படுத்தும் வாய்ப்பு இளைஞர்களுக்கே மிகுதி என்றாலும் அவர்கள் திரையரங்க வெளியின் சுதந்திரத்தை வேண்டுபவர்களாக இருக்கின்றனர். ரசிகர் மன்றங்களில் செயல்படுபவர்களும் அவர்களே. விதவிதமான நிறங்களில் நடிகருக்கு நிகரான வண்ணப் பதாகைகளில் இளைஞர்கள் காட்சி தருகின்றனர். அவர்களுக்குத் தங்களை வெளிப்படுத்திக்கொள்ளும் பெரும் வாய்ப்பாகத் திரைப்பட வெளியீடும் திரையரங்கும் இருக்கின்றன. அதுவும் ஒரு பிரிவினர்தான். பெண்கள் பெரும்பாலும் திரையரங்குக்கு வருவதேயில்லை. தொலைக்காட்சித் தொடர்கள் அவர்களுக்குப் போதுமானவையாக இருக்கின்றன. இரவில் வீட்டிலிருக்கும் ஆண்களும் தொடர்களின் பார்வையாளர்களாக உள்ளனர். முதல் ஆட்டத்தில் (மாலைக் காட்சி) மட்டும் ஒரு சில பெண் முகங்களைக் காணலாம்.

2013ஆம் ஆண்டு நவம்பர் மாதம் 26 எங்கள் திருமண நாளில் இரண்டாம் ஆட்டத்திற்கு என் மனைவியும் நானும் சென்றோம். அங்கிருந்த சூழல் எங்களுக்குப் பயத்தையே கொடுத்தது. மொத்தமாக இருபது பேர்தான் பார்வையாளர்கள். என் மனைவி மட்டுமே பெண். எந்த இடத்திலும் ஒரு பெண் தனியாக இருப்பதைப் பாதுகாப்பாகக் கருதுவதில்லை. எங்கள் கல்லூரி மாணவியருக்கு நாங்கள் சொல்லும் அறிவுரையில் மிகவும் முக்கியமானது ‘எங்க போனாலும் சேந்து போங்க’ என்பதுதான். ஆசிரியர் அறைக்கு வந்தாலும் குறைந்தபட்சம் இரண்டு பேராகவே வருவார்கள். படம் போடும் வரைக்கும் போட்ட

பின்னும் இன்னும் ஒரு பெண்ணாவது வந்துவிட மாட்டாரா என்று நுழைவாயிலையே பார்த்துக்கொண்டிருந்தார் என் மனைவி. நான் அருகில் இருந்தாலும் என்மீது நம்பிக்கை இல்லை. திருமணமான புதிதில் சென்னைப் புறநகர்ப் பகுதியில் குடியிருந்தோம். அப்போது 'நானெல்லாம் ஹீரோ கெடையாது. சாயந்திரம் சீக்கிரமா வீட்டுக்கு வந்து சேந்துரு' என்று சொன்னேன். அப்போது போன நம்பிக்கை.

அதனால் சம்பந்தமே இல்லை என்றாலும் இன்னொரு பெண் வந்துவிட்டால் பயமில்லாமல் படம் பார்க்கலாம் என்று நினைத்தார். உண்மையில் எனக்குமே பயமாக இருந்தது. குடித்துவிட்டு உள்ளே வந்து நல்ல தூக்கம் போட்டவர்களின் குறட்டை ஒலி படத்தின் பின்னணி இசையைவிடச் சத்தமாக வந்தது. நான்கைந்து பேராக வந்த இரண்டு குழுக்கள் அவ்வப்போது காரணமில்லாமல் கத்திக்கொண்டிருந்தனர். ஒரே ஒரு பெண் அரங்கில் இருப்பது அவர்களுக்குக் கூடுதல் குஷியைக் கொடுத்திருக்க ஆபாசப் பேச்சும் சத்தமாக வந்தது. எழுந்து வெளியேறுவது அவர்களுக்குப் பயந்ததைக் காட்டிக்கொண்டது போலாகும் என்பதால் கண்டுகொள்ளாதது போலப் படம் பார்த்தோம். இனிமேல் ஒருபோதும் இரண்டாம் ஆட்டத்திற்கு வர மாட்டேன் என்று அன்றைக்கு என் மனைவி முடிவெடுத்தார்.

குடும்பம் குடும்பமாகவும் பலவயதுக் குழுக்களாகவும் திரையரங்குக்குச் சென்ற காலம் இனி இல்லை. சந்தை நாள், திருவிழா நாள், விசேச நாள் என்பவை திரைப்படம் பார்ப்பதற்கானவையாக இருந்தது போய் விடுமுறை நாட்கள் என்னும் நிலை உருவாகிவிட்டது. சாவகாசமாகப் படம் பார்த்து அசை போடும் காலமும் இல்லை. திரளாகப் படம் பார்க்கும் அனுபவம் தகர்ந்து தனிமனித அந்தரங்கமாகப் படம் பார்ப்பதும் மாறிவருகிறதோ எனத் தோன்றுகின்றது. எனினும் வாழ்வில் திரைப்படத்திற்கான இடம் இன்னும் பெருமளவில் இருக்கத்தான் செய்கிறது. இந்நிலையில் தேர்ந்தெடுத்துப் பேசிய என் அனுபவங்கள் பதிவு, சுயசரிதம், அபிப்ராயங்கள் எல்லாம் கலந்த கலவையாக அமைந்திருக்கின்றன. பழைய திரைப்படங்களைப் பற்றி மட்டும் அல்லாமல் புதிய திரைப்படங்கள் சிலவற்றைப் பார்த்த அனுபவங்களையும் பகிர்ந்திருக்கிறேன். அவையே பெரும் கவனிப்பைப் பெற்றன. 'தங்க மீன்கள்' படம் பற்றிய கட்டுரைக்கு எதிர்வினையாகப் பெரிய கட்டுரை ஒன்றே எழுதப்பட்டது. 'கிருஷ்ணவேணி பஞ்சாலை' படம் பற்றிய கட்டுரை மட்டும் இத்தொடருக்காக எழுதியதல்ல. பொருத்தம் கருதி நூலில் சேர்த்திருக்கிறேன்.

இக்கட்டுரைத் தொடரை எழுதக் காரணமானவர்கள் சுபகுணராஜன் உள்ளிட்ட காட்சிப்பிழை ஆசிரியர் குழுவினர்.

கட்டுரைகளுக்கான தகவல்களைப் பலரிடம் பெற வேண்டியிருந்தது. என் அம்மா, மனைவி, மகன், மகள் ஆகியோர் உதவினர். நண்பர்களும் உறவினர்களும் சில நினைவுகளைப் பகிர்ந்துகொண்டனர். கல்லூரி விடுதியில் தங்கியிருந்த காலம் பற்றிய நினைவுகளைப் பகிர்ந்துகொண்டவர் அப்போதைய கல்லூரித் தோழரும் 'எனி இந்தியன்' பதிப்பகம் நடத்தியவருமான பி.கே. சிவகுமார். இன்னொரு கல்லூரித் தோழனான சிபிச்செல்வனும் ஒரு கட்டுரைக்கு உதவினார். அவர்களைப் போலப் பலர் எனக்கு உதவினர். வாசக எதிர்வினைகள் தொடர்ந்து எழுத உத்வேகம் தந்தன. அனைவருக்கும் நன்றி.

இந்நூலை நான் மிகவும் மதிக்கும் நண்பரும் திரைப்படம், சமூகவியல் உள்ளிட்டவற்றில் கோட்பாட்டுப் பின்புலத்தோடு காத்திரமான ஆய்வுக் கட்டுரைகளையும் நூல்களையும் எழுதிக் கொண்டிருப்பவருமான ராஜன்குறை அவர்களுக்குச் சமர்ப்பிக்க விரும்புகிறேன். 'காட்சிப்பிழை' இதழில் இரண்டு தொடர்களை நான் எழுத அவரது ஊக்கமே முக்கியமான காரணம். என் நாவல் 'நிழல்முற்றம்' வந்த போதிருந்து திரையரங்கம், திரைப்படம் ஆகியவை தொடர்பான என் அனுபவ வெளியின் மீது அவர் கொண்டிருந்த பெரும் நம்பிக்கையே என்னை இத்துறையில் செலுத்தியது. அவரது அன்புக்கு இந்நூல் சிறு காணிக்கை.

இந்நூலை வெளியிடும் காலச்சுவடு கண்ணனுக்கும் பதிப்பக நண்பர்களுக்கும் என் நன்றிகள்.

நாமக்கல்   **பெருமாள்முருகன்**
15-05-18

1

அரங்கு நிறைந்த காட்சி

நான் பார்த்த திரைப்படங்கள் எத்தனை இருக்கும்? என் பள்ளி, கல்லூரி நாட்களில் நண்பர்கள் வியப்போடு இந்தக் கேள்வியைக் கேட்பார்கள். நானும் அசட்டையாகவும் பெருமையாகவும் முந்நூறு, நானூறு, ஐந்நூறு என்று நூற்றுக்கணக்கில் சொல்வேன். அவர்களின் கண்களில் பொறாமை மினுங்குவதை மகிழ்ச்சியோடு பார்த்து ரசிப்பேன். இன்று தொலைக்காட்சியில் பழைய படங்கள், பாடல்கள் வரும்போது அதைப் பற்றிய தகவல்களைச் சொன்னால் என் பிள்ளைகள் வியப்போடு பார்த்து 'நீ எத்தன படம் பாத்திருப்ப?' என்று அதே கேள்வியைக் கேட்கிறார்கள். 'ஆயிரம், ரண்டாயிரம் இருக்கும்' என்று ஆயிரக்கணக்கில் சொல்லி அவர்களை அதிர்ச்சியில் ஆழ்த்துகிறேன்.

நான் திரைப்பட வெறியனாக ஒருபோதும் இருந்ததில்லை. குறிப்பிட்ட நடிகருக்கு ரசிகனாகவும் என்னை வரித்துக்கொண்டதில்லை. முதல் நாள் படம் வெளியானதும் போய்த் திரையரங்க வாயிலில் நின்றதில்லை. பிளாக் டிக்கெட் வாங்கியதே இல்லை. திரைப்படம் பார்த்தே ஆக வேண்டும் என்னும் நிர்ப்பந்தமும் எனக்கு ஏற்பட்டதில்லை. திரைப்படம் என் வேலைகளுக்கு இடைஞ்சல் ஆகிவிடுமோ எனக் கருதிப் 'பார்க்கக் கூடாது' என்று குறிப்பிட்ட காலத்திற்கு முடிவெடுத்து அப்படியே இருந்ததுண்டு. எனினும் ஆயிரக்கணக்கில் படங்கள் பார்த்திருக்கிறேன். எப்படி இது சாத்தியமாயிற்று? திரையரங்கில் என் தந்தை சோடாக்கடை வைத்திருந்தது முக்கியமான காரணம். ஒரே

திரையரங்கில் கிட்டத்தட்ட ஐந்நூறு படங்கள் பார்த்திருப்பேன். மீதம்? பல்வேறு சந்தர்ப்பங்கள் வாய்த்திருக்கின்றன.

பொதுவாகத் திரைப்படம் பார்ப்பதைப் பற்றி நம் சமூகத்தில் நல்ல அபிப்ராயம் இல்லை. நிறையப் படங்கள் பார்ப்பவரைச் 'சினிமாப் பைத்தியம்' என்கிறோம். அந்தத் தலைப்பில் படம் ஒன்றும் வந்திருக்கிறது. கமலஹாசனும் ஜெயசித்ராவும் நடித்த படம். ஜெய்சங்கர் நடிகராகவே நடித்திருப்பார். நடிகரான ஜெய்சங்கர் மீது பைத்தியமாக இருக்கும் ஜெயசித்ராவைப் பல படப்பிடிப்புகளுக்கு அழைத்துச் சென்று நிழலையும் நிஜத்தையும் வேறுபடுத்தி உணர வைத்துத் திருத்துவதாகக் கதை அமைந்த படம். ராணி மங்கம்மாவாக ஜெயலலிதா நடிக்கும் காட்சி, வாஞ்சிநாதனாக சிவாஜி கணேசன் நடிக்கும் காட்சி ஆகியவையும் படத்தில் உண்டு. 'சினிமா மோகம்' பற்றிய பெரியார் பேச்சு அவர் குரலிலேயே படத்தில் வரும். படத்தின் இறுதியில் அறிஞர் அண்ணா திரைப்படக் கலையின் உயர்வைப் பேசும் பேச்சும் உண்டு. முக்தா வி. சீனிவாசன் இயக்கிய இந்தப் படம் ஓடியதா எனத் தெரியவில்லை. ஆனால் படப்பிடிப்பு பற்றிய பகுதிகளும் உரையாடல்களும் சுவாரசியமானவை.

அதே போலத் திரைப்படத்திற்குச் செலவழிப்பது வீண் என்னும் எண்ணமும் பொதுமனத்தில் இருக்கிறது. 'எதிர்நீச்சல்' படத்தில் சவுகார் ஜானகி பாத்திரம் சினிமாப் பைத்தியம். 'அடுத்தாத்து அம்புஜத்தப் பாத்தேளா' என்னும் பிரபலப் பாடலில் வரும் வரிகள்: 'மூன்றெழுத்து மூனு ஷோவும் பாத்தவ நீதாண்டி. சினிமாவுக்கே சம்பளம் போனாப் பொடவைக்கு ஏதடி.' திரைப்படம் மனதைக் கெடுத்துவிடும் என்றும் கருதுகிறோம். தவிர்க்க இயலாத நிலை ஏற்பட்டபோது 'பெண்கள் பார்ப்பதற்கான குடும்பப் படம்' என்னும் பிரிவை உண்டாக்கினோம். இன்றும் ஒரு படத்தைப் பற்றிப் பேசுகையில் 'இதைக் குடும்பத்தோடு பார்க்க முடியுமா?' என்று கேட்கிறோம். கலைகள் பற்றிய பொது அபிப்ராயமே மனதைக் கெடுத்துவிடும் என்பதுதான்.

முந்தைய காலத்தில் எங்கள் பகுதியில் இரண்டாண்டு மூன்றாண்டுகளுக்கு ஒருமுறை 'உடுக்கடி கதைப்பாடல்' நிகழ்ச்சிக்கு ஏற்பாடு செய்வார்கள். முப்பதுநாள், நாற்பதுநாள் நடக்கும் அந்நிகழ்ச்சிக்குப் போக அனுமதி கிடைக்கும். அதுவும் வெளியூருக்குப் போவதென்றால் விடமாட்டார்கள். எங்கள் பகுதியில் அடிநிலைச் சாதியினரே கூத்துப் பிரியர்கள். மாரியம்மன் திருவிழாவின் போதும் தைப்பொங்கலின் போதும் கூத்து கட்டாயம் நடக்கும். விடியவிடிய நடக்கும் கூத்துக்குப்

போகச் சிறுவயதில் பலவிதமான தந்திரங்கள் செய்வோம். எங்கள் பெரிய பாட்டி அதற்குப் பெரிதும் உதவும். பாட்டிக்குக் கூத்தில் பிரியம் உண்டு என்பதால் 'பத்தரமா நாங் கூட்டிக்கிட்டுப் போறன்' என்று உறுதி கொடுக்கும். பட்டிக் காவலுக்குப் போவதாகச் சொல்லியோ வாசலில் படுத்துக் கொள்வதாகப் போக்குக் காட்டியோ கூத்துப் பார்க்க நடுராத்திரியில் எழுந்து ஓடுவோம்.

எதார்த்தமான வாழ்வைக் குலைப்பவை கலைகள் என்று எப்படியோ சமூகத்தில் கருத்து பரவி இருக்கிறது. கலைகளில் ஈடுபடுவோர் மட்டுமல்ல, அதில் ஈர்ப்புக் கொண்டு பார்வையாளராக இருப்போர் பற்றியும் அச்சம் நிலவுகிறது. அவர்கள் குடும்ப வாழ்வுக்கு ஒத்துவர மாட்டார்கள் என்று நினைக்கிறார்கள். சிந்தனையைத் திசை மாற்றிவிடும் இயல்பு கலைகளுக்கு உண்டுதான். ஆனால் கலைகளை எதிர்நிலையில் வைத்து அஞ்சும் ஒரு சமூகம் வேறெங்கும் உண்டா என்பது தெரியவில்லை. எல்லாவற்றை மீறியும் கலைகள் வாழ்கின்றன.

திரைப்படத்தைப் பொருத்தவரை திட்டிக்கொண்டேனும் பார்க்கத்தான் செய்கிறார்கள். இருபதாம் நூற்றாண்டில் வாழ்ந்தவர்கள் ஏதேனும் ஒருவிதத்தில் திரைப்படத்தைப் பார்த்துத்தான் இருப்பார்கள். என் மனைவியின் பெரியம்மா ஒரு படமும் பார்த்தவரில்லை. ஒரு விஷேசத்தின் போது எல்லாரும் படத்திற்குப் போகலாம் எனத் திட்டமிட்டனராம். 'என்ன படம்' என்று பெரியம்மா ஆவலாகக் கேட்டாராம். 'அம்மன் கோவில் கிழக்காலே' என்னும் சாமிபடம் என்று சொல்லி அவரை வற்புறுத்தி அழைத்துக்கொண்டு போய்விட்டார்களாம். அதற்கு முன் படம் பார்த்ததே இல்லை என்பதால் அவருக்கு எதுவும் புரியவில்லை. படம் முடிந்து வரும்போது 'அம்மன் கோவிலே வர்ல' என்று கேட்டாராம். அம்மன் கோவில் வரும் என்று எண்ணியே திரையை உற்றுக் கவனித்துக்கொண்டிருந்திருக்கிறார். பட இயக்குநர் இப்படியா ஏமாற்றுவார்?

திரைப்படம் பற்றிய பேச்சு இல்லாமல் நம் அன்றாட வாழ்க்கை கழிவதில்லை. பேசுவதற்கான பொதுவிஷயமே திரைப்படம்தான் என்றாகிவிட்டது. திரைப்படச் செய்திகளைப் பகிர்ந்துகொள்வது உரையாடலின் முக்கியமான அம்சம். இதழ்களில் திரைச் செய்திகளையே முதலில் வாசிக்கிறோம். தொலைக்காட்சிகள் திரைப்படம் இல்லாவிட்டால் என்ன செய்யும் என்பது குழப்பமாகவே இருக்கிறது. படத்தைப் பற்றியோ நடிகர் நடிகைகளைப் பற்றியோ எல்லாருக்கும் ஏதோ ஒருவித அபிப்ராயம் இருக்கிறது. பிடித்த படம், பிடித்த நடிகர், பிடித்த

நடிகை என்பது இன்று பிடித்த இசையமைப்பாளர், பாடகர், இயக்குநர் என்றெல்லாம் விரிந்திருக்கிறதே தவிர குறையவில்லை. திரைவசனங்கள் ரெக்கார்டுகளில் ஒலித்த காலங்கள் உண்டு. வானொலியில் ஒலிச்சித்திரம் முக்கியமான வரவேற்பைப் பெற்றிருந்தது. திரைப்பாடல் நம் காதில் விழாமல் ஒருநாளையும் கழிக்க முடிவதில்லை.

உழைப்பும் விளையாட்டும் கலந்த இளம்வயது வாழ்க்கை எனக்கு. பொழுதுபோக்கு என்று தனியாகப் பிரித்துச் சொல்லத் திரைப்படம் ஒன்றுதான் இருந்தது. நாம் ஓரிடத்தில் இருந்து வாழும் வாழ்க்கை எவ்வளவுதான் தங்கமானதாக இருப்பினும் அது போதுவதில்லை. அதைச் செக்குமாட்டுத்தனம் என்று உணர்வதற்கான கணங்கள் வருகின்றன. விலகிக் கொஞ்ச நாள், நேரம் வேறொன்றில் நிலைப்பட்டால் புத்துணர்ச்சி கிடைக்கிறது. அப்படித்தான் திரைப்படம் எனக்கு அமைந்தது. என் அப்பன் எம்ஜிஆர் ரசிகர் என்பதால் அவரோடு போய்ப் பார்க்கும் சந்தர்ப்பங்கள் அமைந்தன. எம்ஜிஆர் படங்களில் நூற்றுக்கும் மேல் பார்த்திருப்பேன். பார்க்காதவை விரல் விட்டு எண்ணத்தக்கவையே.

எந்த நடிகர் என்னும் பேதமின்றிப் படம் பார்ப்பது மட்டுமே மகிழ்ச்சி என்று கருதிய பெரியப்பனின் உடன்துணையாக நான் அமைந்ததால் பலவற்றைப் பார்க்க முடிந்தது. என் அம்மா, சித்தப்பாக்கள், மாமா என யார் கிளம்பினாலும் அவர்களோடு இணைந்துகொள்ள எனக்கு எந்தத் தடையுமில்லை. கடைக்குட்டிப் பையன் என்னும் செல்லமும் சலுகையும் கிடைத்திருந்தன. நகரத்தில் வசித்த என் பெரியம்மா வீட்டுக்குச் செல்லும் போதெல்லாம் படம் பார்க்கும் வாய்ப்பும் கிடைத்தது. கல்லூரி நாட்களில் நண்பர்களுடன் பார்த்த படங்களுக்குக் கணக்குக் கிடையாது. காதலித்த காலங்களில் அச்சத்தோடும் காதலியோடும் பார்த்த படங்கள் சில என்றாலும் நினைவில் இருக்கின்றன. திருமணம் முடித்தபின் தொடக்க கால மகிழ்ச்சியில் திரைப்படத்திற்கு முக்கியமான பங்கு இருந்தது. இப்போது என் மனைவியோடும் பிள்ளைகளோடு சேர்ந்தும் மாணவர்களோடும் படங்கள் பார்க்கிறேன். வெளியூர் சென்று ஓரிரு நாள் தங்கும் சந்தர்ப்பங்கள் வாய்க்கும்போது ஏதாவது படம் பார்க்கலாம் என்று தோன்றுவதைத் தவிர்க்க முடிவதில்லை.

படம் பார்ப்பதற்கென்றே சிலரோடு நட்பு கொண்டிருந்தேன். எங்கள் ஊர்க் கால்நடைத் துறை அலுவலகத்தில் வேலை செய்த இருவர் எனக்கு நண்பர்களாக அமைந்தது எப்படி என்று யோசித்துப் பார்த்திருக்கிறேன். அதைத் திரைப்பட நட்பு

என்றுதான் சொல்ல முடியும். அதன்பின் குடும்ப நட்பாகவும் மாறியது அது. அதில் ஒருவர் திருச்சி மாவட்டக் கிராமம் ஒன்றுக்கு மாற்றலாகிச் சென்றார். அவர் அகாலமாக இறந்த செய்தி கிடைத்தபோது மிகவும் சிரமப்பட்டு அக்கிராமத்திற்கு நானும் நண்பர்களும் சென்றோம். அப்போது அவரோடு பார்த்த படங்களே அவரை அடையாளப்படுத்துபவையாக இருந்தன. உறவுப் பிணக்கு தீரவும் தீர்ந்த பின்னும் திரைப்படம் பார்த்ததுண்டு. என்னென்ன படம் பார்த்தேன் என்பதோடு யார் யாரோடு பார்த்தேன் என்பதும் நினைவில் இருக்கிறது. உடனிருந்த ஆட்களைக் கொண்டே பார்த்த படங்களை நினைவில் வைத்திருக்கிறேன். சில நண்பர்கள் சந்திக்கும்போது 'அன்றைக்கு இந்தப் படம் பார்த்தோமே' என்று நினைவுகூர்வது சகஜம்.

தமிழ்ச் சமூக வாழ்க்கையோடு முக்கால் நூற்றாண்டுக்கும் மேலாக ஒன்றிணைந்தது திரைப்படம். என் வாழ்விலும் தவிர்க்க இயலாத அம்சமாகவே திரைப்படம் இருக்கிறது. மோசமான படம் ஒன்றைப் பார்த்துவிட்டு வரும்போது 'இந்தத் திரைப்படங்களுக்காக வாழ்வின் எத்தனை மணி நேரங்களை வீணாக்கியிருப்போம்?' என்று மனம் நினைக்கும். கணக்குப் போடுவதும் உண்டு. ஆயிரம் படங்கள் என்று கொள்ளலாம். சில படங்களுக்கு முழுநாளையும் ஒதுக்க வேண்டியிருந்திருக்கும். சிலவற்றிற்கு அரைநாள். போக வர எல்லாம் சேர்த்தால் ஒரு படத்திற்கு ஐந்து மணி நேரம் ஆகலாம். சராசரியாகக் குறைந்தபட்சம் மூன்று மணிநேரம் என்று கொண்டாலும்கூட ஆயிரம் படங்களுக்கு மூவாயிரம் மணிநேரம். என் வாழ்நாளில் நூற்றிருபத்தைந்து நாட்களைத் திரைப்படம் பார்ப்பதற்காகச் செலவிட்டிருக்கிறேன். எல்லாம் வீணா? இந்த நாட்களை இன்னும் பயனுள்ளதாக்கி இருக்க முடியுமா? பதில் சொல்ல முடியவில்லை. ஆனால் திரைப்படம் தமிழ்ச் சமூகத்தின் பிரிக்கவியலாத அங்கமாகிவிட்டது போலவேதான் என் வாழ்விலும்.

நான் தமிழ்த் திரைப்படங்கள் மட்டுமே பார்த்தவன். பிறமொழிப் படங்கள் என்னைக் கவரவில்லை என்று சொல்ல முடியாது. பார்க்கும் வாய்ப்புக்கள் அமையவில்லை. இரண்டே இரண்டு இந்திப் படங்கள் பார்த்திருக்கிறேன். விரல் விட்டு எண்ணும் அளவில் மலையாளப் படங்கள். ஐந்தாறு தெலுங்கு. அதே அளவில் ஆங்கிலப் படங்கள். சென்னையில் வாழ்ந்தபோது சில திரைப்பட விழாக்களில் கொஞ்சம் வெளிநாட்டுப் படங்கள் பார்த்திருக்கிறேன். தொலைக்காட்சி வழியாகவும் சில படங்கள். இவற்றை எல்லாம் எண்ணினால் நான் பார்த்த

பிறமொழிப் படங்களின் எண்ணிக்கை ஒரு நூற்றைத் தொடலாம். அவ்வளவுதான். ஆனால் தமிழ்ப் படங்களை ஏராளமாகப் பார்க்கும் வாய்ப்பு என் பிள்ளைப்பிராயத்தில் இருந்தே தொடர்ந்திருக்கிறது. என் வாழ்வின் முக்கியமான கணங்களோடு திரைப்படங்களையும் இணைத்துப் பார்க்க முடியும்.

திரைப்படம் பார்த்தல் வெறும் பொழுதுபோக்கு மட்டுமல்ல. சந்தோசம் கொப்பளிக்கும் மனநிலையோடு பார்த்த படங்கள் பல. நேரத்தைப் போக்கும் வழியாகப் படங்கள் அமைந்ததுண்டு. விமர்சனம் எழுதும் நோக்கில் திட்டமிட்டுப் போய்ப் பார்த்தவை சில. துக்கத்தைத் தொலைக்கத் தனியனாக உட்கார்ந்து பார்த்தவையும் உள்ளன. மனதுக்குப் பிடித்தவர்கள் ஒன்று சேரும்போது 'படத்துக்குப் போலாமா?' என்னும் கேள்வி இயல்பாக வந்திருக்கிறது. திருவிழாப் போல ஊரே சேர்ந்து கொண்டாட்டமாகத் திரைப்படம் பார்த்ததும் உண்டு. என் அப்பன் இறந்த அடுத்த நாள் திரைப்படம் பார்க்கச் சென்றேன். படம் பார்க்கப் போகிறேன் என்பதையோ பார்த்தேன் என்பதையோ இதுவரை யாரிடமும் சொன்னதில்லை. என்ன படம் அது என்பது இப்போது நினைவில் இல்லை. அந்த அளவுக்குத்தான் அதில் லயித்திருக்கிறேன். எனினும் அது கொடுத்த ஆறுதலை அப்பனின் சாவுக்கு வந்த எந்த மனிதராலும் கொடுக்க முடியவில்லை என்பது புரிகிறது.

கல்லூரி விடுதி வாழ்வின் ஒற்றைத்தன்மையில் இருந்து விடுவித்தவை படங்களே. ஒரு படம் பார்த்துவிட்டு வந்ததும் உடல் மன ஆற்றல்கள் கூடிவிட்டதாக உணர்ந்ததுண்டு. அடுத்த நாள் தேர்வை வைத்துக்கொண்டு இரண்டாம் ஆட்டம் போய் வந்திருக்கிறேன். அடுத்த நாள் தேர்வை மிகச் சிறப்பாகவே எழுதினேன். அதே போலப் படங்கள் பார்த்த இடங்களும் விதவிதமானவை. ஒரே திரையரங்கில் ஏராளமான படங்களைப் பார்த்திருந்தாலும் வெவ்வேறு ஊர்களில் வெவ்வேறு அமைப்புகளைக் கொண்ட திரையரங்குகளில் வேறுபட்ட சூழல்களில் படங்கள் பார்த்திருக்கிறேன். படங்களை உடனிருந்த ஆட்களைக் கொண்டு நினைவில் இருத்திக்கொள்வது போலவே இடங்களையும் அங்கே பார்த்த படங்களை வைத்தே நினைவில் கொள்வதுண்டு. ஊர் மட்டுமல்ல, படம் ஓடிய திரையரங்கும் நினைவில் தங்கியிருப்பதுண்டு.

நான் நகரத்துக்குக் குடிபெயர்ந்து ஏழாண்டுகள் ஆகிவிட்டன. இந்நகரில் ஒன்பது திரையரங்குகள் இருப்பதாக என் கணக்கு சொல்கிறது. ஆனால் இவற்றில் நான்கு திரையரங்கிற்கே இதுவரை நான் சென்றிருக்கிறேன். திரையரங்கிற்குச் சென்று பார்க்கும் அனுபவம் அற்புதமானது எனினும் தொலைக்காட்சியிலும்

குறுந்தட்டிலும் கணினியிலும் செல்பேசியிலும் பார்க்கும் வழக்கம் இப்போது கூடியிருக்கிறது. இளமைப் பருவச் சுதந்திரம் பறிபோனதும் படம் பார்ப்பது குறைந்து போகக் காரணம். இந்நகரில் உள்ள தியேட்டர் ஒன்றின் உரிமையாளர் என் வீட்டுக்கு எதிரில் சில ஆண்டுகள் குடியிருந்தார். வசதி மிகுந்தோர். ஆனால் மனிதர்களை மதிக்கத் தெரிந்தவர்கள். இயல்பாகப் பேசுவார்கள். எங்காவது பார்த்தால் பாராமுகம் காட்டுவதில்லை. நிறையக் கார்களை வைத்திருந்தார்கள். எத்தனை கார்கள் அவர்களுடையவை என்று எனக்குக் கணக்குத் தெரிந்ததில்லை. விதவிதமான கார்கள் வீட்டுக்கு முன் நிற்கும். இருப்பினும் அதன் உரிமையாளர் தனியாகச் செல்லும்போது 'டிவிஎஸ் 50' வண்டியையே பயன்படுத்துவார். இன்றுவரை அதுதான் அவரது வாகனம்.

அவர் எதிர்ப்படும்போது 'இப்போது என்ன படம்?' என்று விசாரிப்பேன். பேசுவதற்கு ஒரு விஷயமும் வேண்டுமல்லவா? அவரும் ஓடும் படம் பற்றிச் சொல்வார். அதன் வசூல் விவரங்களையும் பகிர்ந்துகொள்வார். ஒருமுறை 'பெரியார் படம் ஓடுது. வீட்டுல எல்லாரையும் கூட்டிக்கிட்டு வாங்களேன்' என்று அழைத்தார். அந்தப் படத்தைப் பார்க்க ஆவலாக இருந்ததால் குடும்பத்தோடு போனோம். பணம் கொடுத்துச் சீட்டு வாங்க வேண்டியிருக்கவில்லை. அப்போது ஆட்சியிலிருந்த திமுக கட்சியினர் படம் பார்க்க வருவோர்க்கு இலவசமாக டிக்கெட் விநியோகம் செய்தனர். 'கட்சிக்காரங்களே டிக்கெட் வாங்கிக் குடுத்தாலும் சனங்க வரமாட்டீங்குது. ஆனாப் படத்த இன்னம் ஓட்டனுங்கறாங்க' என்று உரிமையாளர் சலித்துக்கொண்டார்.

எனக்கும் படம் உவப்பளிக்கவில்லை. பெரியார் வாழ்வின் ஒருபகுதியை மட்டும் எடுத்துப் படமாக்கியிருந்தால் நன்றாக வந்திருக்கக்கூடும் என்று தோன்றியது. ஏன் அப்படிச் செய்வதில்லை? தலைவர் ஒருவரின் வாழ்க்கை பற்றிய படம் என்றால் அவர் வாழ்க்கை முழுவதும் வந்துவிட வேண்டுமா? அது சாத்தியமா? ஏற்கனவே பெரியார் வரலாற்றை அறிந்தவர்கள் படக்காட்சிகளை இணைத்துப் புரிந்துகொள்ள முடியும். அறியாதவர்கள் பாடு வெகுகஷ்டம். பெரியாரின் இளமைக்காலம் மிகவும் சுவாரசியமானது. அதை மட்டுமே எடுத்துக்கொண்டிருந்தால் அருமையான படம் கிடைத்திருக்கும். அவரது மேடைப்பேச்சு தொடர்பான சம்பவங்களுக்கும் அவர் எதிர்கொள்ள வேண்டியிருந்த பிரச்சினைகளுக்கும் நல்ல திரைக்கதையாகும் வலுவுண்டு. சத்யராஜைப் பெரியாராகக் கற்பனை செய்துகொள்வதற்கே பெரும் பிரயத்தனம் வேண்டும். பிடிக்காத அனுபவமாகப் 'பெரியார்' அமைந்துபோனார்.

சில ஆண்டுகள் கழித்து இப்போது மீண்டும் அத் தியேட்டருக்குப் போகும் வாய்ப்புக் கிடைத்தது. தீபாவளி நாள். தங்கர் பச்சானின் ‘அம்மாவின் கைப்பேசி’ வெளியிட்டிருந்தார்கள். என் மனைவி அப்படம் பார்க்க ஆவலாய் இருந்தார். என் மகன் மிகவும் கறாராக ‘வரவில்லை’ என்று சொல்லிவிட்டான். படத்தின் தலைப்பைக் கேட்டதுமே ‘அது சோகப்படம்’ என அவன் முடிவு செய்திருந்தான். ‘அம்மா’ என்றாலே சோகம்தானே. என் மகளை மிகவும் தயார்ப்படுத்திப் படத்திற்கு அழைத்துச் சென்றோம். தீபாவளி நாளில் முதல் ஆட்டம். மிகக் குறைவான கூட்டம்தான். விஜய் நடித்த ‘துப்பாக்கி’ படமும் வெளியாகியிருந்த சமயம் அது. ‘துப்பாக்கிக்கு டிக்கெட் கெடைக்காம வந்தவங்களா இருப்பாங்க’ என்றாள் என் மகள். ‘நம்மள மாதிரி இதுக்குன்னே வர்றவங்களும் இருப்பாங்க’ என்று நான் சமாதானம் சொன்னேன். உள்ளே நுழைந்ததும் உரிமையாளர் தென்பட்டார். ‘கருத்துள்ள படம்னாத்தான் பாக்க வர்றீங்க’ என்று வரவேற்றார்.

அந்தத் தியேட்டர் மிகவும் பழமையானது. விஸ்தாரமான இட அமைப்பைக் கொண்டது. அனேகமாக ஆயிரம் பேருக்கு மேல் உட்காரும் அளவுக்கான இருக்கை வசதிகள் இருக்கும். தியேட்டரின் இருபுறமும் பரந்த வெட்டவெளி இருக்கிறது. இடைவேளை நேரத்தில் மக்கள் குழுமி நிற்கவும் புகை பிடிக்கவும் தின்பண்டம் வாங்கிக் கொரிக்கவும் ஏற்ற வெளி அது. அவ்வெளியின் இறுதிப் பகுதியில் அதாவது திரை இருக்கும் இடத்தின் பக்கங்களில் கழிப்பறைகள் உள்ளன. ஒருபுறம் ஆண்களுக்கு. மறுபுறம் பெண்களுக்கு. கழிப்பறையின் அமைப்பைப் பார்த்தாலே மிகவும் திட்டமிட்டுக் காற்றோட்டமும் வெளிச்சமும் இருக்கும்படி கட்டப்பட்ட தியேட்டர் அது என்பது விளங்கும்.

தியேட்டர் கட்டிய காலத்தில் பால்கனி இருக்கவில்லை. பின்னர் உருவாக்கியிருக்கிறார்கள். பெரும்பாலான பழைய தியேட்டர்களில் பால்கனி பின்னர் ஏற்படுத்தி இருப்பார்கள். பால்கனிக்கு மேலிருக்கும் பகுதி ‘பாக்ஸ்’ எனப்படும். பாக்ஸ் பகுதி இருந்தால் அந்தத் தியேட்டர் எண்பதுகளில் அல்லது தொண்ணூறுகளில் கட்டியிருப்பார்கள் என்று முடிவு செய்துவிடலாம். பால்கனி மட்டும் இருந்தால் அது பழைய தியேட்டராக இருக்கும். பால்கனியைப் பின்னர் உருவாக்கியிருப்பார்கள். பால்கனி இல்லாமல் கீழே முதல் வகுப்பு முதல் நான்கு வகுப்புகள் இருக்கின்றன. எல்லாவற்றிலும் நாற்காலிகள்தான். இதுவும் புதுப்பிக்கும்போது ஏற்படுத்தப்பட்ட

மாற்றம். இப்போது ஒவ்வொரு வகுப்புக்கும் டிக்கெட் கட்டணம் மாறுவதில்லை.

'அம்மாவின் கைப்பேசி' படத்திற்குக் கட்டணம் ஐம்பது ரூபாய். எங்கே வேண்டுமானாலும் உட்கார்ந்துகொள்ளலாம். பெரும்பாலோர் பால்கனியை விரும்புகிறார்கள். முதல் வகுப்பிலும் இரண்டாம் வகுப்பிலும் உட்கார்வோர் எண்ணிக்கை கொஞ்சமாக இருக்கிறது. முன்பகுதிக்கு யாரும் போவதில்லை. அங்கே இருக்கைகளின் நிலையைப் பார்த்தால் வெகுகாலமாக யாரும் உட்காரவில்லை என்பது தெரிகிறது. மற்ற பகுதிகளின் இருக்கைகளும் கை உடைந்தும் சாய்பலகை உடைந்தும் நெட்டுகள் கழன்றும் எனச் சிதைந்தே இருக்கின்றன. நல்ல இருக்கைகளைத் தேடித்தான் அமர வேண்டும். அரங்கு நிறைந்த காட்சி நடந்து பலகாலமாகி இருக்க வேண்டும். முன்பகுதியில் மின்விசிறிகளைக்கூடக் காணோம். தியேட்டருக்குள் ஒரு நாற்றம் வீசுகிறது. மனித அழுக்குகளைத் திரட்டிக் கப்பென்று மூடி வைத்துவிட்டால் உண்டாகுமே அப்படியான நாற்றம்.

தியேட்டரின் முன்பக்கமும் பெரிய இடம் காலியாக இருக்கிறது. அந்நகரிலிருந்து இன்னொரு மாநகருக்குச் செல்லும் சாலையில் பிரதான இடத்தில் இத்திரையரங்கம் இருக்கிறது. ஆகவே இப்போது அதன் நில மதிப்பு பல கோடிகளைப் பெறும். சாலையை ஒட்டிய பகுதியில் கடைகள் கட்டி வாடகைக்கு விட்டிருக்கிறார்கள். உள்ளே செல்வதற்கான வாயில் பகுதி மட்டும் விடப்பட்டிருக்கிறது. புதிதாக வருபவர்களுக்கு அங்கே தியேட்டர் இருப்பது தெரியாது. நசிவு நிலையில் இருக்கிறது என்பதைப் பார்த்தாலே தெரிந்துகொள்ளலாம். அதில் வெளியிடப்படும் படங்களும் கூட்டம் அலைமோதும் நட்சத்திர அந்தஸ்து கொண்டவை அல்ல. அதன் சொத்து மதிப்புக்காகப் பேரளவுக்கு நடத்திக்கொண்டிருக்கிறார்கள். இன்னும் கொஞ்ச நாளில் அதன்முகம் மாறிவிடும்.

தியேட்டர் பற்றிப் போதும். அங்கே பார்த்த 'அம்மாவின் கைப்பேசி' பற்றி என்ன சொல்ல? தங்கர் பச்சான் இப்படி ஏமாற்றுவார் என்று நினைக்கவில்லை. படம் முடிந்து வரும்போது 'பெரிய சஸ்பென்ஸ் படம்டா' என்று ஒருவர் கிண்டலாகச் சொல்லிச் சென்றார். இன்னொருவர் 'டிவியில நாடகமே பாத்திருக்கலாம்' என்றார். இதைவிட என்ன விமர்சனம் தேவை? என் கருத்துக்களாகச் சில:

1. மசாலாப் படத்தில் இருக்கும் தர்க்கம்கூட இல்லை என்றால் எப்படி? வலுவான கிராமத்து இளைஞன்

வயதான ஒருவரையும் பயந்தாங்கொள்ளி ஒருவனையும் சமாளிக்கத் திராணி அற்றவனாக இருப்பானா? கதாநாயகத்தனத்தைப் போற்றக்கூடாது என்பதற்காக இப்படியா? தர்க்கமற்ற பல இடங்களை இப்படிச் சொல்லலாம். திரைக்கதையில் கவனம் செலுத்தவே இல்லை.

2. கூத்துக் காட்சி ஒன்றிரண்டையும் கிராமிய நடனத்தைக் கொஞ்சமும் காட்டுவதுதான் தமிழர் வாழ்வைக் காட்டுவதா? சேவல்கள் கூவுகின்றன. ஆடுகள் கத்துகின்றன. மாடுகள் கட்டப்பட்டிருக்கின்றன. தமிழ்க் கிராமத்தைக் காட்டுவது என்பது அதன் உயிர்ப்பான வாழ்வைக் காட்டுவதுதான். அது சுத்தமாக இல்லை.

3. தங்கர் பச்சான் நடிப்பது அவசியமா? உடல்மொழியே அற்ற அவரது நடிப்பைச் சகிக்கவே முடியவில்லை. இதில் பாட்டும் ஆட்டமும் என்றால் தாங்குமா?

4. இன்றைய புதியவர்கள் இயக்கும் படங்களில் ஓரிரு காட்சியில் வரும் பாத்திரங்கள்கூட அழுத்தமாக உருவாகின்றன. படம் முழுக்க வந்தாலும் ஒரு பாத்திரமும் உருவாகவே இல்லை.

பழம் திரையரங்கு ஒன்றின் அழுக்கு நாற்றத்தில் உட்கார்ந்து படம் பார்க்கும் தண்டனை போதாதென்று படமும் தண்டனையாக அமைந்துவிட்டால் இன்னொரு முறை அங்கே போகத் தோன்றுமா?

●

2

பேக் பெஞ்சு

பால்ய நினைவுகளை மீட்டெடுப்பது அவ்வளவு சாதாரணமல்ல. வாழ்வின் அலைக்கழிதலில் எவ்வளவோ முக்கியமான விஷயங்கள்கூட அவற்றிற்குரிய வீர்யத்தை இழந்து நினைவிலிருந்து கழிந்துபோகின்றன. அன்றாட வாழ்வின் பாடுகள் பெரிய விஷயமாகி விடும்போது இளமையின், பால்யத்தின் நினைவுகளுக்கு என்ன அவசியம் இருக்கிறது? நானும் அப்படி இழந்தவை அனேகம். சூழல் வாய்க்கும்போது சில நினைவுகள் எங்கிருந்தோ முகம் காட்டி வெளிவருகின்றன. அது வியப்புத்தான். விவரம் தெரியாத குழந்தைப் பருவத்தில் அதாவது ஐந்து வயதுக்கு முன்பாக நடந்த நிகழ்வுகள், மனதில் பதிந்த காட்சிகள் எவையேனும் நினைவில் இருக்கின்றனவா? ஆழத் தோண்டிப் பார்க்க வேண்டும். திரைப்படத்தை வைத்து அப்படிப் பார்க்க முயல்கிறேன்.

என் அப்பன் திரைப்பட ரசிகர். எம்ஜிஆர் படங்களை ஒன்றுவிடாமலும் பலமுறையும் பார்க்கும் தீவிரம் கொண்டவர். அவர் சோடாக்கடை வைத்திருந்தவர் ஆதலால் பாதி நகரவாசியாக இருந்தார். பல சிற்றூர்களில் அவர் மாறிமாறிக் கடை வைத்திருந்தார். சில ஊர்களில் அவர் கடை வைத்திருந்தபோது நான் விவரம் அறியாத சிறுவன். எங்கள் ஊரில் கடை நடத்திய போதே பல ஊர்ச் சந்தைகளுக்கும் அவர் போவதை அறிவேன். அவரது பெரும்பான்மையான பகல்கள் நகரத்திலோ

சந்தைகளிலோ கழிப்பவையே. திரைப்படம் பற்றிப் பேசாமல் அவரால் இருக்க முடியாது. எங்கெங்கிருந்தோ தகவல்கள் அவருக்குக் கிடைத்துவிடும்.

என் ஐந்து வயதுக்கு முன் ஏதாவது ஒரு படத்திற்கு என்னை எப்படியும் அவர் கூட்டிச் சென்றிருக்கக் கூடும். என் அம்மாவும் நிறையப் படங்கள் பார்த்திருக்கிறார். அப்பனோடு மட்டுமல்லாமல் பிற பெண்களோடும் உறவினர்களோடும் படங்கள் பார்த்திருக்கிறார். மடிக்குழந்தையாக என்னையும் தூக்கிக்கொண்டு திரையரங்குக்கு அம்மா சென்றிருக்கக் கூடும். ஆனால் மடிக்குழந்தையின் மனதில் திரையரங்கோ திரைப்படக் காட்சியோ ஏதும் பதிவாகவில்லை. திரைப்படம் பார்த்துக்கொண்டிருந்தபோது அழுது தொந்தரவு செய்த நிகழ்ச்சி எதையும் யாரும் சொன்னதில்லை. குழந்தையை வைத்துக்கொண்டு படம் பார்ப்பது எப்பேர்ப்பட்ட சிரமம் என்பதை அனுபவித்தவர்களே அறிவர்.

நான் பார்த்த முதல் படம் அல்லது நான் பார்த்ததாக என் மனதில் பதிந்திருக்கும் முதல் படம் 'நாடோடி மன்னன்.' இந்தப் படத்தை அப்போது எங்கள் ஊரில் மிகப் பிரபலமாக இருந்த 'ஓம்முருகா டூரிங் டாக்கீஸில்' பார்த்தோம். பின்னர் அதில் நானும் பல படங்கள் பார்த்திருக்கிறேன். டூரிங் டாக்கீஸ் என்றாலும் படம் அத்தனை தெளிவாக இருக்கும். வசனம் தெளிவாகப் புரியும்படி ஒலி அமைப்பு அற்புதமாக இருக்கும். பெரிய தியேட்டர்கள் எல்லாம் வந்தும் முருகா டாக்கீஸோடு போட்டியிட முடியாமைக்கு இவை முக்கியமான காரணம். அது மட்டுமல்ல, பிரபலமான படங்களை ரிலீஸ் பண்ணும் அளவு செல்வாக்குள்ள உரிமையாளர் அதற்கு வாய்த்திருந்தார். அதில்தான் இந்திப் படங்களாகிய 'ஷோலே', 'தரம்வீர்' ஆகியவற்றைப் பார்த்தேன். மலையாளப் படமாகிய 'செம்மீன்'கூட அங்கே வெளியாயிற்று.

பிறமொழிப் படங்களில் நன்றாக ஓடும் படங்கள் மட்டுமே வரும். ஷோலே சினிமாஸ்கோப் படம். அதை வெளியிட ஏற்கனவே இருந்த திரையகலம் போதவில்லை. பழைய திரையின் இருபுறமும் துணி இணைத்து அகலத்திரையாக்கி அப்படத்தை ஓட்டினார்கள். தரம்வீர் படத்தில் கிங்காங் என்னும் நடிகரை என் அப்பன் காட்டினார். அப்படத்தில் கழுகு ஒன்றைப் பழக்கிப் பயன்படுத்தியிருப்பார்கள். கதையின் முக்கியப் பாத்திரம் கழுகு. கழுகை அப்படிப் பழக்க முடியுமா? கிராபிக்ஸ் எதுவும் இல்லாத காலத்துப் படம். எனவே உண்மையான கழுகைத்தான் நடிக்க வைத்திருக்க வேண்டும். எப்படி முடிந்தது? இதுவரைக்கும்

தமிழில் கழுகை நடிக்க வைத்ததாகத் தெரியவில்லை. முருகாவில் பார்த்த தமிழ்ப் படங்களுக்குக் கணக்கே இல்லை. என் மனதுக்கு மிகவும் நெருக்கமாக இருந்த திரையரங்கம் அது.

நாடோடி மன்னன் படத்தை அப்பன் ஏற்கனவே சிலமுறை பார்த்திருப்பார். எனினும் ஒவ்வொரு முறை அப்படம் திரையிடப்படும்போதும் அவர் பார்க்கத் தவறுவதில்லை. நாங்கள் பார்க்க வேண்டும் என்னும் விருப்பத்தாலோ என் அம்மாவின் தொந்தரவாலோ அந்தமுறை எங்களைக் கூட்டிப் போனார். எங்கள் ஊரிலிருந்து அந்த டாக்கீஸுக்குப் போக நான்கு கல் தொலைவு இருக்கும். அப்போது எங்களிடம் ஒரே ஒரு மிதிவண்டி மட்டுமே இருந்தது. சோடாப் பாட்டில் கிரேடு வைத்துக் கட்டி எடுத்துச் செல்ல பெரியதும் நீளமானதுமான கேரியர் வைத்த வண்டி அது. கேரியரில் அம்மா. அம்மா மடியில் நான். எங்கள் சித்தப்பா வீட்டில் கடன் வாங்கிய மற்றொரு மிதிவண்டியில் என் அண்ணன். இப்படித்தான் முதல் ஆட்டத்திற்குப் போனோம்.

பொதுவாக அப்பன் இரண்டாம் ஆட்டத்திற்குத்தான் போவார். அன்றைக்கு எங்களுக்காகத்தான் முதல் ஆட்டம். திரையரங்குக்குச் செல்லும் சாலையில் இரண்டு பெரிய மேடுகள் இருந்தன. சுமைதாங்கிக் கல் மேடு, அணைட்டேரி மேடு என்று அவற்றைச் சொல்வோம். இரண்டையும் மிதித்து ஏற அப்பன் பெருங்கஷ்டப்பட்டார். உடலைக் கூனிப் படுத்த வாக்கில் மிதித்தார். என் அம்மா இறங்கிக்கொள்கிறோம் என்று சொன்னதை அவர் பொருட்படுத்தவில்லை. சோடாப் பாட்டில் கிரேடுகளை வைத்துக்கொண்டு போகும்போது மேட்டில் இறங்கித் தள்ளியபடி செல்வார். ஆனால் எங்களை இறங்கி நடந்துவர அனுமதிக்கவில்லை. எங்களுக்கு முன்னால் அண்ணன் போய்விட்டான். என்னை அண்ணனோடு அனுப்பியிருக்கலாம். சிறுபையன் என்பதால் சக்கரத்தில் காலை விட்டுவிடுவேன் என்று பயந்து அம்மா மடியிலேயே வைத்திருந்தார்.

படம் போட்டு அன்றைக்கு முதல் நாளோ இரண்டாவது நாளோ தெரியவில்லை. பெருங்கூட்டம். திரையரங்கம் கீற்றுக் கொட்டகை. முழங்கால் உயரம் மண்சுவர் வைத்து அதற்குமேல் சுவருக்குப் பதிலாகக் கீற்றுகளையே தடுப்பாகக் கட்டியிருப்பார்கள். ஆபரேட்டர் ரூம் என்பது இப்போது அரசியல் கட்சிகள் பேச்சுக்காக அமைக்கும் தற்காலிக மேடை போலச் சற்றே உயரமாக அமைந்திருக்கும். அடிப்பகுதியில் மண் கொட்டி மேடாக்கியிருப்பார்கள். டிக்கெட் கொடுக்கும் கவுண்ட்டர்கள் எல்லாம் நீளமாகத் தடிகளை வைத்துக் கட்டப்பட்டிருக்கும்.

தடிகளுக்கு இடையே இருக்கும் இடைவெளிக்குள் புகுந்து உள்ளே நுழைவதைத் தடுக்க அடர்த்தியாகத் தடிகள் இணைக்கப்பட்டிருக்கும். இருபது பேர் வரைக்கும் அதற்குள் நிற்கலாம்.

இருபது பேருக்குப் பின் உள்ளே புக அன்றைக்கு ஆட்கள் மொய்த்துக் கொண்டிருந்தார்கள். தள்ளுமுள்ளுதான். பெண்கள் பக்கமும் மாளாத கூட்டம். அம்மாவின் கையைப் பற்றியபடி ஒட்டி நின்ற தோற்றம் புகை ஓவியமாய் என்னுள் இருக்கிறது. என் அண்ணனின் டவுசர் ஒன்றைப் போட்டிருந்தேன். அது பாதம் வரையில் நீண்டிருந்தது. ச்சேர், பேக் பெஞ்சு ஆகிய வகுப்புகளுக்குக் கூட்டம் அவ்வளவாக இல்லை. அந்த வகுப்புகள் முக்கால்வாசி நிறைந்த பிறகுதான் பெஞ்சுக்கும் தரைக்கும் டிக்கெட் தருவார்கள். தனியாக வந்திருந்தால் தரை டிக்கெட்டுக்கு என் அப்பன் முட்டி மோதிச் சென்றிருப்பார். நாங்கள் மூவரும் உடனிருந்ததால் என்ன செய்வதென்று யோசித்தார். என்னைத் தூக்கி இக்கத்தில் வைத்துக்கொண்டு அம்மாவைப் பேக்பெஞ்சு டிக்கெட்டுக்குப் போகச் சொல்லிப் பணம் கொடுத்து அனுப்பினார். அப்பனும் அண்ணனும் இடித்துப் பிடித்து நுழைந்து தரை டிக்கெட் வாங்கி உள்ளே வந்துவிட்டார்கள்.

தரையும் பெஞ்சும்தான் ஆண், பெண் எனப் பாகுபடுத்தித் தனியாகப் பிரிக்கப்பட்ட வகுப்புகள். அப்பனோடும் அம்மாவோடும் போகும்போது அப்பன் ஆண்கள் பக்கத் தரையிலும் அம்மா பெண்கள் பக்கத் தரையிலும் உட்கார்ந்திருப்பார்கள். இரண்டுக்கும் இடையே முழங்கால் அளவு மண்சுவர்தான் தடுப்பு. அதை ஒரே தாவாகத் தாவி அம்மாவிடம் இருந்து அப்பனிடத்திற்கும் அப்பனிடம் இருந்து அம்மாவிடத்திற்கும் போவோம். சிறுவர் சிறுமியர் அப்படிப் போவதை யாரும் ஆட்சேபிக்க மாட்டார்கள். காதலன் காதலியர், கணவன் மனைவியர் அந்தத் தடுப்புச் சுவரை ஒட்டி இருபக்கமும் ஆளுக்கொருவராக உட்கார்ந்து படம் பார்ப்பார்கள். சகஜமாகப் பேசிக் கொள்ளலாம்.

நானும் அம்மாவும் பேக்பெஞ்சின் முதல் வரிசையில் உட்கார்ந்திருந்தோம். எங்களுக்குப் பக்கத்தில் வரிசையாகப் பெண்கள். அம்மா என்னை மடியில் வைத்திருந்தார். எனக்கு டிக்கெட் எடுக்கவில்லை. அதனால் உட்கார வைக்கக்கூடாது. உட்கார வைத்திருந்தால் 'டிக்கெட் வாங்கியிருக்கிறயாம்மா? தூக்கி மடியில வைம்மா' என்று அதட்டத் திரையரங்க ஆள் வரும். அப்படியும் உட்கார்ந்து எக்கிஎக்கிப் பார்த்தாலும் படம்

தெரியவும் தெரியாது. முதல் வரிசையிலேயே இருந்ததால் முன்தலை மறைக்கும் தொந்தரவின்றி அம்மா மடியில் உட்கார்ந்தபடியே படம் பார்த்தேன். தரையிலிருந்து இரண்டு மூன்று தடுப்புச் சுவர்களைத் தாவி வந்த அண்ணன் நாங்கள் இருக்குமிடத்தைப் பார்த்துப் பேசிவிட்டுச் சென்றான். இடைவேளையின்போது காகிதத்தில் கூம்பு வடிவில் கட்டப்பட்ட மிக்சர் பொட்டலம் ஒன்றைக் கொண்டு வந்து எங்களுக்குக் கொடுத்துப் போனான். அம்மாவுக்குத் துளியும் தராமல் நானே முழுதாகத் தின்றுவிட்டேன். அம்மா அள்ளிக்கொள்ளுமோ என்று நான் பயந்தபடி நடக்கவில்லை.

அப்போது எனக்கு ஐந்து வயது நடந்து கொண்டிருந்ததாக என் அம்மா சொல்லும். 'உன்னய மடியில வெச்சிக்கிட்டே மூனு மணி நேரம் நாடோடி மன்னனப் பாத்தன். அப்ப இப்பிடி ஒல்லியாவ இருப்ப? குண்டுகுண்டுன்னு கனமாக் கனப்ப. எம்பக்கமே காட்டாத மிச்சர அள்ளி அள்ளித் திங்கறானே. அப்பிடியா பையன் கையில இருந்து புடுங்கித் தின்னுருவன்?' என்று பெரிய காரியம் சாதித்துவிட்ட மாதிரி சொல்வார். எனக்கும் அந்தப் படம் பார்த்தது பெருமைதான். பின்னாளில் என் அண்ணனோடு சண்டை வரும்போது 'பேக் பெஞ்சுல உக்காந்து படம் பாத்தவண்டா நானு' என்று பெருமை பீற்றிக் கொள்வேன். ஆனால் முருகா டாக்கீஸில் ஒருபோதும் ச்சேர் டிக்கெட்டில் உட்கார்ந்து படம் பார்த்ததே இல்லை. அன்றைக்கு எனக்குக் கிடைத்த இருக்கை பேக் பெஞ்சல்ல. அதைவிடவும் எவ்வளவோ உயர்ந்த அம்மாவின் மடி.

எவ்வளவு நேரம் படம் பார்த்தேன், எப்போது தூங்கிப் போனேன் என்பதெல்லாம் நினைவில் இல்லை. நாடோடி மன்னன் படக் காட்சிகளாக என்னுள் இன்றைக்கு வரைக்கும் இரண்டு காட்சிகள் பதிந்திருக்கின்றன. 'சம்மதமா கூடவரச் சம்மதமா' என்று தலையை ஆட்டிக்கொண்டே கன்னத்தில் குழிவிழச் சிரித்தபடி தோன்றும் பானுமதியின் குளோசப் காட்சி ஒன்று. பானுமதி மட்டும் எப்படி என் நினைவில் பதிந்தார் என்னும் கேள்வியைப் பலமுறை கேட்டிருக்கிறேன். அந்த வயதில் எனக்கு விளையாடக் கிடைத்தவர்கள் அனைவரும் 'எஞ்சோட்டுப் பொண்டுகள்.' பெண்களோடு விளையாடுவதால் அவர்களின் பாதிப்பு என்னிடம் மிகுதி. ஆகவே பானுமதியின் குண்டுக் கன்னம் எனக்கு மிகவும் பிடித்திருந்தது. குண்டுக் கன்னம் இருப்பதுதான் அழகு என்பது எப்படியோ என் மனதில் பதிந்திருந்த எண்ணம். பானுமதியின் கன்னக் கதுப்பு நினைவு வரும்போதெல்லாம் என் கன்னங்களைத் தொட்டுப் பார்த்துக்

கொள்வதுண்டு. எனக்கும் அப்படியான கன்னம் இருந்தால் நன்றாக இருக்கும் என்னும் ஆசை.

அடுத்த காட்சி, சந்திரபாபுவின் வாயிலிருந்து கோழிக் குஞ்சுகள் வந்து விழும் காட்சி. அதை நினைக்கும் போதெல்லாம் சிரிப்பு வந்துவிடும். அப்போது எங்கள் வீட்டில் நிறையக் கோழிகளை வளர்த்தோம். பச்சை முட்டை குடித்தால் உடம்புக்கு நல்லது என்று அவ்வப்போது ஒவ்வொரு கோழி முட்டையை அப்பன் கொடுப்பார். முட்டையைக் குடித்துவிட்டு வீட்டைச் சுற்றி மூன்று முறை வேகமாக ஓடிவரச் சொல்வார். முட்டையின் கூர்ப் பகுதியில் ஓட்டை போட்டு உறிஞ்சிக் குடிப்போம். மஞ்சள் கரு ஓட்டையில் வராமல் அடம் பிடிக்கும். அண்ணாந்து கொண்டு மஞ்சள் கருவை உறிஞ்சி விழுங்குவோம். சந்திரபாபுவின் வாய்க்குள் இருந்து குஞ்சுகள் குதிப்பதைப் பார்த்த பிறகு பச்சை முட்டையைக் குடிக்க மறுத்து ஓடியிருக்கிறேன். என் அண்ணனுக்கு ஒன்றும் பிரச்சினை இல்லை. என்னுடையதையும் சேர்த்துக் குடித்துவிடுவான். கோழிக்குஞ்சை எப்படிச் சந்திரபாபு வாய்க்குள் வைத்துக் கொண்டிருந்திருப்பார் என்று பின்னாளில் யோசித்திருக்கிறேன். ஏதோ சின்னத் தந்திரம் செய்து அந்தக் காட்சியை எடுத்திருக்கக்கூடுமோ?

அதற்குப் பின் பலமுறை நாடோடி மன்னனைப் பார்க்கும் வாய்ப்பு கிடைத்திருக்கிறது. ஐந்தாறு வருச இடைவெளியில் எப்படியும் பார்க்கிற மாதிரி அமையும். திரும்பத் திரும்பத் திரையிடப்பட்ட எம்ஜிஆர் படங்களில் அது முக்கியமானது. பலமுறை பார்த்ததால் கதை, காட்சிகள் எல்லாம் நினைவில் பதிந்தன. ஆனால் முதல் முறை பார்த்தபோது பதிந்த இருகாட்சிகளுமே இன்றுவரை அந்தப் படத்தை நினைத்தவுடன் தோன்றுபவை. அந்தப்படம் பற்றி என் அப்பன் ப்ல தகவல்களைக் கதைகள் போலச் சொல்வார். பலருக்கும் தெரிந்த ஒன்று எம்ஜிஆர் அந்தப் படம் பற்றிச் சொன்னது.

தான் சம்பாதித்த எல்லாப் பணத்தையும் போட்டதோடு கடனும் வாங்கி அந்தப் படத்தை எடுத்தாராம் எம்ஜிஆர். படம் எடுத்துக்கொண்டிருந்த போது அவர் சொன்னாராம், ‘படம் ஓடினால் நான் மன்னன். ஓடாவிட்டால் நான் நாடோடி.’ இப்படி நினைவில் பதிகிற மாதிரி பேசுவது எம்ஜிஆரிடம் இயல்பாக இருந்த ஆற்றல்தான். அவர் முதலமைச்சர் ஆனபின் ஒருமுறை ஜப்பான் போய்விட்டு வந்தார். விமான நிலையத்தில் வந்திறங்கிய அவரிடம் நிருபர்கள் கேட்டனர்: ‘ஜப்பானில் உங்களுக்குப் பிடித்தது என்ன?’ எம்ஜிஆர் சொன்னார் ‘சளி.’

நாடோடி மன்னனைப் பற்றிப் பேச்சு வந்துவிட்டால் பானுமதியைப் பற்றிச் சொல்லாமல் இருக்க மாட்டார் அப்பன். பானுமதி பெரிய நடிகை. தியாகராஜ பாகவதருடன் எல்லாம் ஜோடியாக நடித்தவர். எம்ஜிஆர், சிவாஜி எல்லாம் படம் நடிக்க வருவதற்கு முன்னரே பிரபல நடிகை பானுமதி. அதனால் யாருக்கும் பயப்படமாட்டார். எல்லாரையும் பெயர் சொல்லித்தான் அழைப்பார். எம்ஜிஆரை 'ராமச்சந்திரா' என்றுதான் கூப்பிடுவாராம். இதைச் சொல்லிவிட்டு அப்பன் சொல்வார், 'கலியாணம் பண்ணிக் கொழந்த பெத்ததுக்கு அப்பறந்தான் பானுமதிக்கு அழகே வந்துச்சு. அதில்லாம அவளுக்கு ஒரு மார் கெடையாது.' மார்பகப் புற்றுநோய் வந்து ஒருபக்க மார்பை அகற்றிவிட்டார்கள் என்பார் அவர். அது உண்மையா என்று எனக்குத் தெரியவில்லை. அப்படி ஒரு கதையை என் அப்பன் மட்டுமல்ல, அந்தக் காலத் திரைப்பட ரசிகர்கள் பலரும் சொல்லிக் கேள்விப்பட்டிருக்கிறேன்.

நாடோடி மன்னன் படம் மிக நீளமானது. அந்தக் காலத்தில் அதை ஐந்து பாகங்களாக ஓட்டுவார்கள். ஐந்தாவது பாகம் ஒரு தீவில் நடப்பதாகக் கதை வரும். அந்தப் பாகத்தில்தான் இளவரசியாக சரோஜாதேவி வருவார். சரோஜாதேவி அறிமுகமான படம் அதுதான். சரோஜாதேவி வரும் பகுதி மட்டும் கலர்ப் படமாக எடுக்கப்பட்டிருக்கும். சரோஜாதேவியை முதல் படத்திலேயே கலரில் பார்க்கக் கொடுத்து வைத்தவர்கள் தமிழ்ப் பட ரசிகர்கள் என்பதும் என் அப்பனின் சந்தோசம். சரோஜாதேவி அந்தப் படத்தில் நடிப்பதாகவே இல்லையாம். கதைப்படி பானுமதியைக் கடத்திக்கொண்டு போய்த் தீவில் அடைத்து வைத்திருப்பாராம் பி.எஸ்.வீரப்பா. எம்ஜிஆர் தீவுக்குப் போய்க் காப்பாற்றிக் கொண்டு வருவாராம். படம் எடுத்துக்கொண்டிருந்தபோது எம்ஜிஆரோடு பானுமதிக்கு ஏதோ சண்டை வந்துவிட்டதாம். பானுமதிக்குக் கோபம் வந்துவிட்டால் அவ்வளவுதான். 'ராமச்சந்திரா இதுக்கு மேல உம்படத்துல நடிக்க முடியாது' என்று சொல்லிவிட்டுப் போய்விட்டாராம் பானுமதி. என்ன செய்வது?

படத்தில் இன்னும் ஒருபகுதி பாக்கியிருக்கிறது. 'எல்லாப் பணத்தையும் போட்டு எடுத்துக் கொண்டிருக்கிறார் தலைவர். அதுல பானுமதி வேற இப்பிடிப் பிரச்சின பண்ணுனா என்ன பண்ணுவார்?' என்று தன் ஆதங்கத்தைச் சொல்வார் அப்பன். யார் யாரையோ அனுப்பிப் பானுமதியிடம் சமாதானம் பேசினார்களாம். ஒன்றுக்கும் பானுமதி ஒத்துவரவில்லையாம். 'முடியாதுன்னா முடியாதுதான்.' அதற்கப்புறம் படத்தின் கதையை

எம்ஜிஆர் மாற்றினாராம். பானுமதியைச் சாகடித்துத்தான் ஆக வேண்டும். வேறு வழியில்லை. ஆனால் கதாநாயகி இல்லாமல் நாடோடி எம்ஜிஆரை விடமுடியாது. இளம் வயதிலேயே இளவரசி ஒருத்தி காணாமல் போய்விட்டாள் என்றும் அவளை ராஜகுருவாகிய பி.எஸ்.வீரப்பா கொண்டு போய் ஒரு தீவில் வைத்து வளர்க்கிறார் என்றும் அவளைத் திருமணம் செய்துகொண்டு தானே நாட்டுக்கு ராஜாவாகி விடுவது அவர் திட்டம் என்றும் கதையை அமைத்தார்களாம்.

பானுமதியைக் காப்பாற்றுவதற்குப் பதிலாக இளவரசியாகிய சரோஜாதேவியை எம்ஜிஆர் காப்பாற்றுகிறார். பானுமதி சாகிற காட்சி வரும்போது என் அப்பன் 'இது பானுமதி இல்ல, வேறொரு நடிக' என்பார். பானுமதி விஷயம் உண்மையோ கதையோ எனக்குத் தெரியாது. ஆனால் அந்தப் படத்தில் இருந்தே நான் பானுமதியின் ரசிகனாகி விட்டேன். எப்போதும் தைரியமான பாத்திரத்தில்தான் நடிப்பார். எப்பேர்ப்பட்ட காட்சியிலும் அசட்டையான நடிப்புத்தான். பானுமதியின் குரல் பேசும்போது கீச்சுத் தன்மை கொண்டு ஒருமாதிரி இருந்தாலும் பாடும்போது அருமையாக இருக்கும். நாடோடி மன்னன் படத்தில் அவர் பாடிய இரண்டு பாடல்களாகிய 'சம்மதமா', 'காடு வெளஞ்சென்ன மச்சான்' ஆகியவை இன்றுவரை பேசப்படுபவை. பிற்காலத்து எம்ஜிஆர் படங்களில் கனவுக்காட்சியாகப் பாடல் ஒன்று இடம் பெறுவது வழக்கம். அதில் ஜொலிக்கும் உடைகளும் பின்புல அமைப்பும் முக்கியத்துவம் பெறும். அதற்கு நாடோடி மன்னனில் அமைக்கப்பட்ட பாடல் காட்சி ஒன்றுதான் முன்னோடி என நினைக்கிறேன். 'கண்ணில் வந்து மின்னல் போல் காணுதே' என்னும் சுரதா எழுதி டி.எம்.சௌந்தரராஜனும் ஜிக்கியும் பாடிய பாடல் காட்சி அது. எம்ஜிஆரும் சரோஜாதேவியும் தோன்றும் இப்பாடலுக்குக் கடலுக்குள் நடப்பது போலப் பின்புலம் அமைக்கப்பட்டிருக்கும். ரசிகர்களை மிகவும் ஈர்த்த பாடல் காட்சி இது.

நாடோடி மன்னன் படத்தில் எல்லாப் பாடல்களுமே நன்றாக அமைந்தன. பாடலாசிரியர்கள் பலர். இப்படத்திற்குக் கண்ணதாசன் வசனம் எழுதியிருந்தார். ஆனால் அவர் பாடலேதும் எழுதவில்லை. முத்துக்கூத்தன், ஆத்மநாதன், லட்சுமணதாஸ், சுரதா, பட்டுக்கோட்டை கல்யாணசுந்தரம் ஆகியோர் பாடலாசிரியர்கள். பாடகர்களும் பலர். 'உழைப்பதிலா உழைப்பைப் பெறுவதிலா' என்னும் பாடல் ஒன்றை மட்டும் சீர்காழி கோவிந்தராஜன் பாடியிருப்பார். 'பாடுபட்டாத் தன்னாலே' பாடலை டிவி ரத்னம் பாடியிருப்பார். இவை அவர்களுக்கென்று பிரத்யேகமாக அமைந்தவை. ஒவ்வொருவரின்

திறனறிந்து சூழலுக்கு ஏற்றவகையில் அவர்களைப் பயன்படுத்தியிருக்கும் எம்ஜிஆரின் சமயோசிதம் வியக்கத்தக்கது. இப்படிப் பின்னர் வேறெந்தப் படத்திலும் அமைந்த மாதிரி தெரியவில்லை.

படத்தின் கதையும் அதை மிக எளிமையாகவும் தெளிவாகவும் எல்லாருக்கும் புரியும் வகையில் சொன்ன விதமும் இப்படத்தின் வெற்றிக்கு முக்கியமான காரணம். இன்றைக்கும் சலிப்பில்லாமல் படத்தைப் பார்க்க முடிகிறது, பானுமதியின் கன்னம், சந்திரபாபு கக்கும் கோழிக்குஞ்சு, பேக் பெஞ்சு, அம்மாவின் மடி என நாடோடி மன்னனோடு பிணைந்திருக்கும் பால்ய நினைவுகளோடு.

●

3

ஆடலுடன் பாடல்

எங்கள் பகுதிக் கிராமங்களில் எல்லாக் காலத்திலும் மேட்டுக்காட்டு வெள்ளாமைதான். எங்காவது ஆழக் கிணறுகளில் கொஞ்சம் தண்ணீர் இருந்தால் அங்கே ஒன்றிரண்டு தென்னைகளைக் காணலாம். ஆரியம், பருத்தி, மிளகாய், வெள்ளரி என அதிகம் தண்ணீர் தேவைப்படாத பயிர்கள் பச்சை கட்டி நிற்கும். வெள்ளாமை தொடர்பான வேலைகள் வைகாசி அல்லது ஆனியில் தொடங்கிக் கார்த்திகை, மார்கழியில் முடிந்துவிடும். தை மாதத்திலேயே மொட்டைக்காடுகளை எங்கும் காணலாம். கொட்டச்செடி என்னும் ஆமணக்கு மட்டும் தலையில் கொஞ்சம் இலைகளையும் மெலிந்த காய்களையும் வைத்துக்கொண்டு எங்காவது நிற்கும். அதன்பின் கிட்டத்தட்ட ஐந்தாறு மாதங்கள் காட்டில் பெரிதாக வேலை ஒன்றும் இருக்காது.

ஆடு மாடுகளைப் பார்த்துக்கொண்டும் விதைக்கான தயாரிப்புகளைச் செய்துகொண்டும் இருப்போம். ஊர்ச் சாவடிகளிலும் வீட்டுத் திண்ணைகளிலும் ஆட்கள் அதிகம் உட்கார்ந் திருப்பதைப் பார்க்கலாம். பகலில் தாயம், அஞ்சாங்கரம் முதலிய விளையாட்டுக்களும் இரவில் சடுகுடு விளையாட்டும் ஆட்டப் பயிற்சிகளும் நடக்கும். மக்கள் பாடு பழமைகள் பேசிக்கொள்ள வாகான காலம் அது. அப்போது எங்கள் பேச்சுக்கள் எல்லாம் கோயில் நோம்பியைப் பற்றியே இருக்கும். கோயில் நோம்பி என்பது அடுத்த வருசம் வரைக்கும் பேசுவதற்கான விஷயத்தைக் கொண்டிருக்கும் முக்கிய நிகழ்வு. சில பெரியவர்கள் முப்பது நாற்பது

வருச நோம்பிக் கதைகளை வைத்திருப்பார்கள். பொதுவெளியில் ஊர் இணையும் சமூக நிகழ்வு கோயில் நோம்பி.

கோயிலுக்கு எவ்வளவு வரி, என்ன வேடிக்கை, உறவினர்கள் யார் யாரைக் கூப்பிடலாம், என்ன பலகாரம் செய்யலாம், என்னென்ன மாவு இடிக்கலாம், முளைப்பாரி போட எத்தனை வகைத் தானியம் தயார் செய்யலாம், பண்ட பாத்திரங்கள் எவை தேவை, கிடா வெட்டலாமா கோழி அறுக்கலாமா, சந்தைச் செலவு எப்போது செய்யலாம் என்பது போலப் பலவிதமான பேச்சுக்கள் நடக்கும். ஒவ்வொரு செயலிலும் சிலர் கூடிக்கொள்வர். கொடுக்கல் வாங்கல்கள் நடக்கும். உறவினர் வீடுகளுக்கு நேரில் போய் அழைத்தல் வேண்டும். இப்படி நிறைய வேலைகளும் இருக்கும். ஊருக்குப் பெரிய கொண்டாட்டம் என்றால் தீபாவளியோ பொங்கலோ அல்ல. அவையெல்லாம் அவரவர் வீடுகளில் தனியாகக் கொண்டாடுபவை. கோயில் நோம்பிதான் ஊர் கூடிக் கொண்டாடுவது. உறவினர்களின் வருகை ஒவ்வொரு வீட்டிலும் நிகழ்ந்து நிறைந்திருக்கும். பையில் பழச் சீப்புகளுடன் வரும் உறவினர்கள் மாவுக் கட்டிகளுடன் திரும்பிச் செல்வார்கள். அண்டை அயலில் இருக்கும் ஊர்களில்தான் பெரும்பாலான உறவினர்கள் இருப்பர். ஆகவே உறவினர்கள் மாறிமாறிச் சென்றுவர வசதியான வகையில் நோம்பி சாட்டுவதில் ஊர்களுக்கிடையே புரிதல் இருக்கும்.

மாசி, பங்குனி, சித்திரை ஆகிய மாதங்களில் வளர்பிறைப் பருவத்தில் நோம்பி சாட்டுவார்கள். எங்கள் ஊரில் மாசிமாதம் வளர்பிறையின் முதல் செவ்வாயன்று நோம்பி சாட்டுவோம். தினந்தோறும் இரவில் கோயிலில் பூசையும் ஆட்டமும் நடக்கும். கரகம் எடுத்துப் பூசாரி ஆடியபடி கோயிலைச் சுற்றி வருவார். ஐந்தாம் நாள் அக்கினிக் கரகம் எடுப்பார்கள். இரவு பத்துப் பதினொரு மணிவரை ஊரே கோயிலில்தான் இருக்கும். ஒன்பதாம் நாளாகிய அடுத்த புதன் அன்று பொங்கல். வியாழன் விடியற்காலை மாவிளக்கும் கிடாவெட்டும். முளைப்பாரி எடுப்பு வியாழன் முற்பகலில். அன்றைக்கு எல்லா வீடுகளிலும் கறிச்சாறு மணக்கும். எங்கள் பக்கத்து ஊரில் மாசி வளர்பிறையின் இரண்டாம் செவ்வாயில் நோம்பி சாட்டுவார்கள். எங்கள் ஊரில் முடியும்போது அங்கே தொடங்கும். இது எழுதப்படாத ஒப்பந்தம். ஓரூரில் மாசி என்றால் அடுத்த ஊரில் பங்குனி என்பதாக மாதம் மாறியும் அமையும். அண்டை ஊரில் பங்குனியில் நோம்பி. இது உறவினர்களின் போக்குவரத்துக்கு வசதியான அமைப்பு.

ஊரில் சண்டை சச்சரவுகள் ஏற்படுவது நோம்பி தொடர்பாகவே இருக்கும். பொதுப்பணம் தொடர்பாகவும்

நோம்பிக்கு வைக்கப் போகும் வேடிக்கை நிகழ்ச்சிகள் தொடர்பாகவும் சச்சரவு உருவாகும். வேடிக்கை என்றால் கரகாட்டம், பொய்க்கால் குதிரை ஆட்டம், குறவன் குறத்தி ஆட்டம் என்பன நிகழும். ஊர் ஆண்கள் ஒயிலாட்டம் ஆடுவார்கள். அதைக் கோயிலாட்டம் என்றே சொல்வார்கள். ஊர் வசதிக்குத் தக்கபடி இவற்றில் ஒன்றோ சிலவோ ஏற்பாடு செய்யப்பட்டிருக்கும். ஆண்களே பெண் வேடமிட்டு ஆடும் குழுக்களும் உண்டு. பெண்களே ஆடுவதும் உண்டு. பெண்களே ஆடினால் அக்குழுவுக்குத் தொகை அதிகம். முன்னிரவின் பிற்பகுதியில் தொடங்கி விடிய விடிய நடக்கும் இத்தகைய ஆட்டங்களை ஆடும் கலைஞர்கள் அருகிருக்கும் நகரங்களைச் சேர்ந்தவர்களாக இருப்பர். இத்தகைய ஆட்டங்களே மரபானவை. சில எளிய சாதியினர் கோயில் நோம்பியின்போது கூத்து விடுவார்கள். பெருஞ்சாதியினர் கூத்து விடுவதில்லை.

இருபதாம் நூற்றாண்டின் பிற்பாதியில் கொஞ்சம் கொஞ் சமாக வெவ்வேறு விதமான வேடிக்கைகள் உள் நுழைந்தன. மரபான கலைகள் பின்னுக்குத் தள்ளப்பட்டன. அவற்றை ஓரளவு தக்க வைத்தவை சடங்குகளே. சடங்குகள் உயிரோட்டமானவை அல்ல. உயிர் கொடுப்பவை கலைகளே. கலைகளுக்கும் சடங்குகளுக்கும் உள்ள தொடர்பு இரண்டையும் வாழ வைக்கும் இயல்பு கொண்டது. கோயில் நோம்பி என்பது ஆண்டுதோறும் குறிப்பிட்ட நாட்களில் குறிப்பிட்ட முறைப்படி நடக்கும் சடங்குதான். அச்சடங்கை உயிர்ப்பாக்குவது அதையொட்டி நடத்தப்படும் ஆட்டங்கள் என்றால் மிகையல்ல. மரபான கலைகளைப் புறந்தள்ளிவிட்டுப் புதியவை நுழைந்தாலும் மரபானவை இந்தச் சடங்கோடு தொடர்புடையவை என்பதால் ஏதாவது ஒருபக்கம் கிழட்டுப் பார்வையாளருக்கு நடுவிலேனும் நடக்கும். அதனாலேயே இன்றைக்கும் குற்றுயிரும் குலையுயிருமாக வாழ்கின்றன.

எழுபதுகளிலும் எண்பதுகளிலும் புதிதாக நுழைந்தவை எனப் பாட்டுக் கச்சேரி, ரெக்கார்டு டேன்ஸ், ஆடலுடன் பாடல், நாடகம், திரைப்படம் ஆகியவற்றைச் சொல்லலாம். இவை அனைத்துமே திரைப்படத்தோடு தொடர்புடையவை. அப்போது பாட்டுக் கச்சேரிகள் ஏராளம் நடந்தன. பெரும் விழாக்களில் தமிழ்நாடு அளவில் புகழுடைய இசைக்குழுக்கள் பாடின. வட்டாரத் தேவைகளை நிறைவேற்ற உள்ளூர்க் குழுக்கள் பல உருவாயின. அப்போது இசைக்குழு உருவாவது மிக எளிதாக இருந்தது. இசையார்வம் உடைய நான்கு பேர் கூடினால் ஓர் இசைக்குழு அமைத்துவிடுவார்கள். பணியாற்றும் நிறுவனம்

சார்ந்து உருவான இசைக்குழுக்கள் அனேகம். அவற்றிலும் தொழிலாளர்கள் பங்கேற்ற குழுக்கள் மிகுதி.

நூற்பாலை ஒன்றின் தொழிலாளர்கள் ஐந்தாறு பேர் பாடத் தெரிந்தவர்களாக இருந்தால் அவர்கள் ஒன்று சேர்ந்து இசைக்குழுவைத் தொடங்கிவிடுவார்கள். தேவைப்படும் ஆட்களை வெளியிலிருந்தும் சேர்த்துக்கொள்வர். நிர்வாகமும் இதற்கு ஒத்துழைப்பு வழங்கும். நூற்பாலைத் தொழிலாளர்கள் குழு, போக்குவரத்து ஊழியர்கள் குழு, சிமெண்ட் பேக்டரிக் குழு என எங்கள் பகுதியில் இருந்தவை பல. அப்போது மாவட்ட அரசு போக்குவரத்துக் கழகத்திற்குத் தலைவர் ஒருவர் பெயர் சூட்டப்பட்டிருந்தது. அந்தப் 'போக்குவரத்துக் கழக இசைக்குழு' மிகப் பிரபலமாக விளங்கியது. அதே போலக் காகித ஆலை ஒன்றின் தொழிலாளர் இசைக்குழுவும் பிரசித்தி பெற்றிருந்தது.

உள்ளூர்ப் பாடகர்கள் பலருக்கு இத்தகைய இசைக்குழுக்கள் அடைக்கலமும் ஆதரவும் தந்தன. பாடும் திறமைக்கும் இசைக்கும் திறமைக்கும் ஓர் அங்கீகாரமாகப் பாட்டுக் கச்சேரி இருந்தது. சிறுபுகழ் கிடைத்தது. இருட்டறைக்கு அகல் ஒன்று போதும். பலருக்குப் பகுதி நேர வருமானமும் கிடைத்தது. ஒவ்வொருவருக்கும் நிகழ்ச்சி ஒன்றுக்கு இவ்வளவு என்று ஊதியம் இருந்தது. எங்கும் பணியாற்றாத சிலர் வெவ்வேறு குழுக்களிலும் பாடினர். பழைய பாடகர் குரல் ஒன்றை அப்படியே போலி செய்யும் பாடகருக்குக் கிராக்கி இருந்தது. தொடக்கத்தில் சாமி பாட்டு ஒன்றைப் பாடி விட்டுப் பின்னர் திரைப்படப் பாடல்களுக்குள் புகுந்துவிடுவார்கள். மூன்று மணி நேரம், நான்கு மணி நேரம் திரைப்பாடல்கள். அந்த முதல் பாடல் 'மண்ணானாலும் திருச்செந்தூரில் மண்ணாவேன்', 'முருகா என்றழைக்கவா முத்துக்குமரா என்றழைக்கவா' போன்ற டி.எம். சௌந்தரராஜன் பாடிய மெல்லிசைப் பாடல்களில் ஒன்றாக இருக்கும். பின்னர் எல்லாவகைப் பாடல்களும் வரும். இரண்டு பாடல்களுக்கு ஒருமுறை ஆடுவதற்கு ஏற்ற துள்ளலிசைப் பாடல்களைப் பாடுவர்.

டி.எம்.சௌந்தரராஜன், எஸ்.பி.பாலசுப்பிரமணியன், ஜேசுதாஸ் என ஒவ்வொரு பாடகரின் குரலையும் போலி செய்து பாடத் தனித்தனிப் பாடகர்கள் இருப்பார்கள். ஏ.எம்.ராஜா, பி.பி.சீனிவாஸ் குரல்களைப் பாடும் தனித்தன்மை கொண்ட பாடகர்களுக்கு முக்கிய இடம் இருந்தது. சீர்காழி கோவிந்தராஜன் குரலைப் போலி செய்வதுதான் கஷ்டம். அதற்கு எந்தக் குழுவிலும் ஆள் இருக்க மாட்டார்கள். அதனால் அவர் பாடல்களைத் தவிர்த்துவிடுவார்கள். பாட நேர்ந்தால் சமாளிப்பார்கள். பெண்

குரலைப் பற்றிப் பிரச்சினை இல்லை. அதில் வித்தியாசத்தைக் காட்ட வேண்டியதில்லை. ரசிகர்கள் எதிர்பார்ப்பதும் இல்லை. பெரும்பாலும் ஒரே பெண் எல்லாப் பெண் குரல்களுக்கும் பயன்படுவார். பி.சுசீலாவுக்கும் எஸ்.ஜானகிக்கும் ஒரே குரல் போதுமானது. எல்.ஆர்.ஈஸ்வரி, கே.பி.சுந்தராம்பாள் போன்ற பாடகிகளுக்குத்தான் தனிக்குரல் அவசியம்.

பாட்டுக் கச்சேரி நடக்கும்போது அங்கங்கே குழுக்குழுவாக இளைஞர்கள் சேர்ந்து ஆடிக் கொண்டிருப்பர். 'ரசிகர் விருப்பச் சீட்டு'க் கொடுத்தால் அந்தப் பாடல்களையும் குழுவினர் பாடுவர். முதல் ஒருமணி நேரம் இசைக்குழுவினர் விருப்பப்படி பாடிவிட்டு அதன்பின் விருப்பச் சீட்டுக்கு இடம் தருவர். அப்போது கல்லூரிகளில்கூடப் பாட்டுப் போட்டி பெரும் ஆதரவுடன் நடக்கும். போட்டிகளில் நன்றாகப் பாடிப் பரிசு வாங்கும் மாணவர்களுக்குப் பாட்டுக் கச்சேரி வாய்ப்புக் கிடைப்பதுண்டு. நான் பயின்ற கல்லூரியில் மாணவர் ஒருவர் ஏ.எம்.ராஜா குரலை அப்படியே போலி செய்து பாடுவார். 'தேன் உண்ணும் வண்டு மாமலரைக் கண்டு' என்னும் பாடலால் போகும் இடத்தில் எல்லாம் பரிசு வாங்கி வந்திருக்கிறார். அவருக்கு இசைக்குழுவில் பாட விரைவில் வாய்ப்புக் கிடைத்தது.

அத்தனை பிரபலமாக இருந்த பாட்டுக் கச்சேரி எப்படித் தேய்ந்து மறைந்தது என்பது தெரியவில்லை. டேப் ரிகார்டர் வருகை இதற்கு முக்கியமான காரணமாக இருக்கும் என நினைக்கிறேன். அதற்கு முன் வானொலியில் மட்டுமே பாடல் கேட்க முடியும். எந்தப் பாடல் எப்போது வரும் என்று சொல்ல முடியாது. ஆனால் விரும்பும் பாடலை இருந்த இடத்திலிருந்தே எப்போது வேண்டுமானாலும் கேட்கும் வாய்ப்பை ஒலிநாடா வழங்கியது. எந்தப் பாடலையும் கேட்கலாம் என்னும் வாய்ப்பு வந்தபின் பாட்டுக் கச்சேரி களையிழந்திருக்கக்கூடும். அதைத் தொடர்ந்து வந்த தொலைக்காட்சி அலைவரிசைப் பெருக்கமும் பாட்டுக் கச்சேரி அழிவுக்குக் காரணமாகலாம். இப்போது கல்லூரிகளில் நடக்கும் போட்டிகளுக்கு மவுசில்லை. அலைவரிசைகள் நடத்தும் போட்டிகளே முக்கியமாக இருக்கின்றன. நேரடி நிகழ்ச்சிகளுக்கு ரசிகர்கள் குறைந்துவிட்டார்கள். கத்தரித்துச் செம்மைப்படுத்திச் சேனல்கள் வழங்கும் நிகழ்ச்சிகளையே விரும்புகிறார்கள். எதார்த்தத்தை விடப் பிம்பங்களே இன்றைய வாழ்வில் ஆதிக்கம் செலுத்துகின்றன. பள்ளி நிகழ்ச்சி அல்லது கல்லூரி நிகழ்ச்சி ஒன்றை உள்ளூர் அலைவரிசையில் பார்க்க வாய்த்தால் அந்த நிகழ்ச்சிக்கு மவுசு கூடுகிறது. பிம்பக்காலம் இது. பாட்டுடன் சேர்ந்து பிம்பங்களையும் காணும் வாய்ப்பே

கிடைக்கும்போது வெறும் பாடலை மட்டும் பாடும் பாட்டுக் கச்சேரிகளின் தேவை என்ன?

கோயில் நோம்பிகளில் பிரபலமாக இருந்த இன்னொரு வேடிக்கை 'ரெக்கார்ட் டேன்ஸ்.' பாட்டுக் கச்சேரிக்குக் கொஞ்சம் முந்தைய காலத்திலேயே இது தொடங்கியது என்று நினைக்கிறேன். நான் பள்ளி மாணவனாக இருந்தபோது கோயில் நோம்பிகளில் இதுவும் மிக முக்கியமான வேடிக்கை. இசைத்தட்டுக்களில் பாடலைப் போட்டுவிட்டு அதற்கேற்ப மேடையில் நடனம் ஆடும் நிகழ்ச்சி இது. இதில் பெண்கள் ஆடும் நடனமே பிரதானம். இந்நிகழ்ச்சிக்கான குழுக்கள் நகரங்களில் இருந்தன. அங்கே போய்ப் பேசி அழைத்துவர வேண்டும். ஒரு குழுவில் இடம்பெறும் பெண்களின் எண்ணிக்கைக்கு ஏற்பத் தொகை அமையும். பெண்களோடு சேர்ந்து ஆட ஆண் ஒருவர் போதும். இந்நிகழ்ச்சி இரண்டிலிருந்து மூன்று மணி நேரம் வரை நடைபெறும்.

தொடக்கத்தில் சாமி பாடல்களுக்கு ஆடுவார்கள். உடல் முழுக்க மூடிய சேலைக் கட்டோடு வேப்பிலையும் அக்கினிச்சட்டியுமாகத் தொடங்கும் நிகழ்ச்சியின் படிப்படியான வளர்ச்சி என்பது ஆடை குறைப்புத்தான். நிகழ்ச்சியின் இறுதிப் பகுதியில் 'டூ பீஸ்' உடையோடு ஆடுவதற்கு ஏற்றபடி பாடல்கள் அமையும். நிகழ்ச்சியின் உச்சக்கட்டம் ஆடை அவிழ்ப்பு. நிர்வாணமாக ஓரிரு நிமிடம் மேடையில் ஆடிவிட்டு உள்ளே ஓடிவிடுவார்கள். அச்சமயத்தில் அப்பெண்கள் அல்குலில் தொட்டு வீசும் கைக்குட்டையை எடுப்பதற்கு ஆண்கள் கூட்டம் அலைமோதும். ரெக்கார்ட் டேன்ஸ் நிகழ்ச்சிக்குப் பார்வையாளர்கள் ஆண்களே. தொடக்கத்தில் பெண்கள் கொஞ்ச நேரம் வந்து உட்கார்வார்கள். ஆடை குறைப்பு ஆரம்பமாகிக் 'கிளப் டேன்ஸ்' பாடல் நடனம் வந்துவிட்டால் பெண்கள் இடத்தைக் காலி செய்து கிளம்பிவிடுவார்கள். பின்னர் முழுக்க ஆண்களின் ராஜ்ஜியம்தான். சீழ்க்கையும் ஆட்டமும் கெட்ட வார்த்தைகளும் எனப் பலவும் அங்கே அரங்கேறும்.

பெண்கள் முழுக்க இந்த நிகழ்ச்சிக்கு எதிர்ப்பாக இருந்தார்கள். பொதுவாக மரபுக் கலைகளிலும் இரட்டை அர்த்தத்தில் பேசுவதும் வெளிப்படையாகப் பாலியல் பேசுவதும் உண்டு. அவற்றை அனைவரும் ரசிப்பர். ரெக்கார்ட் டேன்ஸ் வேறு மாதிரியாக இருந்தது. நோம்பி வேடிக்கை என்றால் எல்லாரும் பார்க்கும்படியானதாக இருக்க வேண்டும். இது பெண்கள் பார்க்கும் வகையில் இல்லை. அவர்கள் அந்த வெளியில் இருக்க முடியாதவர்களாக ஆனார்கள். மேலும்

நிர்வாண ஆட்டத்தைப் பார்க்க ஆண்கள் அலைவதைப் பெண்கள் தங்களுக்கு இழைக்கப்பட்ட அவமானமாகக் கருதினர். அதனால் குடும்பத்தில் கணவன் மனைவி சண்டைகள் மிகுந்தன. இந்த ஆட்டத்தைப் பார்க்கப் போகக் கூடாது என்று தடுக்கும் மனைவியும் அதை மீறிச் செல்லும் கணவனும் எனப் பிரச்சினைகள் எழுந்தன. சில பெண்கள் கோபித்துக்கொண்டு பிறந்த வீட்டுக்குப் போனதும் உண்டு. நோம்பி பற்றிய பேச்சுக்கள் சந்தோசமாக நடப்பது போய் நோம்பி ஏன் வருகிறது என்று பெண்கள் நினைக்கும் அளவுக்கு இது அவர்களைத் தொந்தரவுக்கு உள்ளாக்கியது.

சிவகுமார், ராணி சந்திரா நடித்த 'பத்ரகாளி' என்னும் திரைப்படம் அப்போது வெளியாயிற்று. அதில் ரெக்கார்ட் டேன்ஸ் பார்ப்பது பற்றிய காட்சி ஒன்று வரும். சிவகுமார் தம் மனைவியுடன் திருவிழாவுக்குப் போவார். அங்கே ரெக்கார்ட் டேன்ஸ் நடக்கும். அதைப் பார்க்க ரொம்பவும் விரும்புவார். ஆனால் விடாமல் வீட்டுக்கு இழுத்து வரும் மனைவி 'வாங்கோன்னா அட வாங்கோன்னா' என்று பாடி ஆடுவார். இந்தப் பாடல் வெகுபிரபலம். அதில் 'கேட்டேளே அங்கே அதப் பாத்தேளா இங்கே' என்றும் 'பொல்லாத ஆசைக்கு ஏனிந்த அலைச்சல் கல்லாட்டம் இருக்கேனே நேக்கென்ன கொறச்சல்' என்றும் வரிகள் வரும். இந்தப் படத்திற்குக் கதை வசனம் எழுதியவர் எழுத்தாளர் மகிரிஷி என்பதும் முக்கியமான செய்தி.

ஆண்களோ எப்படியாயினும் இந்த நிகழ்ச்சியை ஏற்பாடு செய்தாக வேண்டும் என்பதில் தீவிரமாக இருந்தனர். பெண்களின் எதிர்ப்பால் இந்த நிகழ்ச்சி வேண்டாம் என்று பெரியவர்கள் முட்டுக்கட்டை போட்டபோது ஆண்கள் இணைந்து பணம் திரட்டி ஏற்பாடு செய்தார்கள். ஐந்நூறு பேர், ஆயிரம் பேர் குழுமியிருக்கும் பொது இடத்தில் மேடையில் பெண்ணொருத்தியை நிர்வாணமாக்கிச் சீழ்க்கை அடித்து ரசிக்கும் மனநிலையை என்னவென்று சொல்வது? மேடைக்கு அருகில் உட்கார்ந்துகொண்டால்தான் நன்றாகத் தெரியும் என்று அங்கே இடம் பிடிக்க அடித்துக்கொள்வார்கள். கேவலப் பிறவிகள் ஆண்கள் என்பது நிரூபணமாக இந்த நிகழ்ச்சி உதவியது என்றே சொல்லலாம். அந்தப் பெண்ணுடல் ஆபாசம் அல்ல. பார்வையாளர்களின் இந்த மனநிலைதான் ஆபாசம். பாலியல் வறுமை கொண்ட சமூக மனநிலை இப்படி இருக்குமா? இந்த நிகழ்ச்சிக்கு ஏகோபித்த ஆண்களின் ஆதரவுடனும் எங்கு நடந்தாலும் பெருங்கூட்டம் திரள்வதுமாகக் கொஞ்ச காலம் ஓடிற்று.

இந்நிகழ்ச்சியின் தொடக்க காலம் பாட்டும் ஆட்டமுமாக மட்டுமே இருந்திருக்கக்கூடும். திரைப்படத்தில் காண்பதை நேரில் பார்க்கும் பரவச உணர்ச்சியை இது கொடுத்திருக்கும். பின்னர் போட்டியும் ரசிகர்களை ஈர்க்கும் தந்திரமும் இணைந்து ஆடை குறைப்பாக வளர்ந்து நிர்வாணத்தில் நிலைபெற்றிருக்கும். இந்த நிகழ்ச்சியை ஏற்பாடு செய்யும் முகவர்கள் இருந்தனர். அவர்கள் சில பெண்களை இதற்கெனத் தயாரித்து வைத்திருந்தனர். நான்கைந்து பெண்கள் இடம்பெறும் இதில் இளம்பெண்ணாக ஒருத்தி கட்டாயம் இருக்கும்படி பார்த்துக்கொண்டனர். நிகழ்ச்சியின் போதும் முடிந்தபின்னும் அப்பெண்களுக்கு ஏற்பட்ட தொந்தரவுகள் சொல்லும் தரமல்ல. எனினும் இதில் பங்கேற்கப் பெண்கள் வந்தது அக்காலத்தில் நிலவிய வேலையின்மையும் வறுமையும் காரணமாகவே.

இந்த நிகழ்ச்சியில் ரசிகர்களைக் கட்டுப்படுத்துவது கடினம். உள்ளூர் ஆட்கள் மட்டும் இருந்தால் ஓரளவுக்கு சாத்தியமாகும். ஆனால் வெளியூரிலிருந்து கூட்டம் கூட்டமாக வந்து சேர்பவர்களை எப்படிக் கட்டுப்படுத்துவது? மேடையை நோக்கி ஓடுவார்கள். மேடைக்குப் பின்புறம் கூடி நிற்பார்கள். நடனம் ஆடும்போது பணம் குத்த மேடையேறிச் செல்வார்கள். பணம் குத்தும் சாக்கில் நடனப் பெண்களைத் தொடுவார்கள். உறவுக்கு வரச் சொல்லிப் பேரம் பேசுவார்கள். நிகழ்ச்சி ஏற்பாட்டாளர்களுக்கும் அழைத்து வரும் முகவருக்கும் இவற்றைச் சமாளிப்பது பெரும் கஷ்டமாக இருக்கும். சில சமயம் கலவரமாகி நிகழ்ச்சி ரத்தாகிவிடும். அடிதடி சண்டையில் முடியும். இரு ஊர் ஆண்களுக்கு இடையே உருவாகும் பிரச்சினையில் குத்து வெட்டு எல்லாம் நடந்திருக்கின்றன. நிகழ்ச்சி ஏற்பாட்டாளர்கள் திண்டாடிப் போவார்கள். நோம்பிக் காலம் என்பது சட்டம் ஒழுங்குப் பிரச்சினை ஏற்படுவதாக மாறிப் போனதால் ஒரு கட்டத்தில் காவல்துறையின் அனுமதி பெற்றுத்தான் நிகழ்ச்சி நடத்த வேண்டும் என்றாயிற்று. அப்படிப் பாதுகாப்போடு நிகழ்ச்சிகள் நடந்தன. அப்போதும் கட்டுப்படுத்த இயலவில்லை என்பதால் ரெக்கார்ட் டேன்ஸ் நிகழ்ச்சியை அரசே தடை செய்தது. அதை மீறி எங்காவது நடந்தால் கைது செய்தலும் வழக்குப் பதிதலும் நடந்தன. அப்படித்தான் படிப்படியாக ரெக்கார்ட் டேன்ஸ் நிகழ்ச்சி முடிவுக்கு வந்தது.

எனினும் அதை இன்னொரு விதமாகப் பெயர் மாற்றிப் பின்னரும் பல ஆண்டுகள் நடத்தினர். அதுதான் 'ஆடலுடன் பாடல்.' ஆனால் ஆபாசம் இல்லை. பெரும்பாலும் இளைஞர்கள் பங்கேற்றனர். இசைக்குழுவும் நடனக்குழுவும் இணைந்த நிகழ்ச்சி இது. பாட்டுக் கச்சேரியும் ரெக்கார்ட் டேன்ஸும் கலந்து இது

உருவாயிற்று எனலாம். தொலைக்காட்சி அலைவரிசைகள் வீட்டுக்குள் நுழைந்து ஆக்கிரமித்துக்கொண்ட பின் வெறும் பாடல்களை மட்டும் கேட்க ரசிகர்கள் தயாரில்லை. அவர்களுக்குக் காட்சிகளும் தேவைப்பட்டன. திரைப்பட நட்சத்திரங்களைப் போல ஆடை அணிகலன்களுடன் மேடைகளில் யுவன்களும் யுவதிகளும் ஆடுவது ஈர்ப்பை உண்டாக்கியது. இசைக்குழுக்களுக்கு வாய்ப்புக்கள் கிடைத்தன. ஆனால் ரெக்கார்ட் டேன்ஸ் பெண்களுக்கு இதில் வாய்ப்புகள் இல்லை. கல்லூரி மாணவர் மாணவியருக்கும் உள்ளூர் அளவில் நடனப் பித்துக்கொண்டிருந்த இளைஞர்களுக்கும் இதில் வாய்ப்புகள் அமைந்தன. இப்போதும் ஒரு சில இடங்களில் இந்நிகழ்ச்சி நடைபெறுகிறது. ஆனால் ஆதரவு அதிகமில்லை.

இதே காலகட்டத்தில் நாடகம் நடத்துதலும் நிகழ்ந்தது. இது முழுக்க இளைஞர்கள் ஏற்பாடு செய்யும் நிகழ்ச்சி. மசாலாத் திரைப்படத்திற்குரிய கதை ஒன்றை உள்ளூர் இளைஞர்கள் சேர்ந்து நடிப்பதுதான் இவ்வகை நாடகம். கதாநாயகன், கதாநாயகி, வில்லன், காமெடியன் எனப் பாத்திரங்கள் அப்படியே திரைப்படத்தின் அச்சாக அமைந்திருக்கும். உள்ளூர் இளைஞர்களே இந்தப் பாத்திரங்களில் நடிப்பார்கள். உள்ளூர்ப் பெண்கள் நடிப்பதில்லை. ரெகார்ட் டேன்ஸ் ஆடும் தொழில் செய்த பெண்கள் இந்த நாடகங்களில் சம்பளம் பேசி நடித்தனர். நகரத்திற்குச் சென்றுதான் அவர்களை அழைத்துவர வேண்டும். இரண்டு அல்லது மூன்று நடிகைகள் போதும். ஒரு நடிகையே இரண்டு மூன்று வேடங்களைக்கூட நடித்துவிடுவார். ஒவ்வொரு வேடத்திற்கும் தனியாகச் சம்பளம் தர வேண்டும். நோம்பிக்கு ஒருமாதத்திற்கு முன்னிருந்தே ஒத்திகை தொடங்கி நடக்கும். ஆனால் நடிகைகள் நாடகம் நடக்கும் அன்றைக்குக் காலையில்தான் வருவார்கள். இறுதி ஒத்திகையில் பங்கேற்றால் போதும். எந்த வேடம் என்றாலும் நடித்துவிடுவார்கள். வெகு திறமையானவர்கள்.

இத்தகைய நாடகங்களில் பெண்களுக்கு எத்தகைய வசனங்கள் வரும் என்பது அவர்களுக்கு அத்துபடியாக இருந்தது. ஆகவே ஒருமுறை வசனத்தைப் பார்த்தால் பேசி நடித்துவிடுவார்கள். அந்தப் பெண்களுடன் சேர்ந்து நடிக்க உள்ளூர் இளைஞர்கள் பெரும்போட்டி போடுவர். நாடகத்தில் குறைந்தது பதினைந்து பாடல்கள் வரும். எல்லாம் திரைப்படப் பாடல்கள். அவற்றிற்கு நடனம் ஆடுவர். திரைப்பட இயக்குநர் ஆகும் கனவில் இருந்த உள்ளூர் ஆட்கள் சிலர் இத்தகைய நாடகம் எழுதினர். ஒரு கட்டத்தில் நாடக ஆசிரியர்கள் சிலர் பிரபலமாயினர். அவர்களிடம் போனால் எந்த ஊருக்கு என்றாலும் நாடகம்

எழுதிக் கொடுப்பர். இயக்குவது என்றாலும் தயார். அவர்களுக்கு இது தொழிலாக மாறிற்று. பலரது திரைத்துறை ஆசையையும் புகழாசையையும் அழகான பெண்களோடு ஆடிப் பாடும் விருப்பத்தையும் ஒருசேர நிறைவேற்றியது நாடகம். இதற்குப் பெரியவர்களின் ஆதரவு அவ்வளவாகக் கிடைக்கவில்லை. இன்று இதுவும் மறைந்து போயிற்று. இளைஞர்களுக்குப் போதுமான நேரம் கிடைப்பதில்லை என்பதும் அவர்கள் பொதுவெளியில் இருந்து வெளியேறிக்கொண்டிருக்கிறார்கள் என்பதும் அதற்குக் காரணம் எனத் தோன்றுகின்றது. இத்தகைய நாடக நிகழ்ச்சி ஒன்றை 'ஏறுவெயில்' நாவலில் விவரித்திருக்கிறேன்.

கோயில் நோம்பி வேடிக்கைகளுள் புகுந்த இவை அனைத்தும் ஏதோ ஒருவகையில் திரைப்படத்தோடு தொடர்புடையவையே. தமிழ்த் திரைப்படங்களில் பாடல்கள் வருவது பற்றிச் சிலர் விமர்சனம் செய்கின்றனர். பாடல்களைத் தவிர்ப்பது அத்தனை சுலபமா என்பது தெரியவில்லை. திரைப்பாடல்கள் வெகுஜன உளவியலில் செலுத்திவரும் செல்வாக்கு மிகுதி. பல்வேறு வகையில் உளத் தேவைகளைப் பூர்த்தி செய்யும் பண்பு திரைப்பாடல்களுக்கும் திரைப்படத்திற்கும் உண்டு. கோயிலின் மரபான வேடிக்கை நிகழ்ச்சிகளுக்குள் புகுந்தவை திரைப்பாடல்களை மையமாகக் கொண்டவையே. அவற்றைச் சுற்றியே இந்த நிகழ்ச்சிகள் பின்னப்பட்டு உருவாயின. இவற்றின் தொடர்ச்சியாகத் திரைப்படமே மக்களைத் தேடி வந்து கோயில் நோம்பி வேடிக்கைக்குள் புகுந்ததும் நடைபெற்றது.

●

4

அரசனுக்கு ஏன் சட்டையில்லை?

தொலைக்காட்சி வழியாகத் திரைப்படம் மக்களைத் தேடி வீட்டுக்கு வரும் முன் கோயில் நோம்பி மூலமாக ஊரைத் தேடி வந்தது. 1980களில் 30எம்எம் திரை கட்டிப் படங்கள் போடுவது கோயில் நோம்பி வேடிக்கையாக மாறிற்று. திரைப்படங்களைப் போலி செய்யும் நிகழ்ச்சிகளைவிடத் திரைப்படத்தையே நேரடியாகப் பார்ப்பதை மக்கள் பெரிதும் விரும்பினர். கிராமங்களில் இருந்து நகரத்தை நோக்கிச் சென்றுதான் திரைப்படம் பார்க்க முடியும் என்னும் நிலை இருந்தது. அது எல்லாருக்கும் சாத்தியமான விஷயம் அல்ல. ஆகவே கோயிலில் திரைப்படம் ஓட்டும் நிகழ்வு நோம்பி வேடிக்கைகளில் முக்கிய இடம் பிடித்துக்கொண்டது. அப்போது எங்கள் நகர வீதியில் இவ்வாறு திரையிடுவதற்கான அலுவலகங்கள் பத்துக்கும் மேல் இருந்தன. தை மாதம் தொடங்கி ஆடி மாதம் வரைக்கும் இத்தகைய படம் திரையிடும் வேலை மும்மரமாக நடக்கும்.

தை மாதத்தில் பொங்கல் விழாவை ஒட்டி நகரங்களில் ஏதாவது ஒருநாள் படம் திரையிடுவார்கள். மாசி பங்குனியில் கிராமக் கோயில் நோம்பிகளில் படங்கள் கட்டாயம் இடம்பெறும். சித்திரை வைகாசியிலும் ஆனி ஆடியிலும் ஓரளவுக்குத் திருவிழாக்கள் உண்டு. தொடக்கத்தில் ஊர் சார்பாகப் பொங்கல் நாளன்று ஒருபடம் போடுவது என்று தொடங்கிப் பின்னர் நோம்பி சாட்டிய நாளிலிருந்து முடியும்வரை அன்றாடம்

படம் என்று வளர்ந்தது. ஊர் முக்கியஸ்தர்கள், கட்சிப் பிரமுகர்கள் தங்கள் செலவில் படம் போட்டார்கள். ஊர் சார்பாகப் போடும் படம் பெரும்பாலும் ஏதாவது பக்திப் படமாக இருக்கும். மற்றவர்கள் வெவ்வேறு நடிகர்களின் படங்களைப் போடுவார்கள். எம்ஜிஆர் படங்கள் அதிகமும் இருக்கும். அக்காலத்தில் அதிமுக பெரும் செல்வாக்கோடு விளங்கியது. திமுககாரர்கள் கட்சியில் பிடிப்போடு இருந்தாலும் உற்சாகம் குறைந்திருந்தனர். சிவாஜிகணேசன் படங்களை அவர்கள் திரையிடுவார்கள். பிற நடிகர்களின் படங்களுக்கு நோம்பியில் அவ்வளவாக மவுசில்லை.

பல ஊர்களில் ஒரே சமயத்தில் நோம்பி வரும் என்பதால் எந்தப் படம் இருக்கிறதோ அதைத்தான் போட முடியும் என்று படக் கம்பெனிக்காரர்கள் திட்டவட்டமாகச் சொல்லி விடுவார்கள். அதனால் என்ன படம் என்பது அன்றைக்கு மாலையில் படப்பெட்டியோடும் மிஷினோடும் கம்பெனிக்காரன் ஊருக்கு வந்தால்தான் தெரியும். எந்த ஊரில் என்ன படம் என்பதே அப்போது எங்களுக்குள் பேச்சாக இருக்கும். அந்த மாதங்களில் வீடடங்கி இருக்கும் இளைஞர்களைப் பார்ப்பது அரிது. இந்த ஊரில் இந்தப் படம், அந்த ஊரில் அந்தப் படம் என்று விதவிதமாக யார் யார் மூலமோ செய்தி வந்து சேரும். பள்ளியில் வகுப்புத் தோழர்கள் மூலமாகத் தகவல் கிடைக்கும். அவற்றை நம்பி ஏழெட்டுக் கல் தொலைவு மிதிவண்டியில் போய்ச் சேருவோம். சிரமப்பட்டுப் போனால் அங்கே ஏற்கனவே போட்ட படத்தையோ ஏதாவது பாடாவதிப் படத்தையோ ஓட்டுவார்கள். வெறுத்துப் போய்த் திரும்புவோம்.

பெரும்பாலும் மாசி மாதத்தில் பள்ளிக்கூடங்களில் திருப்புத் தேர்வு நடந்து கொண்டிருக்கும். மாசி மாதத்தின் கடைசியில் பௌர்ணமி வரும் ஆண்டில் முழுஆண்டுத் தேர்வுகூடத் தொடங்கிவிடும். அப்போது படிப்பைப் பற்றிப் பெரிய அலட்டல் கிடையாது. வீட்டில் யாரும் மதிப்பெண்ணைக் கேட்டுத் தொந்தரவு கொடுத்ததில்லை. படிக்கவில்லை என்று சண்டை போட்டதோ கோபித்துக்கொண்டதோ இல்லை. வருச முடிவில் 'பாஸா பெயிலா' என்று கேட்பார்கள். பாஸ் என்றால் இன்னொரு வருசம் பள்ளிக்கூடம் போகலாம். பெயில் என்றால் அத்தோடு சரி. ஏதாவது வேலைக்கு அனுப்பிவிடுவார்கள். என்னோடு படித்த என் ஊர் நண்பர்கள் அப்படித்தான் ஒவ்வொருவராக வேலைக்குப் போய்விட்டார்கள். பன்னிரண்டாம் வகுப்பு வரை நான் ஒருவனே தனியாகப் படிக்கிற மாதிரி ஆயிற்று. அதனால் தேர்வு பற்றியெல்லாம் எந்தக் கவலையும் இல்லாமல் ஊர் ஊராகச் சுற்றித் திரைப்படம் பார்ப்போம்.

சுற்று வட்டார ஊர்களில் எல்லாம் நோம்பி போட்டிருக்கும் நெருக்கடியான பருவத்தில் எந்த ஊரில் எந்தப் படம் என்பதை அறிந்துகொள்ள ஒரு தந்திரம் செய்தோம். இரவு ஏழு மணிவாக்கில் எங்கள் ஊரிலிருந்து நான்கைந்து மிதிவண்டிகள் புறப்படும். ஒவ்வொரு வண்டியிலும் இருவர். சீட்டில் ஒருவன் உட்கார்ந்துகொண்டு பெடலை அழுத்த இன்னொருவன் பின்னால் கேரியரில் உட்கார்ந்து பெடல் போடுவான். சிலர் குள்ளமாக இருந்தால் முன்னால் தண்டில் நின்றபடி அழுத்துவார்கள். இருவரும் மிதித்தால் வேகமாகப் போய்வரலாம். நோம்பி நடக்கும் ஒவ்வொரு ஊருக்கும் ஒவ்வொரு வண்டி. அந்த ஊர்க் கோயிலுக்குப் போனால் எப்படியும் எட்டு மணிக்குள் என்ன படம் என்பது தெரிந்துவிடும். தெரிந்ததும் ஊருக்குத் திரும்பிவிட வேண்டும். போன வண்டிகள் எல்லாம் ஊருக்குத் திரும்பிவிடும். எந்தெந்த ஊரில் என்னென்ன படம் எனபதைப் பேசிக்கொள்வோம். எந்த ஊருக்குப் போகலாம் என்பதைப் படத்தைப் பொறுத்து முடிவு செய்வோம். சில சமயம் குழு இரண்டு மூன்றாகவும் பிரிந்துவிடும். ஒரு படத்தைப் பார்த்துவிட்டோம் என்று சொல்பவர்கள் இன்னொரு படத்திற்குப் போவார்கள். எல்லாரும் சேர்ந்து பத்துப் பதினைந்து பேர் குழுவாக ஒரே ஊருக்குச் செல்லும் சம்பவமே மிகுதி.

நிலா வெளிச்சத்தில் புளிய மரச் சாலைகளிலும் வண்டித் தடங்களிலும் ஒற்றையடிப் பாதைகளிலும் பாடுபழமைகள் பேசிக்கொண்டு போய் வருவோம். மின்வசதி பெருமளவு எட்டாத காலம். எங்கும் நிலவொளி படர்ந்து மயக்கும். நோம்பிக் காலம் என்பதாலும் பனைக்குப் பருவம் என்பதாலும் எல்லா ஊர்களிலும் மரமேறிகளின் காட்டுச் சாளைகளில் எந்த நேரம் போனாலும் நுரைத்துப் பொங்கும் கள் கிடைக்கும். கையிலிருக்கும் காசைப் பொறுத்துக் குடிப்போம். சொப்பு வைத்திருப்பார்கள். ஆளுக்கு ஒரு சொப்பு குடித்தால் மிதம். இரண்டு சொப்பு என்றால் மிதிவண்டி தடுமாறும். படம் பார்க்காமல் படுத்துத் தூங்க வேண்டியதாகிவிடும். கோயில்களைச் சுற்றி வெட்டவெளிகள் நிறைந்திருக்கும். அல்லது பக்கத்துக் காட்டுக்காரர்கள் நோம்பியின்போது கோயில் வேடிக்கைக்கெனத் தங்கள் காட்டைப் பயன்படுத்திக்கொள்ள விட்டிருப்பார்கள். வெட்ட வெளியில் திரை கட்டிப் படம் ஓட்டுவார்கள். மிதமான கள் மயக்கத்தோடு புழுதி மண்ணில் உட்கார்ந்து படம் பார்த்தல் உற்சாகமாக இருக்கும்.

பின்பனியில் நனைந்தபடி வீட்டுக்கு வந்து படுக்க விடிகாலை ஆகிவிடும். காட்டில் கிடக்கும் பட்டிக் குடிசையோ

தொண்டுப்பட்டிக் கட்டிலோ திண்ணையோ படுக்கையாகும். சிலநாள் படம் முடிந்து அங்கேயே மாரியம்மன் கோயில் வாசலில் பலரோடு சேர்ந்து படுத்திருந்துவிட்டுக் காலையில் எழுந்து வீடு வந்து சேர்வோம். சொந்தக்காரர்கள் இருந்து பார்த்தால் வீட்டுக்கு அழைப்பார்கள். முடிந்தவரை அதைத் தவிர்ப்போம். முடியாவிட்டால் போய்ப் பழமோ மாவோ வாங்கிக்கொண்டு வந்து எல்லாரும் சேர்ந்துண்போம். வீட்டில் யார் என்ன பேசினாலும் ஒருகாதில் வாங்கி மறுகாதில் விட்டுவிடுவோம். 'இந்த ஒரு மாசத்திக்கித் தண்ணி தெளிச்சி உட்டாச்சு. எங்கயோ சுத்திக்கிட்டு வரட்டும்' என்று ஒருவழியாக முடிவு செய்துவிடுவார்கள். படம் திரையிடல் என்பது அப்படி ஒரு கொண்டாட்டமான நிகழ்வாக அமைந்திருந்தது. மற்ற வேடிக்கைகளுக்கு எல்லாம் இப்படி அலைந்து திரிந்ததில்லை. திரைப்படமே அப்படி ஒரு ஈர்ப்பைக் கொடுத்திருந்தது.

நோம்பிக் காலத்தில் இப்படிப் பல படங்கள் பார்த் திருக்கிறேன். அவற்றில் முக்கியமாகப் பக்திப் படங்களைச் சொல்ல வேண்டும். பெரும்பாலான பக்திப் படங்களைத் திறந்தவெளியில் 30எம்எம் திரையில்தான் பார்த்திருக்கிறேன். திருவிளையாடல், திருவருட்செல்வர், திருமால் பெருமை, சரஸ்வதி சபதம், சுவாமி ஐயப்பன், ஆதி பராசக்தி, தசாவதாரம், சம்பூர்ண ராமாயணம், லவகுசா என்று என் மனதில் அப்படிப் பார்த்த படங்களின் வரிசை ஒன்று இருக்கிறது. எந்தப் படத்தை எந்த ஊரில் பார்த்தேன் என்பது இப்போது சரியாக நினைவில் இல்லை. திருவிளையாடல் இன்றைக்கு வரைக்கும் எனக்குப் பிடித்த படம் என்பதாலும் அதை முதலில் பார்க்க நேர்ந்த சம்பவத்திற்கு ஒரு பிரத்யேகக் காரணம் இருப்பதாலும் எனக்கு நன்றாக நினைவில் இருக்கிறது.

என் உறவினர் ஊர் ஒன்று எங்கள் ஊரிலிருந்து ஐந்து கல் தொலைவு. அங்கே இரண்டு கோயில்கள் உண்டு. மாரியம்மன் ஒன்று. படைவீட்டம்மன் இன்னொன்று. இருவரையும் சமமாகப் பாவித்தது ஊர். ஓராண்டு மாரியம்மனுக்கு நோம்பி என்றால் அடுத்த ஆண்டு படைவீட்டம்மனுக்கு நோம்பி. படைவீட்டம்மன் அரிதாகச் சில ஊர்களில்தான் இருக்கும். அந்தக் காலத்தில் போருக்குச் செல்லும் படையினர் வீடமைத்துத் தங்கியிருந்த இடத்திற்குப் படைவீடு என்று பெயர். அவர்கள் வழிபடுவதற்கெனத் தற்காலிகமாக அமைத்துக்கொண்டது படைவீட்டம்மன் கோயில். படையினர் அங்கிருந்து போன பின்னும் மக்கள் வழிபட்டு வந்ததன் காரணமாகப் படைவீட்டம்மன் நிலைபெற்று விளங்குகிறது. அவ்வூர் அப்படிப்

படைவீடு பெற்ற ஊர். எந்தப் படை தங்கியிருந்தது, எப்போது போர் நடந்தது எனபதற்கு ஆதாரம் ஏதும் இல்லை. கதைகளும் யாருக்கும் தெரியவில்லை. படைவீட்டம்மன் மட்டும் இருக்கிறார்.

அந்த ஆண்டு படைவீட்டம்மனுக்கு நோம்பி. மாரியம்மனுக்கு அந்த ஊரில் கரகம் கிடையாது. கம்பம்தான். படைவீட்டம்மனுக்கே கரகம். சாட்டி ஐந்தாம் நாள் அக்கினிக் கரகம் எடுப்பார்கள். நெருங்கிய சொந்தங்களுக்கு அந்த நாளுக்கும் அழைப்பு இருக்கும். அப்படி அக்கினிக் கரகத்திற்கு வர வேண்டும் என்று எங்களை அழைத்திருந்தனர். என் அப்பனும் அண்ணனும் திரையரங்கில் இருந்ததால் அவர்களால் போக முடியாது. அம்மாவுக்குப் பால்எருமைகளும் வெள்ளாடுகளும் இருந்தன. எந்தப் பொறுப்பும் இல்லாமல் எல்லாருக்கும் எடுபிடியாக வேலை செய்துகொண்டு சுற்றித் திரிந்தவன் நான். ஆகவே ஊர் நோம்பிகளுக்கு எங்கள் வீட்டுப் பிரதிநிதியாக நான்தான் பெரும்பாலும் போகிற மாதிரி இருக்கும். அக்கினிக் கரகத்திற்குப் போக வேண்டும் என்று அம்மா சொல்லிவிட்டார். அன்றைக்குப் போக எனக்கு மனமில்லை.

எங்கள் ஊருக்கு இரண்டு கல் தொலைவில் இருந்த மற்றொரு ஊரில் அன்றைக்கு 'எங்கள் வீட்டுப் பிள்ளை' படம். அதைத்தான் போட வேண்டும் என்று அதிமுகக் கட்சிக்காரர் ஒருவர் பிரயத்தனப்பட்டு ஏற்பாடு செய்திருந்தார். அதைப் பார்க்கப் போகலாம் என்பது நண்பர்களின் திட்டம். ஆனால் அக்கினிக் கரகத்திற்குப் போயாக வேண்டும். இது போல நோம்பிக்குத் தலை காட்டவில்லை என்றால் அது பெரிய விஷயமாகப் பேசப்படும். அடிக்கடி சொல்லிக் காட்டுவதற்கு அது காரணமாகிவிடும். அதற்கப்புறம் அவர்களை எதற்காவது போய்க் கூப்பிட்டால் 'அன்னைக்கு அக்கினிக் கரகத்துக்கு வந்தீங்களா?' என்று கேட்பார்கள். அதனால் எப்பாடு பட்டாவது ஓராள் போய் வருவோம். 'எங்கள் வீட்டுப் பிள்ளை' பார்க்க முடியவில்லை என்னும் கோபத்தால் அம்மாவிடம் அன்றைக்கு மாலையில் இருந்து பேசவேயில்லை. என் மௌனத்தைப் பொறுக்க முடியாமல் அம்மா திட்டிக்கொண்டே இருந்தார். நான் எதுவும் சொல்லவில்லை.

இரவு ஏழு மணிக்கு மிதிவண்டியை எடுத்தேன். 'அக்கினிக் கரகத்துக்குப் போவாத வேற எங்கயாச்சும் போனீன்னா திரும்ப ஊட்டுப் பக்கம் வந்தராத. அப்பிடியே எங்காச்சும் போயிரு' என்ற அம்மாவின் சொற்கள் என் முதுகில் வந்து மோதின. எனினும் எங்கே போகிறேன் என்று ஏதும் சொல்லாமல் கிளம்பினேன். போகும் வழிச் சாலையில் 'நிலாப்பாறை' என்றோர் இடம்.

அகண்டு விரிந்த பெரும்பாறை அது. ஓர் ஊரே அதைக் களமாகப் பயன்படுத்தலாம். நிலாப்பாறையில் எல்லாரும் சந்தித்துப் பின் சேர்ந்து 'எங்கள் வீட்டுப் பிள்ளை' பார்க்கப் போகலாம் என்று திட்டம். சாலையில் நின்றுகொண்டு எந்தப் பக்கம் போவது என்று முடிவு செய்ய முடியாமல் இருதலைக் கொள்ளி எறும்பு போல் மனம் தவித்தது. உறவினர் வீட்டுக்குப் போய்த் தலை காட்டிச் சாப்பிட்டுவிட்டு 'நாளைக்குப் பரிட்சை இருக்கிறது, படிக்க வேண்டும்' என்று சொல்லி உடனே திரும்பிவிடலாம். 'எங்கள் வீட்டுப் பிள்ளை' போடுவதற்குள் வந்துவிடலாம் என்று ஒருவழியாக முடிவு செய்தேன்.

திட்டம் உருவானதும் மிதிவண்டியை வேகமாக மிதித்தேன். மாட்டு வண்டிகள் ஓடிக் குண்டும் குழியுமாகக் கிடந்த தடத்திலும் சீக்கிரம் போய்விடலாம் என்று வேலியோர ஒத்தையடித் தடத்திலுமாக அவ்வூர் போய்ச் சேர்ந்தேன். ஊருக்குள் நுழையும் முன்பே இரண்டு கோயில்களும் இருக்கும். அங்கே போனபின் சின்னச் சபலம் தோன்றியது. 'எங்கள் வீட்டுப் பிள்ளை' ஏற்கனவே பார்த்த படம். தம்பி எம்ஜிஆர் ஓட்டலுக்குப் போய்ப் ஏராளம் சாப்பிட்டுவிட்டுப் பணம் கொடுக்காமல் கம்பி நீட்டிவிட அதே இடத்தில் வந்து உட்காரும் அண்ணன் எம்ஜிஆர் இரண்டு இட்லி மட்டும் சாப்பிட்டுவிட்டு மொத்தத்திற்கும் சேர்த்துப் பணம் கொடுக்கும் காட்சி எனக்கு மிகவும் பிடித்தது. அதைப் பார்க்கலாம் என்பது ஆசை. ஆனால் பார்க்காத படம் ஏதாவது அவ்வூரில் போட்டால் அதைப் பார்க்கலாமே என்று நினைத்தேன்.

ஊருக்குள் நுழையும் முன்னே கோயிலுக்குப் போனேன். படம் ஓட்டுபவர் வந்திருந்தார். திரை கட்டும் வேலை நடந்துகொண்டிருந்தது. படமோட்டி எனக்குத் தெரிந்தவர். பல இடங்களுக்கும் படம் பார்க்கப் போனதில் பழக்கமாகி இருந்தார். படம் பற்றிய தகவல்களை அவர் வழியாகவும் சேகரிப்பது வழக்கம். அக்கினிக் கரகம் எடுக்கும் நாள் என்பதால் சாமி படம்தான் போட வேண்டும் என்று முடிவாம். 'திருவிளையாடல்' கொண்டு வந்திருக்கிறார்களாம். திருவிளையாடலே பார்க்கலாம் என்று முடிவெடுத்தேன். அந்தப் படத்தின் வசனம் வெகு பிரபலம். விசேஷ நிகழ்ச்சிகளில் வைக்கும் ஒலிபெருக்கிகளில் அந்த வசனம் ஒலிக்காத இடமில்லை. அதனைப் பலமுறை கேட்டிருக்கிறேன். ஆனால் படம் பார்க்க வாய்க்கவில்லை. இப்போது சந்தர்ப்பம் வந்திருக்கிறது, விடக்கூடாது என்று தோன்றியது. உறவினர் வீட்டில் அன்றைக்குக் கச்சாயமும் காரப் பக்கடாவும் போட்டிருந்தார்கள். நோம்பி நாட்களில் மட்டுமே கிடைக்கும் பலகாரம். போதும் என்கிற அளவு தின்று முடித்துப்

பேருக்குச் சோற்றையும் கொஞ்சமாகச் சாப்பிட்டுவிட்டு கோயிலுக்குக் கிளம்பிவிட்டேன்.

கோயில் பூசாரியே அக்கினிக் கரகம் எடுத்து ஆடுவார். கோயிலை மூன்று சுற்றுச் சுற்றி வருவார். மூன்று சுற்று வருவதற்குக் குறைந்தது ஒன்றரை மணி நேரம் ஆகும். ஒவ்வொரு சுற்றுக்கும் அரை மணி நேரம் சுழன்றாடுவார். வெறுங்கைகள் இரண்டிலும் சட்டியை ஏந்திக்கொண்டு பூசாரி உத்வேகத்தோடு ஆடுவார். ஆடி முடித்து வேப்பிலையைக் கையில் பிடித்து அதன்மேல் அக்கினிச்சட்டியை வைத்துக்கொண்டு கொஞ்ச தூரம் நடப்பார். திடீரென்று ஓரிடத்தில் நின்று புயல் போலாடுவார். சோர்ந்து விழுவதைப் போலிருக்கும். ஆனால் ஓர் எலுமிச்சம்பழத்தை வாய்க்குக் கொடுத்துவிட்டால் போதும். மீண்டும் துள்ளும் உற்சாகம் வந்துவிடும். அக்கினிக் கரகம் எடுத்து முடிந்த பின்தான் படம் போடுவார்கள். கிட்டத்தட்டப் பத்து மணிக்கு மேல் ஆகிவிட்டது. அக்கினிக் கரகம் முடிந்து கோயிலுக்குள் பூசாரி நுழைந்ததும் படம் ஆரம்பமாகிவிட்டது.

கோயிலை ஒட்டியிருந்த காட்டுக்குள் படம் ஓடியது. கடலைக்காய் போட்டிருந்த அந்தக் காட்டில் கொட்டக்காய் போடவில்லை. போட்டிருந்தால் கொட்டச்செடி பங்குனி வரைக்கும்கூடப் பனிநீர் உறிஞ்சியபடி காய்த்துக் கொண் டிருக்கும். வெட்டினாலும் அடிக்கட்டைகள் வாச்சி போல நீட்டிக்கொண்டிருக்கும். நோம்பியின் போது நிலத்திற்குள் வேடிக்கை நடைபெறும் என்பதால் காட்டுக்காரர் அதற்கேற்ற மாதிரி விதைப்பதுண்டு. சாமிக்கு அவரால் முடிந்த உதவி அது. எல்லாவற்றையும் தயாராக வைத்திருந்த படமோட்டி மிஷினுக்குப் பக்கத்திலேயே படுத்து உறங்கிவிட்டார். தினந் தோறும் வேலை என்பதால் இப்படி நேரம் கிடைக்கும்போது தூங்கிக்கொள்வார்கள். ‘எங்கடா அந்தப் படமோட்டி’ என்றார் ஒருவர். ஆபரேட்டர் என்பதற்குப் படமோட்டி என்னும் மக்கள் வழக்குச் சொல்லை அங்கேதான் கேட்டேன். படகோட்டி என்பதைப் போலப் படமோட்டி.

படமோட்டி எழுந்து படத்தை ஓட்டினார். இதுவரை திரையரங்கின் பக்கமே போயிராத கிழடுகளும்கூடக் கூத்துப் பார்க்கச் செல்வதைப் போலப் பாயும் போர்வையும் எடுத்துக் கொண்டு வந்து உட்கார்ந்திருந்தனர். என்னோடு பள்ளியில் படித்துக் கொண்டிருந்த அந்த ஊரைச் சேர்ந்த நண்பன் ஒருவனும் அவன் நண்பர்களும் கோயிலில் இருந்ததால் எனக்குப் பேச்சுத்துணைக்கு ஆள் வசமாகக் கிடைத்தது. அவர்களோடு சேர்ந்துகொண்டேன். வசனமாக எனக்குள் நிலைபெற்றிருந்த

படத்தைக் காட்சியாகப் பார்த்த சந்தோசம் பிடிபடவில்லை. பிறகும் சந்தர்ப்பம் கிடைத்த போதெல்லாம் திருவிளையாடலை விருப்பத்தோடு பார்த்திருக்கிறேன். இப்போதும் நான் பார்க்க விரும்பும் படங்களின் பட்டியலில் திருவிளையாடல் முதல் வரிசையில் இருக்கிறது.

இப்படத்தை நான் மட்டுமல்ல, எங்கள் பகுதியைச் சேர்ந்த எல்லாரும் விரும்பிப் பார்ப்பதுண்டு. அதற்குக் காரணம் இதன் தொடக்கக் கதைப்பகுதி எங்களூருக்குப் பொருத்தி வழங்கப்படுகிறது. எங்களூர் தேவாரப் பாடல் பெற்ற ஸ்தலம். திருஞானசம்பந்தரும் சுந்தரரும் பாடியுள்ளனர். அருணகிரிநாதர் தம் திருப்புகழில் பல பாடல்களில் பாடியுள்ளார். இவ்விரண்டு வகையிலும் பாடல் பெற்றிருக்கக் காரணம் இம்மலைக் கோயிலில் இரண்டு மூலவர்கள். ஈஸ்வரனும் முருகனும். முருகன் மாம்பழத்திற்காகக் கோபித்துக்கொண்டு கிளம்பியது எங்களூரில் இருந்துதான்.

இங்கிருந்து கிளம்பிப் போய் இன்னொருமலையின் மீது நின்றார். அப்போது அம்மலை மிக உயரமாக இருந்தது. அங்கிருந்து பார்த்தபோது எங்களூர் மலை தெரிந்தது. அதனால் தன் கால் கட்டைவிரலால் லேசாக அழுத்தினார். அம்மலையின் உயரம் குறைந்துவிட்டது. எங்களூர் மலை தெரியவில்லை. தானிருக்கும் இடத்திலிருந்து எங்களூரைப் பார்க்க முருகன் விரும்பவில்லை. இப்போதும் அம்மலையில் இருந்து பார்த்தால் எங்களூர் தெரியாது. ஆனால் எங்களூரிலிருந்து பார்த்தால் அம்மலை தெரியும். அவர் போகும் முன் அம்மலையில் குடியிருந்தவர் இடும்பன். முருகன் அம்மலையில் இருக்க அனுமதி கொடுத்த இடும்பன் தனக்குத்தான் முதல் பூசை என்று சொல்லிவிட்டார். அதனால் இன்றைக்கும் அம்மலையில் இடும்பனுக்குத்தான் முதல் பூசை. முருகனுக்குத் தாய்வீடு எங்களூர். அம்மலையில் முருகன் காலடி வைத்த தடம் இப்போதும் அங்கே இருக்கிறது. அம்மலைக்குப் போகும் எங்கள் ஊர்க்காரர்கள் அந்தக் காலடித் தடத்தையும் வணங்கி வருவது வழக்கம்.

இப்படி ஒரு கதை எங்கள் பகுதியில் வழங்குகிறது. இது வாய்மொழிக் கதையாகப் பழைய காலத்திலிருந்தே வந்ததா, திருவிளையாடல் படம் வந்தபின் அதன் கதையை எங்கள் ஊருக்கு ஏற்றிக் கூறியதா என்பதை என்னால் தீர்மானிக்க முடியவில்லை. திருவிளையாடல் படக் கதையின் தாக்கமே இக்கதை என்று நினைக்கிறேன். படத்தில் கைலாயமாக வருவது எங்களூராக மாற்றம் பெற்றுவிட்டது. இங்கிருந்து பார்த்தால் அம்மலை தெரிவதில்லை. ஆனால் தெரியும் என்கின்றனர்

மக்கள். எப்படியோ நாங்கள் விரும்பிப் பார்க்க இக்கதையும் ஒரு காரணமாக இருக்கிறது.

திருவிளையாடல் படம் புராணக் கதைகள் சிலவற்றை நேர்த்தியாக இணைத்து எடுக்கப்பட்டிருக்கிறது. திருவிளையாடல் புராணம், கந்தபுராணம் ஆகியவற்றிலிருந்தும் வேறு புராணங்களில் இருந்தும் இக்கதை உருவாக்கப்பட்டதாகப் படத்தின் தொடக்கத்தில் கூறப்படுகிறது. எந்தெந்தப் புராணங்களில் இருந்து எந்தெந்தக் கதை எடுக்கப்பட்டது, அவை இணைக்கப்பட்ட விதம் என்ன, அவ்வையாராகிய தமிழ்ப் புலவருக்கு இப்படத்தில் முக்கியத்துவம் கொடுக்கப்பட்டதன் காரணம் என்பவற்றை எல்லாம் விரிவாக ஆய்வுக்கு உட்படுத்தலாம். பக்திப் படங்கள் பெரும்பாலும் கதைக்கோவையாகவே அமைக்கப்படுகின்றன. யாராவது ஒருவர் இறைவனின் பெருமைகளை எடுத்துச் சொல்கின்றனர். அவர்கள் சொல்லும் கதைகள் காட்சிகளாக விரிகின்றன. திருவிளையாடலில் சக்திதேவியே தன் மகன் முருகனுக்குக் கதை சொல்கிறார். வேறு படங்களில் கதாகாலட்சேபம் செய்யும் ஒருவர் சொல்வதாகவோ பக்தர் ஒருவர் சொல்வதாகவோ அமையும். இந்தச் சூத்திரம் தொடங்கியது எந்தப் படத்திலிருந்து என்பது ஆராய்ச்சிக்கு உரிய விஷயம். ஆனால் இந்தச் சூத்திரத்தை வெகு சிறப்பாகப் பயன்படுத்திப் பெருவெற்றி பெற்ற படம் திருவிளையாடல்.

தமிழில் வந்துள்ள பக்திப்படம் எதற்கும் அமையாத அற்புதமான திரைக்கதைப் பின்னல் இப்படத்திற்கு அமைந்திருக்கிறது. மாங்கனிக் கதை படத்தின் தொடக்கத்தில் விரிவாக இடம் பெற்றிருக்கிறது. அத்தோடு நான்கு திருவிளையாடல் கதைகள் இதில் உள்ளன. அவற்றில் தருமிக்குப் பொற்கிழி கொடுத்த கதை, பாணபட்டருக்கு உதவிய கதை ஆகிய இரண்டும் அருமையாக எடுக்கப்பட்டிருக்கின்றன. மற்ற இரண்டும் அவ்வளவு ஈர்ப்புடையன அல்ல. அவற்றைத் தவிர்த்துப் பதிலாகப் 'பிட்டுக்கு மண் சுமந்த கதை' போல ஒன்றைத் தேர்ந்தெடுத்திருந்தால் படம் முழுவதுமே எப்போதும் பார்க்கும்படி அமைந்திருக்கும். அப்படியிருந்தால் எல்லாக் கதைகளும் மதுரையில் நடந்த திருவிளையாடல்களாகவும் அமைந்து ஒத்திசைவு கூடியிருக்கும் என்பது என் எண்ணம். காட்சி அமைப்புகளும் வசனம், ஒப்பனை முதலியவையும் அக்கால நாடகத்தின் தன்மையை அப்படியே கொண்டிருக்கின்றன. சிவபெருமான் நடத்தும் நாடகமே திருவிளையாடல் என்பதால் நாடகத்தன்மை கொண்டிருப்பதும்கூட மிகவும் பொருத்தமே. அதேசமயம் திரைமொழி என்று கருதப்படும் உடல்மொழியும் மௌனமும் இதில் இயைந்திருக்கும் விதம் நுட்பமானது. தமிழ்த்

திரைப்படத்தின் செவ்வியல் இயல்புடையவை என்று எடுத்தால் இவ்விரு திருவிளையாடல் பகுதிகளையும் தயக்கமின்றிச் சொல்லலாம்.

சிவாஜிகணேசனின் பல்வேறுபட்ட நடைகளும் பாவனைகளும் இப்படத்தில் முக்கியம். தருமிக்குப் பொற்கிழி கொடுத்த கதையில் புலவராகவும் பாணபட்டர் கதையில் விறகுவெட்டியாகவும் அவர் நடக்கும் நடைகளும் மீனவனாக வந்து நடப்பதும் மிகவும் ரசனைக்குரியவை. சிவாஜிகணேசனின் நடிப்பாற்றலுக்குத் தீனி போட்ட படம் இது. பெரிதும் மிகையில்லாமல் சிவபெருமானின் பல்வேறு இயல்புகளையும் உடலசைவுகளாலும் பாவனைகளாலும் உணர்த்தியிருப்பார். தருமியாக நடித்திருக்கும் நாகேஷுக்கு மட்டுமல்லாமல் தமிழ்த்திரையிலேயே அமரத்துவம் பெற்ற நகைச்சுவையாக அப்பகுதி அமைந்திருக்கிறது. நாகேஷ் பேசும் ஒவ்வொரு வசனமும் கவனித்து ரசிக்கும்படி இருக்கும். ‘தெருத்தெருவாச் சுத்தறவரு போலருக்குது’, ‘எவ்வளவு பிழை இருக்கிறதோ அதற்குத் தகுந்தபடி பரிசைக் குறைத்துக்கொள்ளுங்களேன்’ என்னும் பிரபல வசனங்கள் மாத்திரம் அல்லாமல் அவர் பேசும் ஒவ்வொன்றும் ரசித்துச் சிரிக்கும்படி இருக்கும். உடல் முழுக்க நகை அணிந்திருக்கும் சிவபெருமானைப் பார்த்து வாயில் புகை விடுவார். ‘எனக்குப் பொருளில் பற்றில்லை’ என்று அவர் சொன்னதும் ‘பற்றில்லாமலா ஒடம்புல இத்தன கெடக்குது’ என்பார். ‘அவனில்லை வரமாட்டான் நம்பாதே’ என்னும் வசனத்தைப் பல இடங்களில் மக்கள் சகஜமாகப் பயன்படுத்திச் சிரித்தனர். சிவனையே ஓட்டிய ஆள் நாகேஷ். வந்திருப்பவர் சிவன் என்பதை அறியாத வெகுளியாகவும் நக்கீரரிடம் மாட்டி விழிக்கும் பேதையாகவும் நாகேஷ் பாத்திரம் வடிவமைக்கப்பட்டிருக்கும் விதத்தைப் ‘பிரமாதம்’ என்னும் வார்த்தையைப் போட்டுத்தான் சொல்ல வேண்டியிருக்கிறது. அதை நாகேஷ் நடித்திருக்கும் விதமும் அப்படியே. நாகேஷை நினைத்தால் முதலில் இந்தப் பாத்திரமே மனதில் வந்து நிற்கிறது.

அதேபோலப் பாணபட்டராக நடித்திருக்கும் டி.ஆர். மகாலிங்கத்தின் நடிப்பும் பாடல்களும் இப்படத்தில் குறிப்பிடத்தக்கவை. வெற்றிக் கதாநாயகனாக ஒருகாலத்தில் வலம் வந்த டி.ஆர்.மகாலிங்கம் பின்னர் சில பக்திப் படங்களில் தோன்றி நடித்தார். அவற்றுள் திருவிளையாடலும் அகத்தியரும் அவருக்குப் பாடல் ரீதியாகவும் நன்கு அமைந்தவை. ‘இல்லாத தொன்றில்லை’ என அவர் பாடும் விருத்தமும் ‘இசைத்தமிழ் நீ செய்த அருஞ்சாதனை’ என்னும் புகழ் பெற்ற பாடலும் திருவிளையாடலில் இடம்பெற்றவை. இவற்றில் அவரது தனி

முத்திரையாகிய நீண்ட ஆலாபனையைக் கண்மூடிக் கேட்கலாம். ஹேமநாத பாகவதராக வரும் டி.ஆர்.பாலையாவின் சிறுசிறு அசைவுகளும் அந்தப் பாத்திரத்தின் வித்தியாகர்வம் தரும் ஆணவப் பண்பை வெளிப்படுத்துபவை. மீசையை நீவுதலும் புருவத்தைச் சுழித்தலும் நடிப்புமொழியாகும் விதத்தை வெகு அசட்டையாகப் பாலையா காட்டியிருப்பார். 'என்னடா இது மதுரைக்கு வந்த சோதனை' என்னும் வசனம் பேசும்போது அவரது பாவனைகளையும் சேர்த்துப் பார்த்தாலே நன்றாக இருக்கும். மதுரையைப் பற்றிய ஏளனம் மட்டுமல்லாமல் தன் அகங்காரமும் பொதிந்திருக்கும் முக பாவனையை அப்படி வெளிப்படுத்துவார். அவரது காட்சிகளைப் பார்க்கும் ஒவ்வொரு முறையும் அவரது உடல்மொழியின் ஒவ்வொரு அம்சம் புலப்படும். எப்பேர்ப்பட்ட நடிகர் என்னும் வியப்பு நீங்குவதே இல்லை.

முத்துராமன், தேவிகா ஆகியோரின் அந்நியோன்யம் மிக்க நடிப்பும் அப்போது தேவிகா வெளிப்படுத்தும் நாண முகபாவமும் மறக்க இயலாதவை. பாணபட்டரின் மனைவியாக வரும் ஜி.சகுந்தலாவுக்குச் சிறுபாத்திரம் எனினும் மனதில் நிற்கும்படியானது. செண்பகப் பாண்டியனாக வரும் ஈ.ஆர்.சகாதேவன் மட்டும் ஏனோ கொஞ்சம் சோர்வாக நடித்திருப்பது போலத் தோன்றும். சாவித்திரி, கே.பி.சுந்தராம்பாள் உள்ளிட்டோரின் இயல்பான நடிப்பும் குறிப்பிடத்தக்கது. நக்கீரராக வரும் இயக்குநர் ஏ.பி.நாகராஜன் அந்தப் பாத்திரத்திற்கு மிகவும் பொருந்திய நடிப்பைக் கொடுத்திருப்பார். சிவாஜிக்குக் கொஞ்சமும் குறையாத அவரது கம்பீரமும் வசன உச்சரிப்பும் தேர்ந்த நடிகராக அவரைக் காட்டுகின்றன.

இப்போதும் மனம் சோர்ந்திருக்கும் நேரங்களில் நான் போட்டுப் பார்ப்பவை இந்த இரு பகுதிகளையே. என் மனைவியும் பிள்ளைகளும்கூட இவற்றை விரும்பிப் பார்ப்பார்கள். இந்தப் படத்தை வைத்து என் பிள்ளைகள் கேட்ட இரு கேள்விகள் முக்கியமானவை. அமைச்சர், தளபதி, வீரர்கள் என வரும் அனைவரும் சட்டை அணிந்திருக்கிறார்கள். ஆனால் அரசர்கள் ஏன் சட்டை அணிவதில்லை? புரளும் பலவித அணிகலன்களைக் கொண்ட வெற்று மார்போடு அரசர்கள் வருகிறார்கள். புராணப் படங்களில் மட்டுமல்ல, அரச கதைப் படங்களிலும் இதைப் பார்க்கலாம். இது ஒன்று. இன்னொன்று பாணபட்டர் தொடர்பானது. பாணபட்டர் சோமசுந்தரக் கடவுளிடம் வேண்டுவதற்காகக் கோயிலுக்குச் செல்வார். கோயிலின் முன் நின்று கைகளை விரித்து இறைவனைப் பார்த்து 'இசைத்தமிழ் நீ செய்த அருஞ்சாதனை' எனப் பாடத் தொடங்குவார். உள்ளே போவார். போனால் கடவுளின் கருவறை நேராக

இருக்காது. இரண்டு திருப்பங்கள் கடந்த பிறகே கருவறை வரும். கருவறைக்கு முன் நின்று அவர் பாடத் தொடங்கியிருந்தால் பொருத்தமாக இருக்கும். ஏன் அப்படிக் காட்சி அமைத்தார்கள் எனத் தெரியவில்லை.

திருவிளையாடல் பாடல்கள் ஒன்றுகூடச் சோடை போகவில்லை. வெட்டவெளிப் பொட்டலில் பார்த்தபோது மனதில் ஏறிய இப்படத்தைப் பின்னர் திரையரங்குகளிலும் குறுந்தகட்டிலும் பலமுறை பார்த்துப் பார்த்துச் சுவைத்திருக்கிறேன். எனக்கு நேரம் வாய்க்கும்போது அல்லது ஆர்வமுடைய ஆய்வு மாணவர் அமையும்போது இப்படத்தின் திரைக்கதையைப் புராணக் கதைகளோடு ஒப்பிட்டு ஆய்வேடு ஒன்றை உருவாக்கும் திட்டம் பல ஆண்டுகளாக எனக்குள் இருக்கிறது. அதேபோல நாடகம், பாட்டு, வசனம், உடல்மொழி என அனைத்தும் சரிவிகிதத்தில் இணைந்து தமிழ்த் திரைப்படத்தின் வகைமாதிரியாக விளங்கும் இப்படத்தை மட்டும் கொண்டு திரை ரசனை வகுப்பு ஒன்று நடத்த வேண்டும் என்பதும் என் விருப்பமாக இருக்கிறது.

●

5

வில்லன் திருந்தி வாழலாமா?

கோயம்புத்தூர், பூசாகோ கலை அறிவியல் கல்லூரியில் முதுகலைத் தமிழிலக்கியம் பயின்றேன். 1986−87, 1987−88 ஆகிய இரண்டு கல்வியாண்டுகள். அப்போது கல்லூரியின் நுழைவாயிலில் 'பூ.சா.கோ. கலை அறிவியல் கல்லூரி' என்று அழகான வடிவமைப்புடன் கூடிய தமிழ் எழுத்துக்களில் பெரிதாக எழுதி வைத்திருப்பார்கள். பூளைமேடு சா.கோவிந்தசாமி நாயுடு என்பதன் சுருக்கம் பூசாகோ. ஆனால் இப்போது தமிழ்ப் பெயர் நீக்கப்பட்டுவிட்டது. பூசாகோ என்றால் யாருக்கும் தெரியாது என்றும் எல்லா இடத்திலும் ஒரே விதமாகப் பெயர் இருக்க வேண்டும் என்றும் காரணம் சொல்கிறார்கள். அதனால் பிஎஸ்ஜி என்னும் அடையாளமே போதும் போல. கல்வித் துறைக்கும் தமிழுக்கும் உள்ள உறவின் தன்மை பற்றிய குறியீடாகவே இப்பெயர்ப் பலகை நீக்கம் அமைந்திருக்கிறது.

அக்கல்லூரியில் சேர்ந்த ஒருவாரத்தில் என் அப்பன் இறந்துபோனார். இரண்டாண்டுகளும் செலவிற்குப் பெரும் கஷ்டப்பட்டேன். எண்ணி எண்ணிச் செலவழிக்க வேண்டியிருந்தது. அக் கல்லூரியின் கட்டிடங்களையும் மாணவர்களையும் பார்த்தால் மேல்தட்டுப் பிரிவினருக்கானது என்பதாகத் தோற்றம் தரும். உள்ளே நுழைந்தால் பெரும்பாலான மாணவர்கள் நடுத்தரக் குடும்பத்தைச் சேர்ந்தவர்களாக இருப்பர். அரசு உதவி பெறும் கல்லூரி என்பதால் மிகக் குறைந்த கட்டணமே வசூலிக்க வேண்டும். அதாவது அரசு

கல்லூரிகளில் என்ன கட்டணம் வசூலிக்கப்படுகிறதோ அதே அளவு. தொடக்கத்தில் அக்கல்லூரியைப் பார்த்து மிரண்டு போனேன். உள்ளே போனபின் என் போன்றவர்கள் பலர் இருப்பதைக் கண்டு ஆசுவாசமாகக் கொஞ்ச காலம் பிடித்தது.

அந்த இரண்டாண்டு வாழ்வை நினைக்கும்போது கஷ்டங்களைவிட அங்கே பெற்றவையே எனக்குப் பெரிதாகத் தோன்றுகின்றன. அக்காலம் பெருமகிழ்வோடு நான் வாழ்ந்த காலம். மரங்களினூடே கட்டிடங்கள். அவற்றை ரசனையோடும் தேவைக்கேற்பவும் வடிவமைத்திருந்தார்கள். கட்டிடங்களோடு பேசலாம். என் ஆர்வங்களுக்குப் போதுமான தீனி அங்கே கிடைத்தது. பல்வேறு வகையான பயிற்சிகளைப் பெற முடிந்தது. எப்போதும் ஏதாவது நிகழ்ச்சி நடந்துகொண்டே இருக்கும். நிறைய அரங்கங்கள் உண்டு. கூட்டத்தின் அளவுக்கேற்ப அரங்கைத் தேர்வு செய்துகொள்ளலாம். செவிக்குணவு தாராளம். மிகப் பெரும் நூலகம். தமிழ் நூல் பகுதி பரந்து கிடக்கும். பழந்தமிழ் நூல்களைவிட நவீன இலக்கியங்கள் மிகுதியாக இருக்கும். அக்கல்லூரியின் நவீன உணர்வுக்கு அதுவே சான்று. ஆகவே ஏராளமான நூல்களைப் படிக்கும் வாய்ப்பு இருந்தது. நல்ல ஆசிரியர்கள். பலவிதமான வழிகாட்டுதல்கள் கிடைக்கும். வாசிக்கும் ஆர்வமுள்ள மாணவரைக் கண்டால் ஆர்வத்தோடு எதையும் பகிர்ந்துகொள்ளும் ஆசிரியர்கள் இருந்தனர். அவர்களைச் சிக்கெனப் பற்றிக்கொண்டேன்.

வகுப்புகள் இடைவிடாமல் நடக்கும். கருத்தரங்குகள், சொற்பொழிவுகள், வாய்மொழித் தேர்வுகள் என வாரத்திற்கு ஒன்றேனும் வரும். மாணவர்கள் கட்டுரை வாசிக்கவும் விவாதிக்கவும் வாய்ப்புகளைக் கொண்ட நிகழ்வுகள் பல. இனிமையான கல்விச் சூழல். விதவிதமான பெண்களைக் காணலாம். பகட்டான பெண்கள் பலர். அவர்களைக் கண்டால் தாழ்வுணர்ச்சியோடு ஒதுங்கிப் போக நேரும். இயல்பாகப் பழகும் பெண்கள் கூட்டமும் உண்டு. மனதுக்கு இதமான நண்பர்கள் பலர். கோவை மாவட்டத்து மாணவர்கள் பெரும்பான்மை இருப்பினும் பக்கத்து மாவட்டங்களில் இருந்தும் திரளாக வந்து சேருவர். நீலகிரி மலைவாழ் படகர் இன மாணவர்கள் பலருண்டு. பழகி மகிழ, பேசிச் சிரிக்க, விவாதித்துச் சண்டையிட என விதவிதமான நண்பர்கள் எனக்கு அமைந்தனர். முதுநிலைப் பட்ட மாணவர்கள் மட்டுமன்றி இளநிலைப் பட்ட மாணவர்களும் நண்பர்களாக வாய்த்தனர். என்னை வடிவமைத்ததில் அக்கல்லூரிக்கு மட்டுமல்ல, விடுதிக்கும் முக்கியமான பங்கு உண்டு. அங்கு பயின்ற இரண்டாண்டுகளை என் வாழ்வில் பொற்காலம் என்பதாக நினைவில் வைத்திருக்கிறேன்.

மாணவர்களுக்கான பெரிய விடுதியின் பெயர் ‘பாரதி விடுதி.’ அதில்தான் இரண்டு ஆண்டுகளும் தங்கியிருந்தேன். விடுதியில் கட்டுப்பாடுகள் உண்டு. அதைவிட மிகுதியான சுதந்திரமும் உண்டு. மாணவர்கள் வெளியே போகவும் வரவும் எந்தத் தடையும் இல்லை. கல்லூரி வளாகம் மிகப் பெரியது. எல்லா இடங்களிலும் மின்விளக்குகள் இருக்கும். எங்கும் அமர்ந்து படிக்கலாம். சதுர வடிவில் விடுதி. நடுவில் வெட்ட வெளி. இருபக்க மூலைகளில் குளியலறையும் கழிப்பறையும். காற்றோட்டமும் வெளிச்சமும் தாராளமாகக் கிடைக்கும். அவற்றில் மூவர் சேர்ந்திருக்கும் அறைகள் மிகுதி. ஒற்றையறைகள் குறைவு. முதுநிலை இரண்டாம் ஆண்டு மாணவர்களுக்கும் இளநிலை மூன்றாமாண்டு மாணவர்களுக்கும் மட்டும் ஒற்றையறைகள் கிடைக்கும்.

விடுதி மாணவர்களுக்கெனப் பல வசதிகள் உண்டு. சிறு நூலகம் இருந்தது. பின்னர் அதை விரிவாக்கமும் செய்தார்கள். தொலைக்காட்சிக்கெனத் தனியறை உண்டு. விடுதி மாணவர்களில் கலையார்வம் உடைய மாணவர்களுக்கு என்று சிந்தனை மன்றம் என்னும் அமைப்பு செயல்பட்டது. வாரம் ஒரு கூட்டம் நடைபெறும். விடுதி விழா வெகு விமரிசையாக நடக்கும். ஒவ்வொரு பட்ட வகுப்பிலும் விடுதியில் உள்ள மாணவர்களில் யார் முதல் மதிப்பெண் எடுத்திருக்கிறார்களோ அவர்களுக்குப் பரிசுகள் வழங்கப்படும். அதுவல்லாமல் பல போட்டிகள் நடைபெறும். வகுப்பறைக்கு வெளியே தம் திறன்களை வளர்த்துக்கொள்ள இப்படிப் பல்வேறு வாய்ப்புகளை வழங்கிய கல்லூரி அது. என்னைப் போலக் கிராமத்தில் இருந்து சென்றவர்கள் உணர்ந்த விதம் இது. ஏற்கனவே தம் வாழ்வில் பெரும் வாய்ப்புகளைப் பெற்ற பலருக்குக் கல்லூரியைப் பற்றியும் விடுதியைப் பற்றியும் குறைகள் நிறைந்திருந்ததையும் அறிவேன். அவர்களுக்குக் குறைகளாகத் தெரிந்தவை எனக்கு அற்பமானவையாகவே தோன்றின. வாழ்வை அனுபவித்தல் என்பதன் முழுப் பொருளை அங்கேதான் அறிந்தேன்.

விடுதி வாழ்க்கையின் சகல பரிமாணங்களையும் அங்கு அனுபவிக்க முடிந்தது. நேரத்தைச் செலவிடுதல், மகிழ்ச்சியாக இருத்தல், பொறுப்புகளை ஏற்றல் என எல்லா வகையிலும் சுயமாக முடிவெடுக்கவும் செயல்படவும் சுதந்திரம் கிடைத்தது. கும்பலாகச் சேர்ந்து அரட்டை அடிப்பதன் சுகம் என்னவென்று தெரிந்தது. நடுஇரவு வரை பேசிக்கொண்டிருப்போம். எதைப் பற்றி வேண்டுமானாலும் இருக்கும். அந்த வயதில் எல்லாம் தெரிந்த பாவனை பெரிதாக இருந்தது. பாட நூல்களைப் படிக்க எனக்குக் குறைந்த நேரம் போதுமானது. பல நாவல்களையும்

சிறுகதைத் தொகுப்புகளையும் வாசிக்க இயன்றது. நூலக அடுக்குகளில் என் கைபடாத இடம் இல்லை. இதற்கு மாறானது இன்னொரு பக்கம். கோவை நகரின் தெருக்களில் சுற்றித் திரிந்த காலமும் அதுதான். வாரத்தில் இரண்டு மூன்று முறையேனும் நகர்வலம் போக வேண்டியிருக்கும். யாரேனும் நண்பர்கள் அழைப்பார்கள். சிறுவிருந்து தருவார்கள். திரைப்படத்திற்கு அழைத்துப் போவார்கள். திட்டமிட்டுச் செல்வதும் உண்டு. நண்பர்களின் பிறந்த நாள் கொண்டாட்டங்களை ஒட்டியோ பிற சந்தோசமான தருணங்களிலோதான் திரைப்படங்களுக்குச் செல்வோம். ஏனென்றால் நகரத்துத் திரையரங்கக் கட்டணம் எங்களுக்கு மிகையானது. அப்படியும் இரண்டாண்டுகளில் பல திரையரங்குகளில் படம் பார்த்திருக்கிறேன்.

கைச்செலவுப் பணத்திலேயே மிக எளிதாகப் படம் பார்க்க இன்னொரு இடமும் எங்களுக்கு இருந்தது. கோவையில் இருந்து ஈரோடு செல்லும் சாலையில்தான் கல்லூரி. கல்லூரிக்கு அருகே நடைதூரத்தில் 'சித்ரா' என்று சுருக்கமாக அழைக்கப்படும் தென்னிந்திய ஜவுளி ஆராய்ச்சி நிறுவனம் இருந்த இடத்தில் கடைகள் மிகுந்திருக்கும். தேவையான பொருள்கள் வாங்குவதற்கு அங்கேதான் செல்வோம். அதைத் தாண்டி நான்கு கல் தொலைவு சென்றால் சின்னியம்பாளையம் என்னும் கிராமம் வரும். இப்போது அது நகர விரிவாக்கத்திற்குள் முழுவதுமாக மூழ்கிவிட்டது. அப்போது அது சாலையோரக் கிராமமாகவே இருந்தது. அங்கே கிராமத்துத் திரையரங்குக்கு உரிய எல்லா அம்சங்களோடும் திரையரங்கம் ஒன்று இருந்தது. முதல் ஆட்டத்திற்குப் போனதில்லை. போனால் இரவு உணவு இல்லாமல் போய்விடும். அதற்குத் தனியாகச் செலவழிக்க நேரும். ஆகவே இரவு உணவை முடித்துக்கொண்டு ஆசுவாசமாகப் புறப்பட்டுச் செல்வோம்.

நான்கு கல் தொலைவும் நடைதான். சாலையில் இந்த அளவு போக்குவரத்தும் இல்லை. சத்தமிட்டுக் கொண்டும் ஓடி விளையாடியபடியும் போவோம். அதே போலப் படம் பார்த்துவிட்டுத் திரும்பும்போதும். தார்ச்சாலை அல்ல அது. சந்தோசத்தின் நடைபாதை. கல்லூரியின் முதன்மை நுழைவாயில் கதவு பூட்டப்பட்டிருக்கும். ஏறிக் குதித்து உள்ளே நுழைவோம். அப்படி வருவதைக் காவலர் தடுப்பதில்லை. அதற்கு எழுதப்படாத அனுமதி உண்டு. விடுதிக்குப் பின்பக்கம் பெரிய கரிசக்காடு புதராக விரிந்து கிடக்கும். அதன் வழியாகச் செல்லும் ஒற்றையடிப் பாதையில் சென்றால் 'சித்ரா' வரும். ஆனால் இரவில் அவ்வழியில் செல்வதில்லை. பாம்பு பயம். சின்னியம்பாளையத்துத் திரையரங்கப் பெயர் மறந்து போனாலும்

அங்கு பார்த்த படங்கள் மறக்கவில்லை. புதிதாக வெளியாகும் படங்கள் ஓரிரு மாத இடைவெளியில் அங்கே வந்துவிடும்.

ரஜினியின் ‘மாவீரன்’, ‘மனிதன்’, ‘ஊர்க்காவலன்’, ‘வேலைக்காரன்’ ஆகியவை அங்கே பார்த்த முக்கியமான படங்கள். அந்தக் காலகட்டத்தில் ரஜினிகாந்த் ‘சூப்பர் ஸ்டார்’ அந்தஸ்து பெற்றுவிட்டார். ஆகவே அவர் படங்களுக்கு எங்களிடையே மவுசும் எதிர்பார்ப்பும் இருந்தன. மாவீரன் படத்தில் ‘வக்காலி’ என்னும் சொல்லை ரஜினிகாந்த் அடிக்கடி பயன்படுத்துவார். அவ்வார்த்தையைச் சென்சாரில் எப்படி அனுமதித்தார்கள் என்று தெரியவில்லை. ‘வக்காலோலி’, ‘ங்கொக்காலோலி’ என்றெல்லாம் மக்களிடையே வழங்கும் வசைச்சொல்லின் சுருங்கிய பேச்சு வடிவம் ‘வக்காலி.’ இப்படம் வந்தபோது பலர் இவ்வசையை விருப்பத்தோடு பயன்படுத்தினர். மாணவர்களிடையே இயல்பாகப் புழங்கும் சொல்லாகவும் இது மாறியது.

விடுதி மாணவர்களை எந்நேரமும் படித்தாக வேண்டும் என்று யாரும் கட்டாயப் படுத்துவதில்லை. கண்காணிப்பதும் இல்லை. அங்கே நிலவிய கல்விச் சூழல் காரணமாகப் பெரும்பாலும் மாணவர்கள் இயல்பாகவே படிப்பில் கவனம் செலுத்துவர். சரியாகப் படிக்காத மாணவர்கூட அங்கே வந்தால் மாறிவிடுவதுண்டு. தேர்வுக் காலங்களில் கல்லூரி முழுக்கவும் மின்விளக்குக் கம்பங்களின் அடியில் மாணவர்கள் உட்கார்ந்து படிப்பர். சில வகுப்பறைகளைத் திறந்து வைத்திருப்பர். விரும்புவோர் அங்கே உட்கார்ந்து படிக்கலாம். இரவு முழுக்கக் கல்லூரிக் கேண்டீன் திறந்திருக்கும். இரவு ஒரு மணி இரண்டு மணிக்கும்கூடப் போய் தேநீர் பருகலாம். தீனிகள் கொரிக்கலாம். தேர்வின் போதைய இரவுகள் எல்லாம் பகலாகத்தான் தோன்றும். பிற்பகல் நேரத்தில் விடுதிக்குள் பேரமைதி நிலவும். எங்கும் தூக்கத்தின் ஆட்சி. படிக்க இப்படி வசதி செய்து தரும் நிர்வாகம் பொழுதுபோக்கு அம்சங்களுக்கும் ஏற்பாடு செய்திருந்தது.

கல்லூரிக்குள் இரண்டு கோயில்கள் உண்டு. நுழைவாயிலில் இருந்து பார்த்தால் நேரே தெரியும் கலைமகள் கோயில். பக்கவாட்டில் பிள்ளையார் கோயில். இரண்டுக்கும் தினசரி பூஜை நடக்கும். அதற்கென பூசாரி நியமிக்கப்பட்டிருந்தார். வெள்ளிக்கிழமை முன்னிரவில் பூஜையோடு சுண்டல், சர்க்கரைப் பொங்கல் வழங்கலும் உண்டு. பக்திப் பழங்கள் எல்லாம் வெள்ளிக்கிழமைச் சுண்டலைத் தவற விடுவதில்லை. வெள்ளி இரவு எட்டு மணிக்கு ‘ஒளியும் ஒலியும்’ நிகழ்ச்சி தூர்தர்சனில் அப்போது பிரபலம். எங்கு போனாலும் ‘ஒளியும் ஒலியும்’

பார்க்க வந்துவிடுவது நோக்கமாக இருக்கும். தொலைக்காட்சி அறையில் நிற்க இடம் இருக்காது. அது மட்டுமல்ல, விடுதி மாணவர்களுக்காக வாரம் ஒரு படம் திரையிடப்படும். அது பிரதி சனிக்கிழமை இரவில்.

மாணவர்களுக்கு இருக்கும் சுதந்திரம் மாணவியர்க்கு இல்லை. மாலை ஆறு மணிக்கெல்லாம் விடுதியில் இருக்க வேண்டும் என்பது அவர்களுக்கு விதி. மாணவியர் பார்க்கட்டும் என்பதற்காகத்தான் வாராவாரம் படம் திரையிடல் தொடங்கப்பட்டிருக்கும் என நினைக்கிறேன். சனிக்கிழமை மாலை ஆறு மணிக்குத் தொடங்கி ஒன்பது மணிக்கெல்லாம் மாணவியருக்கான காட்சி முடிந்துவிடும். அவர்கள் உணவுக்குச் செல்லும்போது மாணவர்கள் உணவு முடித்து அடுத்த காட்சி பார்க்கப் போவோம். விடுதி உணவகத்திற்குப் பொறுப்பாக இருந்தோர் இளநிலைப் பட்ட இரண்டாமாண்டு மாணவர்கள். அவர்களே மனமகிழ் மன்றப் பொறுப்பாளர்களாகவும் இருப்பர். என்ன படம் எனத் தீர்மானித்து அதை எடுத்து வந்து திரையிடல் அவர்களின் பொறுப்பு.

விடுதி உணவகப் பொறுப்பைவிடத் திரைப்படப் பொறுப்பைச் செம்மையாக நிறைவேற்றுவர். காரணம் பொறுப்பாளர்களாக இருக்கும் மாணவர்கள் மட்டும் மாணவியர் படம் பார்க்கும்போதும் அங்கே இருக்கலாம். அவர்களுடன் சேர்ந்து படம் பார்க்கலாம். அவர்களோடு பேசலாம். அடுத்த வாரம் என்ன படம் வேண்டும் என்று அவர்கள் சொல்லும் விருப்பங்களுக்குக் காது கொடுக்கலாம். கண்டிப்பாக எடுத்து வருகிறேன் என்று உறுதி கொடுக்கலாம். அப்படிக் கேட்ட படம் கிடைக்கவில்லை என்றால் அதற்கான காரணத்தை வருத்தத்தோடு சொல்லலாம். பெரும் பெண்கள் கூட்டத்தோடு உரையாடும் வாய்ப்பு சாதாரணமானதா? சக விடுதி நண்பர்களுக்கிடையே ஒளிவட்டம் சுழலத் திரியலாம். அந்த வாய்ப்புக்காகவே விடுதி உணவகப் பொறுப்பாளர் ஆவதற்கு மாணவர்களிடையே பலத்த போட்டி இருக்கும்.

கல்லூரியில் ஆண்டுவிழா போன்ற பெருவிழாக்கள் நடத்துவதற்கென்று மிகப்பெரிய கலையரங்கம் ஒன்றுண்டு. அங்கேதான் படம் போடுவார்கள். அதிலே ஒரே ஒரு குறை. கல்லூரியில் 16எம்எம் புரொஜக்டர்தான் இருந்தது. ஆகவே 16எம்எம்மில் கிடைக்கும் படங்களை மட்டுமே எடுத்துவந்து ஓட்ட முடியும். அவ்வாறு கிடைக்கும் படங்கள் வெகு சொற்பம். ஆகவே போட்ட படங்களே திரும்ப வரவும் வாய்ப்புண்டு. விரும்பிய படங்கள் பெரும்பாலும் கிடைக்காமல் போய்விடும்.

அங்கே நான் பார்த்த படங்களின் எண்ணிக்கை வெகு சொற்பம். சனிக்கிழமைதான் படம் போடுவார்கள். நான் எப்படியும் ஒருவாரம் விட்டு ஒருவாரம் வீட்டுக்குக் கிளம்பிவிடுவேன். ஆகவே இரண்டு வாரங்கள் போய்விடும். இருக்கும் வாரத்திலும் பார்த்த படமாக இருந்தால் நண்பர்களுடன் போய்க் கொஞ்ச நேரம் இருந்துவிட்டுத் திரும்பிவிடுவேன். அல்லது போகாமலே இருப்பேன். இரண்டாவது ஆட்டம் பார்ப்பது போலத்தான். ஒன்பதரை மணிக்குப் போடுவார்கள். பன்னிரண்டு மணிக்கு மேல்தான் முடியும். மாணவர்களின் எண்ணிக்கை ஓரளவுக்கே இருக்கும். திரையரங்குக்குச் சென்று பார்க்கும் வாய்ப்பு மாணவர்களுக்கு இருப்பதால் இங்கே வந்து பார்ப்பதை அவ்வளவாக விரும்ப மாட்டார்கள். வெளியே எங்கும் செல்லாத 'சாமியார்ப் பயல்கள்' கொஞ்சம் பேர் உண்டு. இலவசமாக ஓட்டும் படம் என்பதால் அத்தகையோர் குழுமி இருப்பார்கள்.

அப்படியெல்லாம் இருந்தும் அங்கும் சில படங்களைப் பார்த்திருக்கிறேன். வெளியே பார்க்க வாய்ப்பில்லாத சில படங்கள். தியேட்டரில் கடை வைத்திருந்தபோது இயக்குநர் மகேந்திரனின் படங்கள் பெரும்பாலானவற்றைப் பார்த்திருக்கிறேன். உதிரிப்பூக்கள், முள்ளும் மலரும், நண்டு, மெட்டி, பூட்டாத பூட்டுக்கள் முதலிய படங்கள் நாங்கள் கடை வைத்திருந்த தியேட்டரிலேயே வெளியிடப்பட்டன. ஜானி, கை கொடுக்கும் கை ஆகியவை வேறு தியேட்டருக்குப் போய்விட்டன. ரஜினிகாந்த் படம் என்பதால் கூடுதல் தொகை கொடுத்து அந்தத் தியேட்டருக்கு வாங்கியிருக்கலாம். அங்கே நாங்கள் கடை வைத்திருந்த தியேட்டர் தவிரப் பிற தியேட்டர்களில் படம் பார்க்கப் போவது சுலபமில்லை. அப்பனிடம் அனுமதி பெற வேண்டும். 'நம்ம கொட்டாயில இத்தன படம் பாக்கற. அது பத்துலியா? காசு குடுத்து இன்னொரு கொட்டாயிக்குப் போவோனுமா?' என்று திட்டுவார். அதனால் பிற தியேட்டரில் வெளியான அந்த இரண்டு படங்களையும் பார்க்க இயலவில்லை.

விடுதியில் ஒருவாரம் 'கை கொடுக்கும் கை' போடுவதாக அறிவிப்பு செய்திருந்தார்கள். அதைத் தவறவிடாமல் பார்த்தேன். எண்பதுகளின் இறுதிப் பகுதியில் மாணவர்களிடையே ரஜினி, கமல் ஆகிய இருவருமே பேராதரவு பெற்ற நடிகர்களாக இருந்தனர். அவர்களின் படம் என்றால் மாணவர் கூட்டம் அலைமோதும். விடுதி 16எம்எம் திரையிடலின் போதும் அப்படித்தான். ஆட்டுக்கார அலமேலு படம் போட்டபோது அரங்கு வெறிச்சிட்டிருந்தது. ஆனால் 'கை கொடுக்கும் கை' பார்க்க நல்ல கூட்டம். கல்லூரி அரங்கில் 16எம்எம் திரையில் விடுதி நண்பர்களோடு அந்தப் படத்தைப் பார்த்தேன். சீழ்க்கைக்கு

இடையே பார்த்த படம் என்றாலும் அதன் கதையும் பல்வேறு அம்சங்களும் நன்றாக நினைவிருக்கின்றன. மகேந்திரன் 'முள்ளும் மலரும்' எடுத்தபோது ரஜினி கவனம் பெற்றுக்கொண்டிருந்த நடிகர். அதன்பின் அவ்வளவாக ஓடாத சில படங்களை எல்லாம் இயக்கினார் மகேந்திரன். இடையில் ரஜினியும் ஸ்ரீதேவியும் நடிக்க ஜானி படத்தை இயக்கியிருந்தார். அதுவும் நன்றாக ஓடிய படம். பின்னர் ரஜினிகாந்த் ஸ்டார் அந்தஸ்து பெற்றிருந்த நேரத்தில் மகேந்திரன் இயக்கிய படம் கை கொடுக்கும் கை. முள்ளும் மலரும், ஜானி ஆகியவை மகேந்திரன் படங்களாக இருந்தன.

கை கொடுக்கும் கை ரஜினியின் பிம்பத்தை ஒட்டி மகேந்திரன் அவருக்காகக் கதை எழுதி இயக்கிய படம். நான்கு சண்டை, வெவ்வேறு வகைப் பாடல்கள், வழக்கமான கதாநாயகன், வில்லன் எனச் சூத்திர வகைப்பட்ட படம் இது. அதற்குச் சில ஆண்டுகளுக்கு முன் முரட்டுக்காளை வெளியாகியிருந்தது. அப்படம்தான் ரஜினியைச் சூத்திரத்திற்குள் முழுமையாக அடைத்த படம். அதைப் பின்பற்ற முயன்று கை கொடுக்கும் கை தோல்வியைத்தான் சந்தித்தது. அது ரஜினி படமாகவும் இல்லாமல் மகேந்திரன் படமாகவும் இல்லாமல் போனதுதான் காரணம். அப்போதைய போக்கிற்குப் பொருந்தும் வகையில் இளையராஜா டைட்டில் பாடல் பாடினார். கதாநாயக அறிமுகம் கைத்தட்டலுக்கு உகந்த வகையில் காட்சிப் படுத்தப்பட்டது. நான்கைந்து சண்டைகள். ரஜினி பறந்து பறந்து அடித்தார். முரட்டுக்காளையில் 'பொதுவாக எம்மனசு தங்கம்' என்னும் பாடலைப் போலவே மலேசியா வாசுதேவன் குரலில் 'ஆத்தா பெத்தாளே' என்னும் பாடல் இதில். அதுவல்லாமல் வெவ்வேறு விதமான இரண்டு மூன்று பாடல்கள். புலமைப்பித்தனின் அருமையான வரிகளில் 'தாழம்பூவே பேசு' என்னும் பாடல் என்றைக்கும் கேட்கும் இனிமையோடு.

கையாட்களோடு கூடிய கிராமத்துப் பண்ணையார் வில்லன். சேவல் சண்டை, சந்தைகள், மாட்டு வண்டிகள் எனக் கிராமத்துப் படங்களுக்கே உரிய அனைத்துவிதக் களங்களும் காட்சிப்படுத்தப்பட்டிருந்தன. என்றாலும் மசாலாப் படத்திற்குரிய வேகம் இல்லாததுதான் படத்தின் குறைபாடு. இத்தகைய படங்களில் கதாநாயகன் எல்லாக் காட்சிகளிலும் வர வேண்டும் என்பது விதி. இப்படத்தின் பிற்பகுதியில் கொஞ்ச நேரம் ரஜினி என்ன ஆனார் என்பதே தெரியாது. நன்கு அறிமுகமான நட்சத்திரங்கள் பலர் இப்படத்தில் உண்டு. ஆனால் கிராமத்துக் கதைக்குரிய முகங்களாக அவர்களில் பலர் அமையவில்லை. வி.எஸ்.ராகவன், பூர்ணம் விஸ்வநாதன், சௌகார் ஜானகி, ஒய்.ஜி. மகேந்திரன் ஆகியோரின் பேச்சும்

பாவனைகளும் படத்தின் களத்தோடு ஒத்துப் போகவில்லை. தேங்காய் சீனிவாசனுக்குத்தான் பொருத்தமான பாத்திரம். இப்படத்தின் வில்லன் அறிமுக நட்சத்திரம் என்றாலும் நல்ல நடிகராகத் தோன்றினார். அவர் வேறு படங்களில் பின்னர் நடித்தாரா என்பது தெரியவில்லை.

இப்படத்தின் இன்னொரு முக்கியமான அறிமுக நடிகர் சின்னி ஜெயந்த். நகைச்சுவையும் வில்லத்தனமும் கலந்த பாத்திரம். மிக நன்றாக உருவாக்கப்பட்ட பாத்திரம். அவர் சிறப்பாக நடித்தும் இருந்தார். எனினும் பின்னர் சின்னி ஜெயந்துக்குக் குறிப்பிடத்தக்க பாத்திரம் ஏதும் அமையவில்லை. நடித்த எல்லாப் படங்களிலும் கை கொடுத்த கையில் நடித்த மாதிரியே பாவனைகள் காட்டிச் சேஷ்டைகள் செய்வார். மகேந்திரனிடம் கற்றுக்கொண்ட வித்தையை மறக்காமல் இருந்ததால்கூட அவர் எடுபடாமல் போயிருக்கலாம். எந்த நகைச்சுவை நடிகருக்கு முதல் படத்திலேயே டூயட் பாட வாய்ப்புக் கிடைத்திருக்கிறது? படத்தின் நேரத்தை நீட்டுவதற்காகவோ என்னவோ இப்படத்தில் சின்னிஜெயந்துக்கு டூயட் பாடல் உண்டு.

படம் பொதுப் பார்வையாளர்களுக்குத் திருப்தியைத் தரவில்லை. அதற்குப் படத்தின் முடிவு முக்கியக் காரணம். பார்வையற்ற ரேவதியை வில்லன் 'கெடுத்து' விடுகிறார். கதாநாயகியை வில்லன் கெடுக்கும் வரை கதாநாயகன் வந்து காப்பாற்றாமல் இருக்கலாமா? எங்கிருந்தாலும் சரியான நேரத்திற்கு வந்துவிட வேண்டும். எதேச்சையாகவேனும் கதாநாயகி தப்பித்திருக்கலாம். சரி, போகட்டும். கெடுத்த வில்லனுக்கு என்ன தண்டனை கிடைக்கும் என்று பார்வையாளர்கள் எதிர்பார்த்துக்கொண்டே இருக்கின்றனர். கதாநாயகன் கொல்லப் போகும்போது கதாநாயகனின் முறைப்பெண்ணான வில்லனின் மனைவி வந்து காலைப் பிடித்துக் கெஞ்சி தன் கணவனைக் காப்பாற்றிக்கொள்கிறாள். வில்லனும் திருந்திவிடுகிறான். கதாநாயகன் கொல்லாவிட்டாலும் வில்லனின் மனைவியே அவனைக் கொன்றுவிடுவாள் என்பது பார்வையாளர் எதிர்பார்ப்பு. இரண்டும் நடக்கவில்லை. எத்தனையோ படங்களில் வில்லன்கள் திருந்தியிருக்கிறார்கள். அதைப் பார்வையாளர்களும் ஒப்புக் கொண்டிருக்கிறார்கள். அந்த வில்லன்கள் கெடுதல் செய்வதற்கு முயல்வார்கள், வெற்றி பெற மாட்டார்கள். 'மகாதேவி' படத்தில் மிகக் கொடூரமான அதேசமயம் நுட்பமான வில்லன் பி.எஸ்.வீரப்பா. 'அடைந்தால் மகாதேவி, இல்லாவிட்டால் மரணதேவி' என்னும் பிரபல வசனமே படத்தில் வில்லனின் முழு நோக்கம். கடைசியில் வில்லன் திருந்திவிடுவார். வில்லன் திருந்திவிட்டால் போதுமா?

அவனுக்குத் தண்டனை வேண்டாமா? ரசிகர்கள் ஏற்றுக்கொள்ள மாட்டார்கள் என்பதால் திருந்திய பிறகும் வில்லன் செத்துப் போவதாகவே மகாதேவியில் காட்சி அமைக்கப்பட்டிருக்கும். ரசிகர்களுக்கு அதுதான் திருப்தி.

மகாதேவி படத்தைப் போலக் கை கொடுக்கும் கை படம் இந்தப் பிரச்சினையைக் கையாளவில்லை. கதாநாயகியையே கெடுத்த வில்லன் திருந்தி வாழலாமா? அதைப் பார்வையாளர்களால் ஏற்க இயலவில்லை. ரஜினிகாந்த் மாதிரியான கதாநாயகனின் வாயிலிருந்து 'நீ மனதால் கெடவில்லை' என்று வசனம் வருவதைப் பார்வையாளர்களால் ஜீரணிக்கவே முடியவில்லை. 'கெட்டுப் போன' பெண் செத்தாக வேண்டும் என்பது பட விதியல்லவா? ஆகவே கதாநாயகி தற்கொலைக்கு முயல்கிறாள். ஆனால் தோல்வியடைகிறாள். அதில் பார்வையாளர்களுக்குத் திருப்தி வரவில்லை. கதாநாயகி தற்கொலை செய்திருந்து அதன்பின் வில்லனைக் கதாநாயகன் பழி வாங்கியிருந்தால் ஏற்றுக் கொண்டிருப்பார்கள். சூத்திர வகைப்பட்ட படத்தில் மகேந்திரன் தன் சிந்தனையை வைத்திருக்கத் தேவையில்லை. அதுதான் படம் வெற்றி பெறாமைக்குரிய காரணம்.

படம் பார்த்துவிட்டு வந்து நண்பர்களோடு அதைப் பற்றி விவாதித்தபோது முடிவைப் பற்றியே எல்லாரும் திருப்தியற்றுப் பேசினார்கள். கதையில் தர்க்கக் குறைபாடுகள் நிறைய இருந்தன. இத்தகைய படங்களில் அதைத் தவிர்க்க இயலாது. வேகமும் முடிவும் சரியாக அமைந்திருந்தால் மகேந்திரனும் மசாலாப் பட இயக்குநராக வெற்றி பெற்றிருக்கக்கூடும். அது நடக்காமல் போனதும்கூட ஒருவகையான அதிர்ஷ்டம் தானோ?

●

6

சுதந்திர வெளி

நகரத்தில் குடியேறிக் கிட்டத்தட்டப் பத்தாண்டுகள் ஆகிவிட்டன. திரையரங்குக்குச் சென்று படம் பார்க்கும் வாய்ப்பு பெரும்பாலும் அமைந்ததில்லை. நினைத்தவுடன் படத்திற்குப் போகும் காலம் எப்போதோ கழிந்தாயிற்று. சட்டைப் பையில் இருக்கும் சில்லரைகளைச் சேர்த்தெடுத்துக் கொண்டு ஓடியது போல இப்போது முடியாது. குடும்பஸ்தர் ஆனவருக்கு நிகழும் சுதந்திரப் பறிப்புகளில் இதுவும் ஒன்று. திரைப்படம் பார்ப்பது என்றால் குடும்பத்தையும் சேர்த்துத்தான் திட்டமிட வேண்டும். சட்டைப்பை சில்லரைகள் போதாது. ரூபாய் நோட்டுக்கள் நிறைந்திருக்கிறதா என்று முன்கூட்டியே பார்த்துக்கொள்ள வேண்டும். குழந்தைகள் விரும்பும் படத்திற்கே முன்னுரிமை. 'காட்சிப்பிழை' இதழில் ஒரு படத்திற்கு விமர்சனம் கேட்கிறார்கள் என்று போய்விட முடியாது.

புதிதாக வெளியாகும் படத்தைப் பார்க்க நான்கைந்து பேர் சென்றால் செலவு ஆயிரம் ரூபாயைத் தாண்டும். டிக்கெட்டுக்கு ஐந்நூறு ரூபாய். (சில படங்களுக்கு நூற்றிருபது முதல் நூற்றைம்பது வரை வாங்குகிறார்கள்.) ஆட்டோவுக்கு இருநூறு. தின்பண்டங்கள், நொறுக்குகள், பானங்கள் என இருநூறு. படம் முடிந்து வந்து வீட்டில் சமைப்பது கடினம். ஒருவேளை உணவு ஓட்டலில் என்றானால் கணக்கு எங்கோ போய்விடும். நடுத்தரக் குடும்பத்திற்கு இது கட்டுபடி ஆகுமா? ஆண்டுக்கு ஓரிருமுறை திருவிழாக் கொண்டாட்டம் போலக் குடும்பத்தோடு படம் பார்க்கப் போவது சந்தோசமாக இருக்கும். மாதம் ஒருமுறை என்றால் கஷ்டம்.

இப்போது இந்நகரத்திற்குள் ஒன்பது திரையரங்குகள் உள்ளன. ஒரு தியேட்டர் சிற்றூர் ஒன்றிற்குச் செல்லும் சாலையில் உள்ளது. அது அதிகப் போக்குவரத்து இல்லாத பகுதியில் இருப்பதால் பலருக்குத் தெரியாது. மிகப் பழையதும்கூட. தியேட்டரின் கீழ்த்தளத்தில் மக்கள் அமர்வதில்லை. பால்கனி என்னும் மேல்தளத்தில்தான் உட்கார்கிறார்கள். அந்தப் பகுதி நிறைவதே பெரிய விஷயம். வெளியாகி ஓடிய புதுப்படத்தை அடுத்த ஒருமாதத்தில் இந்தத் தியேட்டரில் பார்க்கலாம். நூற்றைம்பது ரூபாய் கொடுக்க வேண்டியதில்லை. முப்பது ரூபாய் போதும்.

இன்னொரு தியேட்டரும் பழையதுதான். அதற்குப் பழைய பெயர் ஒன்றும் உண்டு. அது மக்களிடையே அதாவது ஆண்களிடையே மிகவும் பிரபலம். மலையாளம், ஆங்கிலம் எனப் பிறமொழிப் படங்களே அதில் போடுவார்கள். ஆபாசக் காட்சிச் சுவரொட்டியைக் கண்டால் அத்தியேட்டர் படம் என்று சொல்லிவிடலாம். இப்போது நீலப்படங்களைப் பார்க்கப் பல்வேறு வாய்ப்புகள் இருப்பதால் இந்தத் தியேட்டரிலும் பலவகைப் படங்களையும் திரையிடுகிறார்கள்.

இன்னும் இரு தியேட்டர்கள் போக்குவரத்து நெரிசல் மிகுந்த சாலையின் தொடக்கத்திலேயே உள்ளன. பெரிய தியேட்டர்கள். எனினும் மக்கள் விரும்புவதில்லை. ஒன்றில் அவ்வப்போது ஏதாவது புதுப்படம் வெளியாகும். இன்னொன்றில் பிறமொழிப் படங்களே அதிகம் போடுவார்கள். மற்றொரு சாலையில் பெரிய தியேட்டர் ஒன்றுள்ளது. அதிலும் படங்கள் வெளியாகும். இவையெல்லாம் முப்பது ஆண்டுகளுக்கு மேலான வரலாற்றைக் கொண்டவை.

இன்று மக்களிடையே பிரபலமாக இருப்பவை 'நாலு தியேட்டர்'தான். பெருநகரச் சாலையின் மையத்தில் உள்ள இவை ஒரே வளாகத்தில் அமைந்தவை. ஒரே உரிமையாளருடையவை. சிறுசிறு பெயர் மாற்றத்துடன் நான்கும் ஒன்றாக அமைந்திருப்பதால் 'நாலு தியேட்டர்' என்பதே மக்கள் வழக்கு. இந்தத் தியேட்டர்கள் தொண்ணூறுகளின் ஆரம்பத்தில் தொடங்கப்பட்டபோது 'மூனு தியேட்டர்'தான். அப்போது 'சோழன் காம்ப்ளக்ஸ்' என்று வளாகத்திற்குப் பெயர். சில ஆண்டுகள் கழிந்தபின் 'சேரன்' என்னும் தியேட்டர் ஒன்றும் சேர்ந்தது. அதுமுதல் 'நாலு தியேட்டர்' ஆயிற்று. உரிமையாளர் மாறிப் பெயர்களும் மாறிவிட்டன.

புதுப்படங்களே இவற்றில் வெளியாகின்றன. ஒரு தியேட்டரில் அவ்வப்போது பிறமொழிப் படம் வெளியாகும். இரண்டு தரைத்தளத்தில் அமைந்த பெரிய தியேட்டர்கள்.

இரண்டிலும் புதிய படங்களே வெளியாகும். அவற்றில் ஓடிக் கூட்டம் குறைந்துவிட்டால் அப்படத்தை மாடித் தியேட்டர்களில் மாற்றிப் போடுவார்கள். தரைத்தளத் தியேட்டரில் நூறு ரூபாய் கொடுத்துப் பார்க்கும் படத்தை மாடியில் முப்பது ரூபாய்க்குப் பார்க்கலாம். தியேட்டர்கள் புதிதாகவும் நவீனத்தன்மைகளோடும் இருக்கும். இப்போது சனி, ஞாயிறுகளில் போனால் மாடித் தியேட்டர்களில் நிச்சயம் படம் பார்க்கலாம். மற்ற நாட்களில் உறுதி சொல்ல முடியாது. பத்துப்பேர் வந்தால்தான் படம் போடுவார்கள். இல்லையென்றால் 'இன்று படம் இல்லை' என்று சொல்லிவிடுவார்கள். ஒவ்வொன்றுக்கும் ஐந்தைந்து பேர் நின்றிருந்தால் 'பத்துப் பேரும் ஒரே படத்திற்கு வருவதாக முடிவு செய்து சொல்லுங்கள்' என்று வாய்ப்பை ரசிகர்கள் பக்கம் திருப்பி விடுகிறார்கள். 'போஸ்டர் ஒட்டிட்டு எப்படிப் படம் போடாம இருக்கலாம்?' என்று சண்டை போடும் ரசிகர்களும் இருக்கிறார்கள்.

என்னுடன் பணியாற்றிய பேராசிரியர் அன்பரசன் திரைப்படம் பார்ப்பதில் மிகுவிருப்பம் உடையவர். அவரது பொழுதுபோக்கு படம் பார்ப்பது மட்டும்தான். எல்லாப் படங்களையும் பார்ப்பவர். ஆளே வராத படம், ஓரிரு நாள்கூட ஓடாத படம் எதுவானாலும் அவர் பார்த்திருப்பார். அவரது இளமைப்பருவத்தில் எங்களூரில் கொஞ்சநாள் இருந்தாராம். அங்கும் ஒருபடம் விடாமல் பார்த்திருக்கிறார். இப்போது குடும்பஸ்தர் என்றாலும் அவருக்குப் பிரச்சினை இல்லை. முதல் ஆட்டம், இரண்டாம் ஆட்டம் என்று விருப்பத்திற்கு ஏற்பப் பார்த்துச் சந்தோசமாக இருக்கிறார். எந்தத் தியேட்டரில் என்ன படம், எத்தனை நாளாக ஓடுகிறது, புதிதாக என்ன படம் வெளியாகிறது, அது எந்தத் தியேட்டரில் என்பது போன்ற விவரங்களை எல்லாம் விரல் நுனியில் வைத்திருப்பார். எனக்குத் தேவையான தகவல்களை அவரிடம் கேட்டுக்கொள்வது வழக்கம்.

இந்நகரத் தியேட்டர்கள் பற்றிப் பேசிக்கொண்டிருந்தபோது அவர் மிகுந்த வருத்தத்தோடு இரண்டு திரையரங்கங்கள் மூடப்பட்டது பற்றிப் பேசினார். கந்தன், மாசக்தி ஆகிய இரண்டு டூரிங் டாக்கீஸ்கள் இந்நகரில் ஐந்தாறு ஆண்டுகளுக்கு முன்வரை செயல்பட்டனவாம். மிகக் குறைந்த கட்டணத்தில் படம் பார்க்க வசதியாக இருந்த அவற்றை மூடப் பிற தியேட்டர் உரிமையாளர்கள் பல்வேறு வகைகளில் நிர்ப்பந்தம் கொடுத்தனராம். கந்தன் தியேட்டர் தீப்பற்றி எரிந்து போனதாம். தியேட்டர் உரிமையாளரே இன்சூரன்ஸ் தொகைக்காகத் தீவைத்துவிட்டார் என்றும் பிற தியேட்டர் உரிமையாளர்கள் பின்னணிக் காரணம் என்றும் மக்களிடையே பேச்சு உள்ளதாம்.

ஐம்பது ரூபாய் படத்தைக் கந்தன் டாக்கீஸில் ஐந்து ரூபாய்க்குப் பார்க்கலாமாம். நல்ல கூட்டம் வருமாம். அவை மூடப்பட்டது மக்களுக்குப் பேரிழப்பு என்றார் அவர். திரைப்பட ரசிகர் ஒருவரின் ஆழமான ஆதங்கத்தைப் புரிந்துகொள்ள முடிந்தது.

இந்நகரத்தில் இன்னும் சில தியேட்டர்கள் இருந்தமைக்குச் சான்றுகள் இருக்கின்றன. இன்னொரு சாலையில் 'பேமஸ் தியேட்டர் ஸ்டாப்பிங்' இப்போதும் உள்ளது. தியேட்டர் இருந்த இடம் இன்று வணிக வளாகமாக மாறிவிட்டது. அதேபோல மற்றொரு சாலையில் 'சுரேஷ் தியேட்டர் ஸ்டாப்பிங்' இருக்கிறது. தியேட்டர் இல்லை. அதுவும் பெரிய வணிக வளாகமாகிவிட்டது. வேறொரு சாலையில் பிரபலமாக இருந்த டூரிங் டாக்கீஸ் பற்றியும் சில தகவல்கள் கிடைக்கின்றன. இந்நகருக்கு அருகில் இருக்கும் சிறுநகரம் என்றோ பெருங்கிராமம் என்றோ சொல்லத்தக்க சில ஊர்களில் முன்னர் திரையரங்கங்கள் இருந்துள்ளன. பெருநகரச் சாலையில் உள்ள ஓரூரில் 'பாலமுருகன் திரையரங்கம்' செயல்பட்டிருக்கிறது. இன்னொரு சாலையில் உள்ள சிற்றூரில் இரண்டு தியேட்டர்கள் இருந்துள்ளன. 'பொற்கொடி திரையரங்கம்' இன்னும் மக்கள் நினைவில் உள்ளது. இன்று இந்நகரில் உள்ள தியேட்டர்களும் எப்போது மூடப்படுமோ என்னும் நிலையில்தான் இருக்கின்றன. அதற்குப் பல காரணங்கள்.

வெளியாகும் படங்களை எல்லாம் உடனுக்குடன் பார்க்கும் வழக்கமுள்ளவர் அன்பரசன். இப்போது அவரே கொஞ்சம் பொறுமை காக்கிறார். புதிய படத்திற்குக் குறைந்தபட்சம் நூறு ரூபாய் கொடுக்க வேண்டியிருப்பதால் ஒருவாரம் பொறுத்து டிக்கெட் விலை குறைந்த பின்னர் அல்லது மினிதியேட்டரில் படத்தைப் போட்ட பின் பார்க்கப் போகிறார். நானும் நிறையப் படங்கள் பார்ப்பதில் ஆர்வமுள்ளவன்தான். ஆனால் இப்போது தியேட்டருக்கு அவ்வளவாகச் செல்லாமைக்கு இதுவரை சொன்ன இரண்டு காரணங்கள்தான். குடும்பத்தோடு செல்ல வேண்டுமானால் முன்கூட்டியே பலவிதமான திட்டம் போட வேண்டியிருப்பதும் செலவுமே அவை.

இன்றைய நிலையில் எல்லாப் படங்களையும் தியேட்டருக்குப் போய்ப் பார்த்தாக வேண்டிய கட்டாயமில்லை. படம் வெளியான ஓரிரு நாள்களுக்குள் கடைகளில் சிடி எளிதாகக் கிடைக்கிறது. திருட்டு சிடிதான். காட்சிப்பிழை ஆசிரியர் சுபகுணராஜன் போல வாங்கக் கூடாது என்று விரதம் மேற்கொண்டிருக்க இயலவில்லை. புதுப்படக் குறுவட்டு ஐம்பது ரூபாய் விலையில் கிடைத்துவிடுகிறது. அவ்வளவாக ஓடாத படமாக இருப்பின்

ஒரே குறுவட்டில் இரண்டு படங்கள் இருக்கின்றன. நிலையைப் புரிந்துகொண்டு பிள்ளைகளும் சிடி வாங்கிக்கொள்கிறார்கள். அது அவர்களுக்கும் வசதியாக இருக்கிறது. ஓரிரு முறை கூடுதலாகப் பார்க்கவும் முடிகிறது. கடைகளில் வாங்கும்போது 'பிரிண்ட் நல்லா இருக்குமா?' என்று கேட்டால் கடைக்காரர் சொல்லும் பதில்கள் இரண்டு விதம். 'தியேட்டர் பிரிண்டு. சுமாராத்தான் இருக்கும். இன்னம் ஒருவாரம் போனா நல்ல பிரிண்ட் கிடைக்கும்' என்பது பெரும்பாலான நேரத்தில் சொல்லும் பதில். முகங்கள் தெளிவாக இல்லாமலும் வசனம் சரியாகக் கேட்காமலும் இருக்கின்றன. தியேட்டரில் ரசிகர்கள் நகரும் நிழல்பிம்பங்கள்கூடத் தெரிகின்றன. தியேட்டரில் பார்க்கும் திருப்தி கிடைக்காது.

சிடி கடைக்காரர் அதிசயமாக 'இது நெட் பிரிண்ட். கிளியரா இருக்கும்' என்று பதில் சொல்வார். இது கொஞ்சம் மாறி 'பாண்டிச்சேரி பிரிண்டுங்க' என்பதும் உண்டு. நெட் பிரிண்டாக இருந்தாலும் பாண்டிச்சேரி பிரிண்டாக இருந்தாலும் படம் தெளிவாக நன்றாக இருக்கும். எனக்கு அதன் பின்னணி பற்றித் தெரியவில்லை. தியடோர் பாஸ்கரன் அவர்கள் நடித்திருந்த 'அவள் பெயர் தமிழரசி' படத்தைத் திருட்டுக் குறுவட்டில் பார்த்தபின் அவரிடம் பேசினேன். அவர் 'எங்க பாத்தீங்க?' என்றார். இப்படியான கேள்வியை நான் எதிர்பார்க்கவில்லை. தயக்கத்தோடே 'சிடியில' என்றேன். 'அதற்குள் சிடி வந்துவிட்டதா?' என்று ஆச்சர்யப்பட்டார். பெரும்பாலான படங்களுக்கு வெளியான அடுத்த நாளே சிடி வந்துவிடுகிறது. பொதுமக்கள் நலன் கருதி நடக்கும் சமாச்சாரம் இது.

சமீபத்தில் தியேட்டருக்குப் போய்ப் படம் பார்க்கும் வாய்ப்பு ஒன்று கிடைத்தது. என் மகன் இப்போது பன்னிரண்டாம் வகுப்புத் தேர்வு எழுதி முடித்திருக்கிறான். கணினி அறிவியல் பிரிவு. கணினி அறிவியல் தேர்வுக்கு ஒருவாரம் விடுமுறை இருந்தது. ஆகவே விடுதியில் இருந்து வீட்டிற்கு அனுப்பிவிட்டார்கள். பன்னிரண்டாம் வகுப்புத் தேர்வு முடியும் தருணம் இங்கிருக்கும் பள்ளிகள் எல்லாம் பல அடுக்குப் பாதுகாப்பு அரண்களாக மாறிவிடும். இரண்டாண்டுகளாகப் படிப்பு, தேர்வு ஆகியவற்றைத் தவிர வேறெதிலும் ஈடுபட வாய்ப்பில்லாமல் சிறை வைக்கப்பட்டிருக்கும் மாணவர்களின் ஆத்திரமும் கோபமும் கடைசித் தேர்வு எழுதி முடிந்ததும் வெளிப்படும்.

விடுதி மாணவர்களிடம் விடுதலை உணர்வு வன்முறையாக வெளிப்படும். அறைகளில் உள்ள ஸ்விட்ச் போர்டுகளைச்

சிதைத்தல், இரும்புக் கட்டில்களை உடைத்தல், கழிவறைச் சுவர்களில் ஆசிரியர்களையும் வார்டன்களையும் கேவலப்படுத்தி ஆபாசமான வார்த்தைகளில் எழுதி வைத்தல் உள்ளிட்ட பல்வேறு செயல்கள் அரங்கேறும். தடுப்பு அரண்களை எல்லாம் மீறிக் கடத்தி வரப்பட்ட பட்டாசுச் சுருள்கள் அங்கங்கே வெடிக்கும். தனியாக மாட்டிக்கொள்ளும் ஆசிரியருக்கும் வார்டனுக்கும் உதை விழும். இப்படிப்பட்ட செயல்களைத் தடுக்கப் பள்ளி நிர்வாகம் விதவிதமான முறைகளைக் கையாளும். போலீஸ் காவல் போடுவதும் உண்டு. ஆசிரியர்களும் வார்டன்களும் களத்தில் ஆயுதங்கள் சகிதமாக இறங்கிக் காவல் புரிவர்.

வன்முறையை அடக்கக் கையாளும் உத்திகளில் முக்கியமானது முடிந்த அளவு விடுதி மாணவர்களின் எண்ணிக்கையைக் குறைத்துக்கொள்வது. பன்னிரண்டாம் வகுப்பு தவிரப் பிற வகுப்பு மாணவர்களை விடுமுறை அளித்து வீட்டுக்கு அனுப்பிவிடுவர். ஆயினும் பன்னிரண்டாம் வகுப்பு மாணவர் எண்ணிக்கையே ஆயிரத்தைத் தாண்டும். உயிரியல் பிரிவு படிக்கும் மாணவர்களையும் கணினி அறிவியல் படிக்கும் மாணவர்களையும் பிரித்து விடுவதற்கு வழி இருக்கிறது. உயிரியல் தேர்வு முடிந்து சில நாட்கள் கழித்துத்தான் கணினி அறிவியல் தேர்வு வரும். அந்த இடைவெளி விடுமுறையில் கணினி அறிவியல் மாணவர்களை வீட்டுக்கு அனுப்பிவிடுவர். இப்போது உயிரியல் பிரிவு மாணவர்கள் மட்டுமே விடுதியில் இருப்பர். அந்த அடிப்படையில்தான் என் மகனுக்கு விடுமுறை.

கணினி அறிவியல் பாட மதிப்பெண்ணை தரமதிப்பெண்ணுக்கு எடுத்துக்கொள்வதில்லை. ஆகவே அத்தேர்வுக்குக் கஷ்டப்பட வேண்டியதில்லை. ஏதாவது படத்திற்குப் போகலாம் என்று என் மகன் சொன்னான். அப்போது வெளியாகி ஓடிக் கொண்டிருந்த படம் 'பரதேசி.' வேறு குறிப்பிடத்தக்க படம் எதுவும் வெளியாகவில்லை. இப்படம் குறித்து ஊடகச் செய்திகள் பலவிதமாக வந்தன. அவை மாணவர்களை எட்டியிருந்தன. அது நல்ல படம் என்பதான கருத்து எப்படியோ மாணவர்களிடம் பரவியிருந்தது. மகனின் விருப்பமும் அந்தப் படத்தைப் பார்க்கலாம் என்பதுதான். நானும் அதைப் பார்க்க விரும்பினேன். குடும்பத்தோடு செல்லத் திட்டமிட்டுக் கிளம்பினோம். நாலு தியேட்டர்களில் ஒன்றாகிய தரைத்தளத் தியேட்டரில் படம் ஓடியது. நூறு ரூபாய் டிக்கெட்.

நாங்கள் போன அன்றைக்குத்தான் உயிரியல் பாடத் தேர்வு நடந்திருந்தது. தேர்வுகள் முடிந்த உற்சாகத்தைத் தியேட்டர் முன்னால் பார்க்க முடிந்தது. மாணவர்கள் கூட்டம்.

கலகலப்பும் ஆரவாரமும் தியேட்டருக்கு வெளியிலேயே மும்மரமாயிருந்தது. நாலு தியேட்டரில் ஒன்றில் ஆங்கிலப் படம் ஓடிக் கொண்டிருந்தது. மினி தியேட்டர்களில் மாணவர்கள் விரும்பாத லோ பட்ஜெட் படங்கள். ஆங்கிலப் படத்திற்கே மாணவர்கள் செல்வர் என நான் நினைத்திருந்தேன். என் நினைப்புக்கு மாறாக அவ்வளவு கூட்டமும் பரதேசி படத் தியேட்டருக்குள் நுழைந்தது. அப்படத்திற்குக் கிடைத்திருந்த பல்வகை விளம்பரமும் வெளியான சந்தர்ப்பத்தில் வேறு படம் ஏதும் இல்லாமல் இருந்ததும் மாணவர்கள் அதனைத் தேர்ந்தெடுக்கக் காரணமாக இருந்திருக்கலாம். மார்ச் மாதம் இருபதாம் தேதி அது.

மாணவர்களால் தியேட்டர் நிரம்பி விட்டது. அரங்கு நிறைந்த காட்சியாகப் படம் பார்த்துப் பல ஆண்டுகள் ஆகிவிட்டன. எனக்கு உற்சாகமாக இருந்தது. உள்ளே சீழ்க்கை ஒலி காதைப் பிய்த்தது. மாமா, மச்சி வார்த்தைகள் காதுகளில் விழுந்த வண்ணம் இருந்தன. பள்ளியையும் தியேட்டரையும் ஒப்பிட்டுப் பார்ப்பதைத் தவிர்க்க முடியவில்லை. பள்ளி சிறைக்கூடம் என்று சொல்வது சிறையைக் குறைத்து மதிப்பிடுவதாகும். பள்ளியை வதைக்கூடம் என்றுதான் சொல்ல வேண்டும். இளமையின் துடிப்புகளைக் கட்டி வைக்க எத்தனையோ வழிமுறைகளைப் பள்ளிகள் கையாள்கின்றன. எதிர்காலம் பற்றிய பயமுறுத்தல் தரும் அறிவுரைகள் தொடங்கிப் பின்னியெடுக்கும் அடியாகிய வன்முறை வரைக்கும் எல்லாவற்றையும் அங்கே பிரயோகிக்கிறார்கள்.

இளமையின் வளர்ச்சிக்கு ஏற்ற வடிகால் அங்கே ஏதுமில்லை. விளையாட்டு அறவே கிடையாது. பல பள்ளிகளில் மைதானமே இல்லை. விடிகாலை நான்கு அல்லது ஐந்து மணிக்கு எழுந்தால் இரவு பதினொரு மணி வரை படிப்பும் தேர்வுமே. பள்ளிக்கு மாற்றாகத் தியேட்டரை வைக்கிறார்கள் மாணவர்கள். இன்றைக்குப் படங்கள் வெற்றியடையக் காரணம் மாணவர்களும் இளைஞர்களும்தான். அவர்களே தியேட்டரை நோக்கி வருகிறார்கள். காரணம் படங்கள் மட்டுமல்ல. தியேட்டர் என்பது சுதந்திர வெளி. கத்தலாம். கூச்சலிடலாம். ஆரவாரம் செய்யலாம். சீழ்க்கை அடிக்கலாம். கலாய்க்கலாம். சிரிக்கலாம். எத்தனையோ லாம்கள். எல்லாவற்றுக்கும் தியேட்டர் இடம் தருகிறது. முகங்கள் கழன்று திரிய வாகான வெளியாகிய அதைப் பயன்படுத்திக் கொள்ளவே மாணவர்கள் தியேட்டரை நாடுகின்றனர் என்னும் ஞானோதயம் எனக்கு அப்போது தோன்றியது. கல்வி நிறுவனங்களையும் தியேட்டர் அல்லது

திரைப்படங்களையும் இணைத்துப் பேசும் பேச்சுக்கள் பலவும் எனக்கு நினைவுக்கு வந்தன.

'படிப்புல ஒன்னயும் காணோம். சினிமாப் பாக்க உட்ரு.'

'லீவுல சினிமாப் பாக்கப் போகாதீங்கடா. படிக்கற வேலயப் பாருங்க.'

'பாடத்துல கேட்டா ஒன்னும் தெரியாது. சினிமாவப் பத்திக் கேளுங்க நல்லாச் சொல்லுவானுங்க.'

'என்னடா தூங்கற. செகண்ட் ஷோ போனியா?'

– இப்படி எத்தனை வார்த்தைகள்.

மாணவர்கள் வகுப்பில் இப்படி உற்சாகமாக இருந்தால் எப்படி இருக்கும் என்று நினைத்துக்கொண்டேன். விளம்பரப் படங்கள் ஓடின. மத்திய அரசு தயாரித்த விவசாயத்துறை விளம்பரப் படம் ஒன்று. மாற்றம் ஒன்றுதான் மாறாதது என்னும் நியதி நம் அரசு விளம்பரப் படங்களைப் பொருத்தவரை பொய்த்துப் போயிற்று என்றுதான் சொல்ல வேண்டும். அரசாங்கத் திட்டத்தால் பயன்பெற்ற விவசாயி ஒருவர் குடும்பத்துடன் மகிழ்ச்சியாக இருக்கும் காட்சி. அவர் தன் எதிர்காலத் திட்டங்கள் பலவற்றையும் மனைவியுடன் பகிர்ந்துகொள்கிறார். 'மகளை நல்ல பள்ளிக்கூடத்தில் படிக்க வைக்க வேண்டும்' என்று சொல்கிறார். உடனே மாணவர்கள் கோரஸாக 'சர்ச்பார்க்லதான் படிக்க வெக்கோனும்' என்று பலவிதமான கேலிக்குரல்களை எழுப்புகின்றனர். அவர்கள் எல்லாரும் அந்தப் பள்ளி மாணவர்கள் என்று தெரிந்தது. எந்த மாணவருக்கும் தம் பள்ளி பற்றி நல்ல நினைவுகள் இல்லாத காலம் இது.

பின்னர் படம் ஓடத் தொடங்கியது. சீழ்க்கையும் கூச்சலும் மிகுந்தன. படம் பார்க்க முடியாது போலிருக்கிறது என்று நினைத்துக்கொண்டேன். ஆனால் கொஞ்ச நேரத்தில் எல்லாம் அடங்கிவிட்டது. மாணவர்களின் கொண்டாட்ட மனநிலைக்குப் படம் ஈடு கொடுக்கவில்லை. அதர்வாவை வேதிகா இழுத்துக் கட்டியணைத்துக் கொள்ளும் காட்சியிலும் விக்கிரமாதித்தியன் வரும் காட்சிகளிலும் மட்டும் கொஞ்சம் சலசலப்பு. மற்றபடி சத்தமே இல்லை. தூங்குகிறார்களா, பார்க்கிறார்களா என்னும் சந்தேகம் எனக்கு எழுந்தது. என் மகனுக்கு இடைவேளை வரைக்கும்கூடப் பொறுமை இல்லை. கீழே குனிந்துகொண்டு செல்பேசியை நோண்ட ஆரம்பித்துவிட்டான். படம் அவன் மனநிலைக்குக் கொஞ்சமும் ஒத்து வரவில்லை. மாணவர்கள்

மனநிலையும் அப்படித்தான் இருக்குமோ? இடைவேளையோடு எல்லாரும் எழுந்து போய்விடுவார்கள் என்று எதிர்பார்த்தேன். போகவில்லை. இறுதிவரை அமைதியாகப் படம் பார்த்தார்கள். முடிந்து வெளியேறும் போதும் அவ்வளவாகக் கூச்சலில்லை. 'பரதேசி பரதேசி' என்று விளிக்கும் குரல்கள் மட்டும் எழுந்தன. ஒருவருக்கொருவர் அப்பெயரைச் சொல்லிக் கூப்பிட்டிருப்பார்களோ? படத்தைப் பார்த்ததைவிட அவர்கள் மீதான கவனமே எனக்கிருந்தது.

படத்தைப் பற்றி என்ன சொல்ல? இணையத்திலும் காட்சிப்பிழை போன்ற இதழ்களிலும் நிறையப் பேசியாகிவிட்டது. தர்க்கக் குறைபாடுகள் பல உள்ளன. அது உண்மை. 'எரியும் பனிக்காடு' நாவலைப் படித்திருக்கிறேன். நாவலைப் படமாக்கவில்லை. நாவலிலிருந்து களத்தையும் தகவல்களையும் மட்டும் எடுத்திருக்கிறார்கள். மற்றபடி நாவலோடு ஒப்பிட்டுப் பேச ஒன்றும் இல்லை. படத்தின் இறுதியில் கதாநாயகன் ஏதாவது அவதாரம் எடுப்பார் என்று நினைத்தேன். அது நடக்கவில்லை. பாலா படத்தின் புதுமை இது. தொண்ணூறுகளில் சென்னையில் நவீன நாடகங்கள் பலவற்றைப் பார்த்திருக்கிறேன். அப்படியான நாடகம் ஒன்றைப் பார்ப்பதான உணர்வே எனக்குத் தோன்றியது. அது ஏன் என்று யோசித்துப் பார்க்கிறேன். காரணம் புலப்படவில்லை.

●

7

என்றா பல்லக் காட்ற?

எங்கள் பகுதியின் மேட்டுக்காட்டு வேளாண்மையில் முக்கியப் பயிர் நிலக்கடலைச் சாகுபடி. இது இருபதாம் நூற்றாண்டின் தொடக்கத்தில்தான் பிரபலமாயிற்று என்று நினைக்கிறேன். சங்கர்ராம் எழுதிய 'மண்ணாசை' நாவலில் இதை 'சீட்டுக்கிளிச்சான் கடலை' என்று சொல்கிறார். இதைப் பயிரிட்ட விவசாயிகள் பலர் நொடித்துப் போனதாக அவர் எழுதியுள்ளார். ஆனால் எங்கள் பகுதியில் இன்றுவரை நிலக்கடலை விவசாயமே கோலோச்சுகிறது. கம்பு, தினை, வரகு உள்ளிட்ட புன்செய்ப் பயிர்களின் சாகுபடியை இது விழுங்கி ஏப்பம் விட்டுவிட்டது.

நிலக்கடலை விவசாயம் செய்வதில் ஈடுபாடு காட்டுவதற்குப் பல காரணங்கள் இருக்கின்றன. கடலை மகசூல் ஒருபுறம் இருந்தாலும் கடலைக்கொடியின் பயன் முக்கியமானது. ஆடு மாடுகள் வளர்ப்பதையே பிரதானமாகக் கொண்ட விவசாய வாழ்க்கை எங்களுடையது. அவை கடலைக்கொடியை விரும்பி உண்ணும். கடலைக்கொடி போர் இல்லாத வீட்டைக் காண முடியாது. நன்றாகக் காயவைத்துப் போர் போட்டுவிட்டால் இரண்டு மூன்று வருடங்களுக்குக்கூட அக்கொடி 'பவுனாட்டம்' இருக்கும்.

நிலக்கடலையோடு ஊடுபயிராகத் துவரை, கொட்டமுத்து (ஆமணக்கு) ஆகியவற்றைப் போடுவோம். கடலைக்கொடி வெட்டியதும் கொஞ்சநாளில் துவரை தயாராகிவிடும். அதன்பின் மூன்று மாதம் வரைக்கும்கூடக் கொட்டச்செடி காட்டுக்குள் இருக்கும். கொட்டத்தழை ஆடுகளுக்கு விருப்பமான உணவு. ஆடு மாடுகளோடு சம்பந்தமுடைய விவசாயம் நிலைபெறும். அந்த அடிப்படையில் நிலக்கடலைச் சாகுபடியும் நிலைபெற்றது.

நிலக்கடலையில் கொடிக்கடலை, குத்துக்கடலை என்று இரண்டு வகை உண்டு. கொடிக்கடலையின் செடி கொடியைப் போலப் படரும். விழுதுகள் அகண்டு இறங்கும். அதனால் களைக்கொத்து கொண்டு வெட்டித்தான் எடுக்க வேண்டும். ஆனால் வறட்சியைத் தாங்கும் ஆற்றல் கூடுதல். குத்துக்கடலை படராத செடி. தண்ணீர் கூடுதலாகத் தேவை. எங்கள் பகுதி முழுக்கக் கொடிக்கடலை விவசாயம்தான். வைகாசியில் பெய்யும் கோடை மழைக்கு உழவோட்டிப் போட்டு ஆனி மாதம் பாதிக்கு மேல் ஆடி பாதி வரைக்கும் பெய்யும் மழைக்குக் கடலை போடுவோம். அப்போதுதான் அடைமழைக் காலமாகிய ஐப்பசி, கார்த்திகை முடிந்து பனிப்பருவ மார்கழியில் அறுவடை செய்யலாம். கடலைக்கொடியை மழையில் நனையாமல் காப்பாற்றிக்கொள்ளலாம்.

கடலை அறுவடை முடிந்ததும் காயைக் காய வைக்க வேண்டும். அப்போதெல்லாம் அதற்குக் களம் கிடையாது. ஊருக்குப் பொதுவாகப் பெரும்பாறை இருக்கும். அல்லது சிலரது நிலத்திற்குள் சிறுபாறைகள் இருக்கும். அவையே களமாகப் பயன்படும். எங்கள் நிலத்திற்குள் அப்படி ஒரு பாறை இருந்தது. அதில்தான் கடலைக்காயைக் காயப் போடுவோம். வீட்டிற்கும் பாறைக்கும் வெகுதூரம். குவித்து வைத்திருக்கும் காய்க் குட்டானைப் பகலில் உடைத்துப் பரப்பிக் காய வைக்க வேண்டும். மாலையில் கூட்டிக் குட்டானாக்கிவிட வேண்டும். இல்லாவிட்டால் பனியில் நமுத்துப் போய்விடும்.

காட்டுக்குள் தனியாகப் பாறை இருப்பதால் காவலுக்கு ஆள் வேண்டும். ஆள் இல்லையென்றால் மூட்டைக் கணக்கில் காய் காணாமல் போய்விடும். நான் சிறுபையனாக இருந்தபோது கடலைக்காய்க் காவலுக்கென என் பாட்டனுடன் பாறைக்குப் போய்ப் படுத்திருப்பேன். எங்களுடையதும் எங்கள் சித்தப்பாக்களுடையதுமாக அடுத்தடுத்துப் பாறையில் காயும். கிட்டத்தட்ட ஒருமாத காலம் என் பாட்டனின் படுக்கை பாறையில்தான். அவருக்குத் துணையாக யாராவது ஒருவர் போய்ப் படுத்திருப்போம். எனக்கு அதில் விருப்பம் அதிகம்.

கதை சொல்லாத பாட்டன் அவர். ஆனால் அவரது வாழ்க்கை அனுபவங்கள் பலவற்றைச் சுவாரசியமாகச் சொல்வார். அது எனக்குப் பிடிக்கும். இருளில் சிறுகுடிசைக்குக் கீழே பனிப்பதத்தில் போர்வையை உடல் முழுக்கப் போர்த்திக்கொண்டு தூங்கும் சுகம் மட்டும் அதற்குக் காரணமல்ல. குளிர் காயும் சாக்கில் தீப்போட்டு அதில் கொஞ்சம் கடலைக்காய்களையும் வறுத்துத் தின்போம். சுரைப்புருடையில் கள் வாங்கி வைத்திருப்பார்.

பொறுத்துப் பொறுத்துத் துளித்துளியாகக் குடிப்பது அவர் வழக்கம். எனக்கும் அதில் பங்கு கிடைக்கும். என் வீட்டுக்குத் தெரிந்தால் பாட்டனை அண்டவே விடமாட்டார்கள். அந்த எச்சரிக்கையோடும் சின்னப் பையன் என்பதாலும் கொஞ் சமாகத்தான் எனக்குத் தருவார். முட்டை, எலி, பறவைக்குஞ்சுகள் என ஏதாவது ஒன்றைச் சந்தர்ப்பம் போல வறுப்பார். எதுவும் இல்லையென்றால் கடலைக்காய் இருக்கிறது. பனிக்காலத்துப் பாறையும் இரவும் இப்படி எனக்குப் பிடிக்கப் பல்வேறு சுதந்திரங்களை வைத்திருந்தன.

அப்போது நான் ஒன்பதாம் வகுப்பு படித்துக்கொண்டிருந்தேன். கடலைக்காய் காவலுக்குப் பாட்டனோடு பாறைக்குப் போயிருந்தேன். அன்றைக்கெல்லாம் பாறை இருப்பிலோ பாட்டன் பேச்சிலோ என் மனம் லயிக்கவில்லை. ஒரு திரைப்படத்தை எப்படியாவது பார்க்க வேண்டும் என்னும் எண்ணம்தான் ஓடிக்கொண்டிருந்தது. அதுவும் எங்கள் ஊருக்கு வாராது வந்த மாமணி போல் புதிதாகத் திரையரங்கம் ஒன்று தொடங்கப்பட்டுச் சில மாதங்களே ஆயின. அதில் இன்னும் ஒருபடம்கூட நான் பார்க்கவில்லை. என் வகுப்பைச் சேர்ந்த பலபேர் அதில் படம் பார்த்திருந்தார்கள். வகுப்பறையில் அதைப் பற்றிப் பேச்சு வரும்போது எனக்குச் சொல்ல ஏதும் இருப்பதில்லை.

பக்கத்து நகரத்துக்குச் செல்லச் சுற்றுவழி ஒன்று உண்டு. ஆற்றோரக் கிராமங்களை எல்லாம் பார்த்துக்கொண்டு பேப்பர்மில் வழியாகப் போகலாம். பேட்டை வழி என்று அதைச் சொல்வார்கள். நகரத்திலிருந்து சிற்றூர் ஒன்றுக்குச் செல்லும் சாலையில் கொஞ்ச தூரம் சென்றதும் வலப்பக்கம் பிரியும் வழி அது. அப்படிப் பிரிந்ததும் ஒருகல் தொலைவில் கொள்ளூர் என்றோர் ஊர் உண்டு. அங்கேதான் 'அண்ணா திரையரங்கம்' தொடங்கப்பட்டிருந்தது.

டாக்கீஸ் என்னும் பெயர் இருப்பின் அது பழையது என்று உடனே கண்டுகொள்ளலாம். 1970களிலும் எண்பதுகளிலும் தொடங்கப்பட்ட டாக்கீஸ்களுக்குத் தியேட்டர் என்றும் திரையரங்கம் என்றும் பெயர்கள் சூட்டப்பட்டன. சிமிட்டி அட்டையோ கான்கிரீட் தளமோ போடப்பட்டிருக்குமாயின் அது தியேட்டர் என்று பெயர் பெறும். தியேட்டரின் இருப்பிடம் நகரம். கீற்றுக்கொட்டகை என்றால் அது திரையரங்கம். நகரத்துக்கு வெளியில் கிராமப்புறச் சூழலில் திரையரங்கம் அமைந்திருக்கும். 'அண்ணா திரையரங்கம்' அப்படித்தான் தொடங்கப்பட்டிருந்தது. ஒரே ஆண்டுதான் அது நடந்தது

என நினைவு. சாலையிலிருந்து உள்ளடங்கிய நிலப்பகுதியில் ஆரவாரமே இல்லாமல் கொஞ்சகாலம் ஓடிய அத்திரையரங்கு ஊர்க்காரர்கள் பலருக்கே இன்று நினைவில் இல்லை.

தொடங்கப்பட்டு ஆறுமாதமாகியும் நான் ஒருபடம்கூட அங்கே பார்க்கவில்லை. அதற்கான வாய்ப்பு அமையவே இல்லை. ஒவ்வொரு தியேட்டரிலும் படம் மாற்றிச் சுவரொட்டி ஒட்டும்போது ஆவலாகப் பார்ப்போம். அண்ணா திரையரங்கச் சுவரொட்டிகளையும் அப்படிப் பார்த்துக்கொண்டிருக்கத்தான் முடிந்தது. குறுகிய காலமே நடைபெற்ற அத்திரையரங்கில் பார்த்த மூன்று படங்கள் என் நினைவில் இருக்கின்றன. 'மக்களைப் பெற்ற மகராசி' பழைய படம். அதுவல்லாமல் இரண்டு புதிய படங்கள். சுதாகர் கதாநாயகனாக நடித்தவை அவை. எம்.ஜி.வல்லபன் எழுதி ஜென்சி பாடிய 'மீன்கொடி தேரில் மன்மதராஜன் ஊர்வலம் போகின்றான்' என்னும் பிரபல பாடல் இடம்பெற்ற 'கரும்புவில்' படம் ஒன்று. 'பொன்மானத்தேடி நானும் பூவோடு வந்தேன்' என்னும் அரிய பாடல் வரும் 'எங்க ஊரு ராசாத்தி' (கங்கை அமரனே எழுதி அவரே இசையமைத்தது என நினைவு) படம் மற்றொன்று.

என் பாட்டனோடு கடலைக்காய் காவலுக்குப் படுக்கப் போயிருந்த அந்தச் சமயத்தில் அண்ணாவில் 'மக்களைப் பெற்ற மகராசி' படம் போட்டிருந்தார்கள். நீண்ட இடைவெளிக்கு அப்புறம் அப்படம் மறுவெளியீடாக வந்திருக்க வேண்டும். ஆகவே அதைப் பற்றிப் பரவலான பேச்சு ஏற்பட்டிருந்தது. சிவாஜி படமே பிடிக்காத என் அப்பன்கூட 'அந்தத் தொறந்தவாயன் நம்மூருப் பேச்சுப் பேசுவாண்டா இந்தப் படத்துல' என்று சொன்னார். அவர் அப்படத்தைப் பார்த்தாரா என்பது சந்தேகம்தான். ஆனாலும் அதைப் பற்றிச் சொல்ல அவருக்கும் ஒரு விஷயம் இருந்தது.

புதுத் திரையரங்கம், நல்ல படம் என்னும் பேச்சு எல்லாம் சேர்ந்து அந்தத் திரையரங்குக்குச் செல்லும் ஆர்வத்தைத் தூண்டின. அதற்கு வாய்ப்புத்தான் அமையவில்லை. அன்றைய இரவு நான் சுரத்தில்லாமல் இருப்பதைப் பார்த்த பாட்டன் 'என்னடா பொன்னு ஆச்சு?' என்று கேட்டார். என்னைப் 'பொன்னு' என்று அழைப்பவர் அவர் ஒருவர்தான். என்னை மட்டும்தான் அப்படி அழைப்பார். அவரிடம் என் பிரச்சினையைச் சொன்னேன். அவருக்குத் திரைப்படம் பார்ப்பதில் ஆர்வம் இல்லை என்று சொல்வது மிகை. ஏதாவது படம் பார்த்திருந்தால்தானே ஆர்வம் ஏற்படும். அவர் தம் வாழ்வில் ஒருபடம் கூடப் பார்த்ததில்லை. என் பாட்டியும் அப்படித்தான்.

1930களிலேயே பேசும் படம் வந்தும் ஒவ்வொரு ஊரிலும் திரையரங்குகள் ஏற்பட்டும் படமே பார்க்காமல் போய்விட்ட தலைமுறையினர் வாழ்ந்துள்ளனர் என்பது ஆச்சர்யமான விஷயம்தான். என் பாட்டன் 1984வரை வாழ்ந்தார். பாட்டி 1992வரை இருந்தார். ஊர்த் திருவிழாவின் போது போடப்பட்ட படங்களைக்கூட அவர்கள் பார்க்கவில்லை. வேலை வேலையே வாழ்க்கை என்றிருந்தவர்கள் அவர்கள். திரைப்படம் பார்த்தலைச் சோம்பேறிகளின் செயல் என்று கருதினார்கள். 'வேல மேல அக்கற இருந்தா இப்பிடிச் சீவிச் சிங்காரிச்சுக்கிட்டுக் கெளம்புவாங்களா?' என்று திரைப்படம் பார்க்கக் கிளம்புவோரைத் திட்டுவது வாடிக்கை.

என் மீது இருந்த அன்பின் காரணமாக அன்றைய இரவில் படம் பார்க்கப் போக என்னை அனுமதித்ததோடு எனக்கு ஒருவழியும் சொன்னார் பாட்டன். நாங்கள் காவலிருந்த பாறையிலிருந்து கொள்ளூர் செல்லக் குறுக்குவழி ஒன்றிருந்தது. பெரிய இட்டேரி வழியாகச் செல்வது அது. இருபுறமும் அடர்வேலி இருக்கும். கொள்ளூர் கொத்துக்காரர் வீட்டில் பொலிக்காளைகள் இருந்தன. சுற்றுவட்டாரத்தில் இருந்த ஏழெட்டு ஊர்களுக்கு அந்த ஓரிடம்தான். மாடுகளுக்குக் காளை சேர்த்த அங்கே கொண்டு போவோம். ஆகவே அந்த வழி எனக்குப் பழக்கமானதுதான். அந்த வழியாகப் போய்விட்டு வரும்படி சொன்னார்.

அது வளர்பிறைக் காலம். நல்ல நிலா வெளிச்சமிருந்தது. என்றாலும் தனி ஒருவனாக அந்த வழியில் இரவில் போய்வருவதை நினைத்தால் பயம். 'ஆம்பளப் பையன் இந்த நெலா வெளிச்சத்துல போவ மாட்டியா? உங்கண்ணனா இருந்தா நாலுதடவ ஓடி ஒடியாந்திருவான்' என்று பாட்டன் உசுப்பேற்றினார். மூன்று செல் போடும் டார்ச் லைட் ஒன்று எங்களிடம் இருந்தது. அதைக் கையில் எடுத்துக்கொண்டு அவர் சொன்ன வழிமுறையைக் கடைப்பிடித்தேன். இரண்டு பயம். பேய் ஒன்று. மற்றொன்று பாம்பு. இரண்டையும் தவிர்க்கப் படம் பார்க்கும் ஆவலை மனதில் ஏற்றிக்கொண்டு ஓட்டம் பிடித்தேன். இட்டேரியில் ஏறியதும் தொடங்கிய ஓட்டம் கொள்ளூர் போன பின்னரே நின்றது. திரையரங்கைக் கண்டுபிடிப்பது கடினமாக இல்லை. முதல் ஆட்டம் விடும் முன்னரே போய்ச் சேர்ந்திருந்தேன். டவுசர் பையில் வறுத்த நிலக்கடலைப் பருப்பு ஒருகுத்து இருந்தது. அதைக் கொறித்துக்கொண்டு வாசலில் உட்கார்ந்தேன். இரண்டாம் ஆட்டம் படம் பார்த்துவிட்டுத் திரும்பியது தனிக்கதை. படத்தைப் பற்றிப் பேசிவிட்டு அந்தக் கதையைப் பார்க்கலாம்.

'மக்களைப் பெற்ற மகராசி' 1957இல் வெளியான படம். இப்படத்திற்குப் பலவிதமான சிறப்புகள் உண்டு. சிவாஜி கணேசன் கிராமத்து இளைஞனாக நடித்த முதல் படம் இதுதான் என நினைக்கிறேன். 'ஸ்வாமி, நாதா' என்றிருந்த உரையாடல் அத்தானுக்கு மாறிய காலம் போய் மக்களைப் பெற்ற மகராசியில் 'மச்சான்' என்றானது. அது மட்டுமல்ல, தமிழ்த் திரைப்படம் ஒன்றில் வட்டார வழக்கு, பேச்சுமொழியாக முதலில் இடம்பெற்றதும் இப்படத்தில்தான். தமிழின் முதல் வட்டார நாவல் ஆர்.சண்முகசுந்தரம் எழுதிய நாகம்மாள். அது கொங்கு வட்டார நாவல். அதுபோலத் தமிழ்த் திரைப்படத்தில் முதலில் இடம்பெற்றது கொங்கு வட்டார வழக்கு. மிகப் புகழ்பெற்ற பாடலாகிய 'மணப்பாற மாடு கட்டி' பாடலின் இடையில் 'என்றா பல்லக் காட்டற. வேலயப் பாரு' என்னும் உரையாடலைக் கேட்டிருக்கலாம். இன்றைக்கும்கூட இந்த வசனம் எங்கள் பகுதியில் சாதாரணமாகப் புழங்குகிறது. சிரிப்பவனை அல்ல, இளிப்பவனைப் பார்த்துப் 'பல்லக் காட்டாத' என்பது சகஜம். மருதகாசி பாடல். 'அம்மா கையில கொடுத்துப் போடு சின்னக்கண்ணு' என்று வட்டார வழக்கையும் பாடலில் பயன்படுத்தியிருப்பார்.

படம் முழுக்கவும் எல்லாப் பாத்திரங்களும் வட்டார வழக்கில்தான் பேசுகிறார்கள் என்று நினைத்திருந்தேன். 2013 ஜூன் 7,8,9 ஆகிய நாட்களில் காட்சிப்பிழை சார்பாகக் கொடைக்கானலில் நடைபெற்ற திரைப்படப் பயிலரங்கில் இப்படத்தின் சுருங்கிய வடிவைத் திரையிட்டு சுபகுணராஜன் அவர்கள் பேசும்போது 'இப்படத்தில் கதாநாயகன், கதாநாயகி மட்டும் வட்டார வழக்கில் பேசுகிறார்கள்' என்று குறிப்பிட்டார். அதன்பின் மீண்டும் ஒருமுறை படத்தை முழுமையாகப் பார்த்தேன். அவர் குறிப்பிட்டது சரிதான். கதாநாயகியின் தந்தையாக வரும் சாரங்கபாணியும் வட்டார வழக்கில் பேசுவதற்கு முயன்றுள்ளார். அவ்வளவுதான். மற்ற பாத்திரங்கள் எல்லாரும் அவர்கள் இயல்புப்படி அல்லது அக்காலப் படங்களின் இயல்புப்படி பொதுத்தமிழ் அல்லது எழுத்துத் தமிழில் பேசுகிறார்கள்.

வட்டார வழக்கில் உரையாடலை அமைக்க என்ன காரணம் என்பது தெரியவில்லை. எல்லாரையும் அப்படிப் பேச வைப்பது சிக்கலாக இருந்திருக்கக் கூடும். கண்ணாம்பா போன்ற நடிகையை வட்டார வழக்குப் பேசுபவராகக் கற்பனை செய்வதுகூடக் கடினம்தான். சிவாஜியும் பானுமதியும் மிகச் சிறப்பாகக் கொங்கு வட்டார வழக்கைப் பேசுகிறார்கள். சிவாஜி ஓரிடத்தில்கூட மடை மாறாமல் படம் முழுக்கவும் அப்படியே பேசுகிறார். தொண்ணூறுகளில் வெளியான சின்னக்கவுண்டர்

உள்ளிட்ட படங்களைவிட இதில் மிக இயல்பாகப் பேச்சு அமைந்திருக்கிறது. வட்டார வழக்குத் தொனியோடு சொற்களும் பதிவாகியிருக்கின்றன. அம்மிணி, அய்யன், அப்புனு, மருவாதி, அடப்பம், திரேகம் முதலிய சொற்களோடு தங்கையைக் குறிக்கும் 'பொறந்தவ' என்னும் சொல்லும் பயன்படுத்தப்பட்டுள்ளது. 'வருவியல்லொ', 'வாரனுங்க', 'நிறுத்திப்போடு', 'சொல்லிப் போட்டு வா' என்றெல்லாம் வழக்குத் தொனி சிவாஜியின் பேச்சில் நன்றாக வந்துள்ளது.

வட்டார வழக்கைப் பயன்படுத்துவதன் மூலம் கிராமத்துப் பின்னணியைக் கொண்டுவர முடியும் என்று கருதியவர் யார், இதன் பின்னணி என்ன என்பது இப்போது தெரியவில்லை. இப்படத்திற்குக் கதை வசனம் ஏ.பி.நாகராஜன். அவர் கொங்குப் பகுதியைச் சேர்ந்தவர் என்று அறிகிறேன். இயக்குநர் கே.சோமு பற்றி எனக்குத் தெரியவில்லை. ஆகவே உரையாடலுக்கு ஏ.பி.நாகராஜனே காரணம் என்று அறிய முடிகிறது.

சுபகுணராஜன் அவர்கள் இன்னொன்றையும் குறிப்பிட்டார். இப்படத்தில் வரும் வில்லன் பெயர் மாயாண்டி. இப்பெயர் மதுரைப் பகுதிக்கு உரியது. எப்படி இந்தப் பெயரை வைத்தார்கள் என்று அவர் கேள்வி எழுப்பினார். மற்ற பெயர்கள் எல்லாம் பெரும்பாலும் கொங்குப் பகுதியை ஒட்டியே இருக்கின்றன. செங்கோடன், ரங்கம்மாள், அங்கம்மாள், தங்கம்மாள், பாவாயி எனப் பெயர்கள் மண் மணம் கமழ்கின்றன. முனியப்பன், கருப்பன், சுப்பன், வேலப்பன் என வேலைக்காரர்களின் பெயர்களிலும் இதைப் பார்க்க முடிகிறது. மாயாண்டி என்பது அந்நியம்தான். பிற்காலத்தில் இப்பெயர் அடியாள், ரவுடி ஆகிய பாத்திரங்களுக்குப் பயன்பட்டிருக்கிறது. ஜெய்சங்கர் ரவுடியாக நடித்த ஒருபடத்தின் பெயரே 'மாயாண்டி.' 1957இலேயே இப்பெயருக்கு ரவுடி அடையாளம் வந்திருப்பதுதான் ஆச்சர்யமானது. கதாநாயகன் பெயர் செங்கோடன். செங்கோடன், செங்கோட்டையன், செங்கோட்டுவேல் முதலிய பெயர்கள் கொங்குப் பகுதிக்கே உரியவை. இப்படத்தில் கதாநாயகனுக்கு வைக்கப்பட்டுள்ள இப்பெயர் பிற்காலத்தில் அடியாள்களுக்கு உரியதாக மாறிப் போனதையும் பார்க்க முடிகிறது.

மற்றபடி இப்படத்தின் கதை மிக எளிமையானது. பிரிந்திருந்த அண்ணன் தங்கை குடும்பம் ஒன்று சேர்வதுதான் கதை. சேர்ப்பது ஒரு காதல். எந்தக் குழப்பமும் இல்லாமல் எதிர்பார்க்கும் திருப்பங்களுடன் அமைந்திருக்கும் இப்படத்தைப் பார்க்க அலுப்பில்லாமல் எடுத்திருக்கிறார்கள். கணிசமான அளவு வெளிப்புறப் படப்பிடிப்பும் நடந்திருக்கிறது. இப்படம்

மனதில் நிற்க இன்னொரு காரணம் நம்பியார். இந்தப் படத்தின் பாடலோ காட்சிகளோ தொலைக்காட்சியில் வந்தால் என் அம்மா 'இதுல நம்பியார் நல்லவன்' என்று சொல்வார். நம்பியார் நல்லவனாக நடிப்பது ஒரு படத்திற்கான அடையாளமாக இருப்பது முக்கியம். நம்பியார் நல்லவனாக நடித்திருக்கும் படங்கள் அளவில் மிகக் குறைவு.

கிராமம் பற்றிய சித்திரிப்பில் தொடக்கம் என்பதை இப்படத்தின் காட்சிகளை வைத்து அறியலாம். ஆண்கள் குடுமி வைத்திருப்பது, படிக்காதவர்களாக இருப்பது ஆகியவை கிராமத்து அடையாளங்கள். ஆங்கிலம் தெரியாது என்பது முக்கியமான விஷயமாக இருக்கிறது. தந்தி – தொந்தி, டாடி – தாடி, டெலிகிராம் – தேயிலகிராம்பு, ரெடி – ரவுடி என வார்த்தைகளை வைத்து நகைச்சுவை அமைத்திருக்கிறார்கள். பண்ணையாரின் கணக்குப்பிள்ளைக்கு ஆங்கிலம் தெரிந்திருக்கிறது. பாடல்கள் விதவிதமானவை. வெவ்வேறு பாடலாசிரியர்கள். வெவ்வேறு பாடகர்கள். 'ஒன்று சேர்ந்த அன்பு மாறுமா' பாடலை பி.பி.சீனிவாஸுடன் இணைந்து பாடியவர் சரோஜினி. வித்தியாசமான குரல். வேறு எப்படத்திலாவது அவர் பாடியிருக்கிறாரா? நான் கேட்டதில்லை.

அந்தக் காலப் படங்களில் மாடுகளுக்குக் குறிப்பிட்ட இடம் இருந்திருப்பதைப் பார்க்க முடிகிறது. மாட்டைப் பார்த்து 'வந்தது யாருன்னு உனக்குத் தெரியுமா சொந்தமுள்ள மச்சான்னு சொன்னாப் புரியுமா' என்று பானுமதி பாடுகிறார். அந்த மாடு காங்கேயம் இனம். பானுமதிக்கு எப்போதும் சிறப்பாக எடுபடும் துடிப்பான பெண் பாத்திரம். 'ஆம்பளைன்னா பொம்பள ஆருன்னு கேக்கப்படாதா?' என்பது போல அவர் எழுப்பும் கேள்விகள் அக்காலத்தில் நன்றாக ரசிக்கப்பட்டிருக்கும். இப்படி இப்படத்தில் பேசுவதற்கு நிறைய விஷயங்கள் இருக்கின்றன. சரி. இப்படத்தைப் பார்த்துவிட்டுத் திரும்பிய கதைக்கு வருவோம்.

இரண்டாம் ஆட்டம் படம் விட்டதும் பார்த்தால் எங்கும் இருட்டு. வளர்பிறை நிலா முன்னிரவோடு மறைந்துவிட்டது. அந்த இருட்டில் எப்படி இட்டேரி வழியில் ஓடுவது? படம் பார்க்கப் போகையில் இருந்த தைரியம் திரும்பும்போது இல்லை. 'தேருப் பாக்கப் போகும்போது தெம்பு. திரும்பி வரும்போது வம்பு' என்பது பழமொழி. அப்படியே ஆயிற்று. என்ன செய்வதென்று தெரியாமல் திரையரங்குக்கு முன்னால் நின்றேன். அங்கே இருந்த வெட்ட வெளியில் சிலர் படுத்தனர். என்னைப் போல வெகுதூரத்தில் இருந்து வந்தவர்களாக இருக்கலாம். விடியற்காலம் எழுந்து போய்விடலாம் என்று நினைத்து டிக்கெட்

கவுண்டர் இருந்த இடத்தில் ஓர் ஓரமாக மண்ணில் படுத்தேன். பனிக்குளிர். கையது கொண்டு மெய்யது பொத்திக் காலது கொண்டு மேலது தழுவிக் கிடந்தேன். தூக்கம் வந்த மாதிரி தெரியவில்லை. ஆனால் விடிந்துவிட்டது.

சாம்பலாக இருள் பிரிந்தபோது எழுந்துவிட்டேன். பாட்டன் என்னைக் காணாமல் எப்படித் தவிக்கிறாரோ என்று தோன்றியது. தலைப் பக்கமாக வைத்திருந்த டார்ச் லைட்டைத் தேடினேன். காணவில்லை. மூன்று செல் போடும் நீள லைட் போய்விட்டது. அம்மாவுக்கு என்ன பதில் சொல்வது? அங்கே படுத்திருந்தவர்கள் பக்கம் போய்ப் பார்த்தேன். கண்ணில் படவில்லை. போனதுதான். நரி தின்ற கோழி கூவவா போகிறது? படம் பார்க்க ஐம்பது பைசா. தொலைத்த டார்ச் லைட் ஐம்பது ரூபாய்க்கு மேலிருக்கும். என்ன செய்வது? எப்படியாவது போய்ச் சேர்ந்து பாட்டனைப் பார்த்துவிட்டால் போதும் என்று நினைத்துத் திரும்ப ஓட்டம் பிடித்தேன். பசபசென்று விடியும்போது பாறையில் இருந்தேன். பாட்டன் நன்றாகப் போர்த்திப் படுத்து இன்னும் ஆழ்ந்த தூக்கத்தில் இருந்தார். மக்களைப் பெற்ற மகராசர்.

●

8

இடைவேளையே சுபம்

எங்களூரில் இருந்த திரையரங்கங்கள் ஒவ்வொன்றாக மூடப்பட்டு வருகின்றன. முருகா, புளியான், அண்ணா ஆகிய டூரிங் டாக்கீஸ்கள் எப்போதோ போய்விட்டன. பழைய தியேட்டர்கள் மீனாள், அம்பிகை ஆகியவை. என்று தோன்றியவை என்று அறிய முடியாத பழமை. 1940களிலாக இருக்கலாம். அவ்வப்போது காலத்திற்கு ஏற்பப் புதுப்பித்துக் கொண்ட சில தருணங்களை நான் அறிவேன்.

அம்பிகையை விட மீனாள் பழமையானது என்று நினைக்கிறேன். கேபின் ரூமுக்கு மேலே கையை உயர்த்தும் கட்டிட டிசைனாகிய தோற்றத்தை வைத்து அப்படி முடிவு செய்கிறேன். அவற்றின் பழமையைச் சொல்ல இன்று யாருக்கும் தெரியவில்லை. கை மாறி மாறி வரும்போது முதல் கை எவர் ஞாபகத்தில் இருக்கப் போகிறது? வரலாற்று உணர்வு நமக்கேது? மீனாள் மூடப்பட்டுச் சில ஆண்டுகள் ஆகிவிட்டன. அவ்விடத்தில் தியேட்டர் இருந்தது என்றால் இன்றைய தலைமுறையினர் நம்ப மாட்டார்கள். இடிக்கப்பட்டு அதிநவீன மருத்துவமனை கட்டப்பட்டிருக்கிறது. ஒருவகையில் மீனாளும் மருத்துவமனையாகவே செயல்பட்டு வந்தது. பல தலைமுறைக்கு, ஆயிரக்கணக்கான பேருக்கு மன விடுதலை கொடுத்தது மீனாள்.

புதுப்பிக்கப்பட்டு அம்பிகை பத்தாண்டுகளுக்கும் மேலாக ஓடிக்கொண்டிருந்தது. கொஞ்ச நாளுக்கு முன் ஊருக்குச் சென்று தங்க வேண்டியிருந்த ஓர் இரவு இரண்டாம் ஆட்டத்திற்குப் போனேன்.

கரண் நடித்த 'மலையன்' படம். அம்பிகையில் நான் பார்த்த கடைசிப் படம் அது. புதிய பேருந்து நிலையத்திற்கு அருகிலேயே அமைந்திருந்த அதற்குக் கூட்டம் தொடர்ந்து வருவதைக் கண்டிருந்தேன். முந்தைய காலம் என்றால் அந்தப் பக்கம் வரவே பலரும் அஞ்சுவார்கள். ஊரின் மாபெரும் நீர்நிலையாக ஒருகாலத்தில் இருந்து பின் சாக்கடைத் தேங்கலாக மாறிப் போன பெருங்குளம் அம்பிகைத் தியேட்டரின் முன்னால் விரிந்து கிடக்கும். திறந்தவெளிக் கழிப்பிடமான அதில் பன்றிகள் ஏராளமாக உலவும். ரகசியக் காரியங்கள் நடத்தும் ஆட்கள் பெருங்குளக்கரை மர மறைவுகளில் காணப்படுவார்கள்.

பெருங்குளம் மூடப்பட்டு அதில் புதிய பேருந்து நிலையம் அமைக்கப்பட்டதும் அவ்விடத்தின் முகமே முழுதாக மாறிவிட்டது. பரபரப்பான நகரின் நடுவிடம் ஆயிற்று. ஆகவே கூட்டம் எப்போதும் இருக்கும். பேருந்து நிலையத்திற்கு அருகில் இருக்கும் தியேட்டர்களுக்கு அப்படி ஒரு வாய்ப்பு உண்டு. ஈரோட்டில் ராயல் தியேட்டர் அப்படி அமைந்திருக்கிறது. அங்கே எப்போதும் கூட்டத்தைப் பார்க்கலாம். பேருந்துக்கு வருபவர்கள் ஒரு படம் பார்த்துவிட்டுப் போகலாம் என்று நினைத்தால் கைக்கெட்டிய தூரத்தில் தியேட்டர். அம்பிகையை ஒருபோதும் மூட மாட்டார்கள் என்று நம்பிக்கை கொண்டிருந்தேன். ஆனால் மூடிவிட்டார்கள். நான்கைந்து மாதங்கள் ஆகிவிட்டன. அதில் வணிக வளாகம் கட்டப் போவதாகப் பேச்சு அடிபடுகிறது.

அவற்றுக்குப் பின் தொடங்கப்பட்டதும், நான் 'நிழல்முற்றம்' எழுதக் காரணமானதுமான 'வீரா தியேட்டர்' ஓராண்டுக்கு முன் மூடப்பட்டது. பத்தாண்டுகளுக்கும் மேலாக மலையாளம், ஆங்கிலம் எனப் பிறமொழிப் படங்களைப் போட்டு நடுவில் நீலப்பட பிட்டுகளை இணைத்து ஓட்டும் உத்தியைக் கையாண்டு தன்னைத் தக்க வைத்திருந்த தியேட்டர் அது. பிட்டுப் படங்கள் எடுபடாத காலம் இது. வீரா தியேட்டர் உள்ளடங்கிய பகுதியில் இருப்பதால் வணிக வளாகமோ மருத்துவமனையோ கட்ட இயலவில்லை. எந்த மாற்றமும் செய்யப்படாமல் இப்போது பருத்தி மூட்டைகளை அடுக்கும் கிடங்காக அரசுக்கு வாடகைக்கு விடப்பட்டுள்ளது.

இவை போக எஞ்சியிருப்பவை நான்கே நான்கு தியேட்டர்கள்தான். எண்பதுகளின் இறுதியில் தொடங்கப்பட்ட 'புரூட்' தியேட்டர். அதன் உரிமையாளர் பிரபலமான பழக்கடைக்காரர். பழக்கடை நடத்தியே தியேட்டர் தொடங்கக் கூடிய அளவு சம்பாதித்தவர். சில திரைப்படங்களைத் தயாரிக்கும் முயற்சியிலும் அவர் ஈடுபட்டார் என நினைக்கிறேன். வில்லன்

நடிகரான பொன்னம்பலம் கதாநாயகனாக நடித்த படம் ஒன்றை அவர் தயாரித்ததாக நினைவு. தியேட்டர் தொடங்கப்பட்டபோது 'புரூட்' என்று வைத்திருந்தாலும் பின்னாளில் அவருக்கு ஏற்பட்ட தமிழ் உணர்வின் காரணமாக 'பழச்சுவை' என்று பெயரை மாற்றினார். 'கனி' என்று வைத்திருக்கலாம் என எனக்குத் தோன்றியதுண்டு. எண் கணித நம்பிக்கையின் அடிப்படையில் 'பழச்சுவை' வைக்கப்பட்டிருக்கலாம். இப்போது 'பழச்சுவை' என்னும் பெயரில் அது இழுத்துக் கொண்டு, அல்ல அல்ல, இயங்கிக் கொண்டிருக்கிறது.

தொண்ணூறுகளில் தொடங்கப்பட்டவை மூன்று தியேட்டர்கள். ஆண்டவன், தேவி, தேவிஸ்ரீ ஆகியவை. ஆண்டவன் தியேட்டரும் இப்போது 'பழச்சுவை' போலத்தான். அதில் ஒன்றோ இரண்டோ படங்கள்தான் பார்த்திருக்கிறேன். புறநகர்ப் பகுதியில் அமைந்திருக்கும் அதை நாடிச் செல்வோர் அதிகமில்லை. வண்டி வாகனம் இல்லாமல் செல்ல வேண்டும் என்றால் வெகுதூரம் நடக்க வேண்டும். பெண்கள் கூட்டம் வர வேண்டுமானால் நடக்கும் தொலைவில் இருந்தால் நல்லது. வேறு ஏதும் செய்ய முடியாத காரணத்தால் படம் ஓட்டிக் கொண்டிருக்கிறார்கள். நகரத்தின் நடுவில் அமைந்திருப்பவை தேவியும் தேவிஸ்ரீயும். ஜவுளியில் பெரும் வணிகர் ஒருவரின் தியேட்டர்கள். இவை நவீன வசதிகளுடனானவை. முன்பக்கம் பெரிய தியேட்டராகிய தேவி. அதன் பின்பக்கம் அளவு குறைவான இடத்தில் சின்னத் தியேட்டராக தேவிஸ்ரீ. இவற்றிற்குப் பின் புதிதாகத் தியேட்டர் எதுவும் தொடங்கப்படவில்லை.

தேவியும் தேவிஸ்ரீயும் இன்றும் ஓரளவு மக்கள் செல்வாக்கோடு ஓடிக் கொண்டிருக்கின்றன. ஊரில் தியேட்டர்கள் என்றால் இன்று இவைதான். இவையும் பழந்தன்மை பெற்று வருகின்றன. கூட்டம் வந்து செல்லும் புழக்கம் இருப்பதால் மெருகு காப்பாற்றப்பட்டு வருகிறது. நான் கல்வியின் பொருட்டும் வேலையின் காரணமாகவும் வெளியூர்களிலேயே அதிகம் இருக்க வேண்டி நேர்ந்த காலத்தில் இவை தொடங்கப்பட்டதால் நிறையப் படங்களை இவற்றில் பார்த்ததில்லை. முக்கியமான புதிய படங்கள் தேவியில் வெளியிடப்படும். ஆகவே அதற்குப் பலமுறை சென்றிருக்கிறேன்.

ராட்சச ருத்ராட்சக் கொட்டை வடிவமைக்கப்பட்டுக் காட்சிக்கு வைக்கப்பட்டிருந்த 'அருணாச்சலம்' படத்தை தேவியில் பார்த்த நினைவு இருக்கிறது. குடும்பத்தோடு சென்று பார்த்த படம். அது நினைவில் தங்க ருத்ராட்சம், குடும்பம் ஆகியவை மட்டுமல்ல, அப்படத்தின் பெயரும்

முக்கியமான காரணம். திரைத்துறையினரின் எண்கணித நம்பிக்கைக்கு உதாரணமாக இந்தப் படத்தின் பெயரையே வகுப்பறையில் சொல்வேன். வழக்கில் 'அருணாசலம்' என்று பெயரை எழுதுவோம். 'ச்' மிகுவதில்லை. இதுதான் சரி. அந்தப் படம் தொடங்கப்பட்ட போதோ வெளியீட்டின் போதோ ரஜினிகாந்த் பேட்டி கொடுத்தார். அப்போது 'அருணாசலம் அல்ல அருணாச்சலம். 'ச்' போட்டு எழுதுங்க' என்று அவர் வலியுறுத்திச் சொன்னார். 'ச்' போடுவது பிழை என்றாலும் எண்களின் கூட்டுத்தொகைக்கு அது தேவைப்பட்டது. 'அருணன் + அசலம் = அருணாசலம்.' அருணன் எனில் சூரியன் எனப் பொருள். அசலம் – மலை. திருவண்ணாமலையே அருணாசலம். இவ்விரு சொற்களும் சமஸ்கிருதம். அம்மொழிப் புணர்ச்சிப்படி 'அருணாசலம்' உருவாகும். வேங்கடாசலம், சேஷாசலம், கடிகாசலம், வேதாசலம், கனகாசலம் எனப் பல மலைகளின் பெயர்கள் மனிதப் பெயர்களாக வழங்குகின்றன. அப்படித்தான் 'அருணாசலம்' என்பதும். 'ச்' சேர்த்து விட்டால் 'அசலம்' எனப் பிரிக்க முடியாது. எனவே பொருள் தெளிவு வராது. என் தொழில்ரீதியாக இவ்விதம் விளக்குவதற்கு 'அருணாச்சலத்தை' எடுத்துக்கொள்வதால் எனக்கு அப்படம் தொடர்பான பல செய்திகள் நினைவில் இருக்கின்றன. அப்படம் பார்த்ததில் வேறேதும் சுவாரஸ்யம் இல்லை.

தேவிஸ்ரீயில் ஒரே ஒருபடம்தான் பார்த்திருக்கிறேன். எனினும் அது நினைவில் இருக்க பார்த்த படமும் அன்றைய சம்பவமும் முக்கியமானவை. அதிக நாள் ஓட்டமில்லாத படங்கள், கூட்டம் குறைவாகவே வரும் என எதிர்பார்க்கும் படங்கள் ஆகியவையே தேவிஸ்ரீயில் திரையிடப்படும். தேவியில் வெளியாகும் படம் சில நாட்கள் ஓடிக் கூட்டம் குறைந்ததும் தேவிஸ்ரீக்கு மாற்றப்படுவதுண்டு. அதைக் குட்டித் தியேட்டர் என்று சொல்ல முடியாது. சின்னத் தியேட்டர் என்பதே பொருத்தம். அதிலும் ஐந்நூறு பேர் அளவுக்கு அமரலாம். 1997ஆம் ஆண்டு 'அருணாச்சலம்' வெளியாயிற்று. அதே ஆண்டு வெளியான படம் 'விடுகதை.' அதைத்தான் நானும் என் மனைவியும் தேவிஸ்ரீயில் பார்த்தோம். சிறு குழந்தைகளாக இருந்த எங்கள் பிள்ளைகள் இருவரையும் அம்மாவின் பொறுப்பில் விட்டுவிட்டு அப்படம் பார்க்கச் சென்றோம்.

அப்படம் பற்றி அப்படியோர் எதிர்பார்ப்பு இருந்தது. அதனை இயக்கியவர் அகத்தியன். விடுகதைக்கு முன்னால் அவர் இயக்கிய காதல் கோட்டை, கோகுலத்தில் சீதை ஆகிய படங்கள் வெற்றி பெற்றவை. அதுவும் காதல் கோட்டை பெருவெற்றி பெற்றதோடு இன்று வரைக்கும் பேசப்படும் படம்.

அஜித் கதாநாயகன் என்பதாலும் காதல் படம் ஆகையாலும் அதனை இன்றைய இளைஞர்களும் பார்க்கிறார்கள் என்பதை அறிகிறேன். ஒருவரை ஒருவர் பார்க்காமலே காதல் உருவாதல் அப்படத்தின் கரு. அதைக் குழப்பமில்லாமலும் சுவாரசியத்தோடும் சொல்லியிருப்பார் இயக்குநர். அப்படம் வந்தபோது தமிழ்த்துறை ஆசிரியர்களிடமும் மாணவர்களிடமும் ஒரு பெருமிதமும் பரபரப்பும் உருவாயின.

சங்க இலக்கியமாகிய புறநானூற்றில் கோப்பெருஞ் சோழன் என்னும் மன்னனுக்கும் பிசிராந்தையார் என்னும் புலவருக்குமான நட்பைக் குறித்த பாடல்கள் உள்ளன. இருவரும் ஒருவரை ஒருவர் பார்த்துக் கொண்டதேயில்லை. ஆனால் அவர்களுக்குள் உயிரையே கொடுக்கும் அளவு நட்பு இருந்தது. கோப்பெருஞ்சோழன் வடக்கிருந்து உயிர் துறக்கும் சூழல் உருவாகிறது. அப்போது 'என் நண்பராகிய பிசிராந்தையார் வருவார். ஆகவே அவருக்கு ஓர் இடம் ஒதுக்க வேண்டும்' என்று நம்பிக்கையோடு பேசினான். 'செல்வக் காலை நிற்பினும் அல்லற் காலை நில்லலன்' என்பது அவன் வாக்கு. 'நான் செல்வம் பெற்ற போது வராவிடினும் துன்பம் உற்றபோது வராமல் நிற்க மாட்டான்' என்று பொருள். அதே போலப் பிசிராந்தையார் வந்து வடக்கிருந்து உயிர் துறந்தார். ஒருவரை ஒருவர் பார்க்காமலே அவ்வளவு ஆழமான நட்புக் கொண்டிருந்தனர்.

அந்தச் சம்பவத்தின் பாதிப்பாலேயே 'காதல் கோட்டை' படத்தை உருவாக்கியதாக அகத்தியன் தம் நேர்காணல்களில் தெரிவித்திருந்தார். ஊடகங்களில் புறநானூறு பற்றியும் அவர்களின் நட்பு குறித்தும் பலவிதமான செய்திகள் அப்போது வெளியாயின. கோப்பெருஞ்சோழனும் பிசிராந்தையாரும் மீண்டும் புகழ் பெற்றனர். அகத்தியன் தமிழ் இலக்கியம் பயின்றவர் என்று ஒரு செய்தியும் பரவிற்று. அது உண்மையா என்பது எனக்குத் தெரியவில்லை. தமிழ் இலக்கியம் பயில வரும் மாணவர்களுக்கு நம்பிக்கை ஊட்டுவதற்காக அகத்தியனையும் காதல் கோட்டை படத்தையும் உதாரணமாக நாங்கள் பயன்படுத்தினோம். தமிழ் இலக்கியம் பயில்வதற்கு வரும் மாணவர்களின் எண்ணிக்கை மிகவும் குறைவாக இருந்த காலம். பிற பாடங்கள் கிடைக்காமல் தமிழுக்கு வந்து சேரும் மாணவர்களைத் தக்க வைத்துக்கொள்ளப் பல்வேறு உத்திகளைக் கையாள்வோம். அதற்கு அகத்தியனும் பயன்பட்டார்.

அவரது 'கோகுலத்தில் சீதை' படமும் கவனம் பெற்றது. கார்த்திக், சுவலட்சுமி, மணிவண்ணன் ஆகியோர் நடித்திருந்தனர். மணிவண்ணனைத் தொடர்ந்து பயன்படுத்தினார். குறிப்பிடத்தக்க பாத்திரங்கள் அவருக்கு அமைந்தன. கோகுலத்தில் சீதையில்

மிக முக்கியமான பாத்திரம். இவை இரண்டுக்கும் முன்பே அகத்தியன் இயக்கி அவ்வளவாகக் கவனம் பெறாத 'மதுமதி' படத்தை நான் பார்த்திருந்தேன். நகரக் குப்பத்துப் பையன் ஒருவனுக்கும் பணக்காரப் பெண் ஒருத்திக்கும் ஏற்படும் காதலைச் சொன்ன படம். அப்படத்தில் பத்து நிமிடக் காட்சிகள் எனக்குப் பிடித்திருந்தன. பணக்காரப் பெண் தன் வீட்டை விட்டுக் காதலன் வீட்டுக்கு வந்துவிடுவாள். காதலனும் அவளை வரவேற்று வைத்துக்கொள்வான். அங்கே இரண்டோ மூன்றோ நாட்கள் அவள் தங்குவாள். அப்போது என்ன நடக்கிறது என்பது காட்சிகளாக விரியும்.

அவள் வீடு பெருமாளிகை. அவனுடையதை வீடு என்று சொல்ல முடியாது. கடற்கரையோரக் குப்பத்துக் குடிசை. அந்தச் சூழலுக்கு அவளும் அவளுக்குச் சூழலும் பொருந்தாத நிலை. அவளுக்கான வசதிகள் எதையும் அவனால் செய்து தர முடியாது. படுப்பதற்கான வசதி செய்வதற்கும் தடுமாறுவான். விடியற்காலையில் அவளை எழுப்பிக் கடற்கரைக்கு அழைத்துச் செல்வான். அந்த நேரம்தான் பெண்கள் காலைக்கடன் கழிக்கும் நேரம். கதவற்ற கீற்றுத் தடுப்புக்குள் அவள் குளிப்பதற்கு அவன் காவல் இருக்க நேரும். பழைய சோற்றை அவனோடு சேர்ந்து உண்ட அவளுக்கு உடல்நிலை சரியில்லாமல் போய்விடும். உணவு சேராமல் நஞ்சாகிவிடும். மருத்துவமனைக்குக் கொண்டு சென்றால் செலவுக்கு அவனிடம் பணம் இருக்காது. அவள் வளையல்களைக் கழற்றிக் கொடுப்பாள். இரண்டு நாளில் நடக்கும் இந்நிகழ்வுகளை எல்லாம் யோசிப்பான் அவன். அவளைத் தந்தையிடமே கொண்டு போய் விடுவதென்று முடிவு செய்வான்.

இது படத்தில் மிகச் சிறுபகுதி. இதைச் சொல்வதற்கே தைரியம் வேண்டும் என்று அப்போது தோன்றியது. இன்றைக்குச் சில படங்கள் இப்படிப் பிரச்சினையைப் பேசுகின்றன. ஆனால் 1990களில் இது வித்தியாசமானது. காதலுக்குப் பின், திருமணத்திற்குப் பின் எனப் பின்வாழ்க்கை பற்றிய பார்வை அகத்தியனுடையது. மதுமதியில் இந்தப் பகுதியே முழுப் படமாக இருந்திருக்குமானால் தமிழுக்கு அருமையான படம் ஒன்று கிடைத்திருக்கும். தயாரிப்பாளரின் மகனைக் கதாநாயகனாக்கியதோடு பல சமரசங்களைச் செய்து அப்படத்தை அவர் உருவாக்க நேர்ந்திருக்கிறது என்பதைப் பார்க்கும்போதே அறிய முடியும்.

நேர்த்தியான திரைக்கதையும் அலுப்பூட்டாத காட்சிகளும் அகத்தியனின் திறன்கள். மதுமதிதான் அவரது முதல் படம் எனக் கருதுகிறேன். அது வெற்றி பெறவில்லை. பின்னர் தன்னை

நிலைநிறுத்திக் கொள்வதற்காகக் காதல் கோட்டை, கோகுலத்தில் சீதை ஆகியவற்றை எடுத்தார். அவற்றால் கிடைத்த பெயரைப் பயன்படுத்தி அவர் செய்த சோதனை முயற்சி ‘விடுகதை’ திரைப்படம். படத்தைத் தயாரித்தவர் இயக்குநர் கே. பாலசந்தர். பிரகாஷ்ராஜ், நீனா ஆகியோர் நடித்திருந்தனர். பிரகாஷ்ராஜ் ஒய்வு பெற்ற ராணுவத்தினராக, நடுத்தர வயதுடையவராக வருவார். நீனா பல்வேறு படங்களில் குழந்தை நட்சத்திரமாக நடித்தவர். இந்தப் படம்தான் அவர் கதாநாயகியாக நடித்த முதல் படம்.

தமிழில் பெரும்பாலும் கையாளாத கரு இப்படத்தின் கதை. இளவயதுப் பெண்ணுக்கும் நடுத்தர வயது ஆணுக்கும் தோன்றும் காதல், நடைபெறும் திருமணம், அதன்பின் நேரும் சிக்கல்கள், அவை தீர்தல் எனக் கதை சென்று முடியும். தமிழ் அக இலக்கிய மரபில் ‘பெருந்திணை’ என்று அழைக்கப்படும் பொருந்தாக் காமம் இப்படத்தின் கதை. மரபு பொருந்தாக் காமம் என்று பெயரிட்டாலும் அதை எதிர்நிலையில் வைத்துப் பார்க்காமல் அப்படியான சூழல் ஒன்றில் மனிதர்கள் எவ்வாறு வெளிப்படுகிறார்கள், எத்தகைய மனப் பிரச்சினைகளுக்கு ஆளாகிறார்கள் என்பதைப் படம் நேர்த்தியாக அலசும். சமூகவெளியில் அவர்கள் எவ்விதம் பார்க்கப்படுகிறார்கள் என்பதும் நன்றாகப் பதிவாகியிருக்கும். வாழ்வுக்கென வைத்திருக்கும் அளவுகோல்கள் மீறப்படும்போது அதை எத்தகைய மனப் பதற்றத்தோடு இந்தச் சமூகம் எதிர்கொள்கிறது என்பதைப் பற்றி நீளச் சிந்திக்க வைத்த படம் இது.

எந்த ஒரு காட்சியும் இயல்புக்கு மீறியதாகத் தோன்றாது. வயதானவர்கள் பக்குவப்பட்டவர்களாகவும் அனுபவம் மிக்கவர்களாகவும் இருப்பார்கள், இளவயதினர் அவற்றுக்கு எதிரான இயல்புகளைக் கொண்டிருப்பர் என்னும் பொதுப்புத்தி சார்ந்த கருத்து எல்லாச் சந்தர்ப்பங்களிலும் பொருந்தாது. நாற்பதுகளைத் தாண்டிய வயதில் உள்ள பிரகாஷ்ராஜ் பிரச்சினைகளை எதிர்கொள்ள முடியாமல் மனச்சிக்கலுக்கு ஆளாவதும் இருபது வயதுக்குள் இருக்கும் பெண்ணான நீனா எல்லாப் பிரச்சினைகளையும் தெளிவான கோணத்தில் அணுகுவதும் முக்கியமானவை. பாத்திரங்களை அகத்தியன் அருமையாக உருவாக்குவார். அவற்றின் பின்னணி நிதர்சனமாகவும் தர்க்கத்துக்குப் பொருந்தும் வகையிலும் அமைக்கப்பட்டிருக்கும்.

பிரகாஷ்ராஜ், நீனா ஆகிய இருவருக்குமே இது முக்கியமான படம். பிரகாஷ்ராஜ் பின்னர் மிக உயரத்திற்குச் சென்றார்.

இப்படத்தில் இளவயதாக இருந்தாலும் முதிர்ச்சியான மனநிலை பெற்ற பெண்ணாக அனாயாசமாக நடித்திருக்கும் நீனாவைப் பின்னர் படங்களிலேயே பார்க்க முடியவில்லை. நடிப்புத் திறன் உடைய இத்தகைய பெண்களைத் தமிழ்த் திரையுலகம் சாதாரணமாகப் புறக்கணித்துவிடுகிறது. அதே போல அகத்தியனுக்குச் சரியான வாய்ப்புகள் அமைந்திருக்குமானால் பிரச்சினைகளை வெவ்வேறு கோணங்களில் பார்க்கும் வகையில் சில படங்களை எடுத்திருக்கக் கூடும்.

விடுகதை என்னும் தலைப்பும் மிகப் பொருத்தம். தமிழ்ப்படங்களுக்குப் பெயர்ப் பொருத்தம் அமைவது அரிது. 'கண நேர மகிழ்ச்சி' என்னும் பொருளில் 'மூன்றாம் பிறை' என்று பெயர் சூட்டிய பாலு மகேந்திராவை வியந்திருக்கிறேன். விடுகதையும் அப்படித்தான். விடுகதை என்பது புதிர். ஒரு விடுகதைக்குப் பல விடைகள் இருக்கலாம். எல்லாம் பொருந்தவும் செய்யலாம். ஒவ்வொருவரின் நோக்கிற்கும் ஏற்ப ஒவ்வொரு விடை. யார் கதையை விடுக்கிறார்களோ அவர் தனக்கென ஒரு விடையை வைத்திருப்பார். கடைசியில் அவர் சொல்லும் விடை பிறரது விடைகளை எல்லாம் தவறாக்கிவிடும். இப்படத்தில் காட்டப்படும் வாழ்க்கை விடுகதைத் தன்மை கொண்டதுதான். விடுகதையைப் போடும் பாத்திரமாகிய நீனா கடைசியில் தனது விடையைத் தெளிவாகச் சொல்கிறார். வாழ்க்கையை நாம் அணுகும் விதம் பற்றியும் அணுக வேண்டிய விதம் குறித்தும் இந்தத் தலைப்பு எத்தனையோ யோசனைகளை நமக்குள் எழுப்புகிறது.

இப்படி எனக்குள் மனப்பதிவாய் இருக்கும் படத்தை எங்கள் ஊர் தேவிஸ்ரீயில் பார்த்த நாள் இன்றும் நினைவிருக்கிறது. வெள்ளிக்கிழமை படம் வெளியாகியிருக்கக் கூடும். சனிக்கிழமை காலைக்காட்சிக்கு நானும் என் மனைவியும் போனோம். படம் பற்றிய செய்திகளை ஏற்கனவே படித்திருந்த காரணத்தால் அதைப் பற்றி ஓர் எதிர்பார்ப்பு எனக்கிருந்தது. ஆகவே அதற்கென நேரத்தைத் திட்டமிட்டு ஒதுக்கிக் காலைக்காட்சி பார்த்தோம். காலைக்காட்சியாகப் பார்த்த படங்களும் சொற்பமே. அது ஏனோ காலைக்காட்சி பார்க்கப் பிடிப்பதில்லை. இந்தப் படத்திற்கு அதுதான் வாகாக இருந்தது. புதுப்படம். வெளியாகி இரண்டாவது நாள். அரங்கு நிறைந்த கூட்டத்தை எதிர்பார்க்கவில்லை எனினும் ஓரளவு மக்கள் வருவார்கள் என நினைத்திருந்தேன். இப்படியான எதிர்பார்ப்புகளை ஏனோ தவிர்க்க முடிவதில்லை.

தியேட்டரில் பன்னிரண்டு பேர் இருந்தோம். ஐந்தாறு பேர் இளைஞர்கள். குழுவாக வந்திருந்தனர். மற்றவர்கள் தனித்தனி.

எல்லாரும் ஆண்கள். தியேட்டரில் என் மனைவி மட்டுமே பெண். படம் ஓடியது. இளைஞர்கள் அவ்வப்போது சத்தமிட்டார்கள். தியேட்டரில் அப்படி ஓர் எதிரொலி. படத்தில் பாடல்கள், ஆட்டம் எல்லாம் உண்டு. என்றாலும் மற்ற காட்சிகளில் பாத்திரங்கள் பேசிக்கொண்டே இருந்ததை அவர்களால் தாங்க முடியவில்லை. அவர்கள் என்ன பேசுகிறார்கள் என்பதைக் கவனிக்கும் பொறுமை ஏது? ஜெயகாந்தனின் 'ஒரு நடிகை நாடகம் பார்க்கிறாள்' படம் வீராவில் வெளியாகி இரண்டுநாள் ஓடியது. அதைப் பற்றிய அபிப்ராயம் ஸ்ரீகாந்தும் லட்சுமியும் எந்நேரமும் சாப்பிட்டபடி பேசிக்கொண்டே இருக்கிறார்கள் என்பதுதான். அதை ஒப்பிடும்போது விடுகதையில் பேச்சுக் குறைவே.

பதினெட்டு வயதுப் பெண் நாற்பது வயது ஆணைத் திருமணம் செய்துகொள்ள விரும்பக் காரணம் தன் தந்தையின் மீதான ஒட்டுதல் என்னும் மனவியல் விளக்கத்தைப் பொறுமையாகக் கேட்க யாரால் முடியும்? நீனாவின் தந்தையின் இறப்புக்குப் பின் பிரகாஷ்ராஜுடன் திருமணம். திருமணம் நடைபெற்றதும் இடைவேளை. 'கல்யாணமே நடந்திருச்சு. இன்னமே என்னடா வரப்போவுது' என்று அவர்கள் பேசிக்கொண்டு வெளியே போனார்கள். திரும்பி வருவார்கள் என்று பார்த்தோம். எங்கள் இருவரைத் தவிர உள்ளே ஒருவரும் இல்லை.

நம் படங்கள் எல்லாவற்றிலும் இறுதியில் திருமணம் நடைபெறும். நடைபெற்றுவிடும் என்னும் நம்பிக்கையையாவது பார்வையாளருக்குக் கொடுத்துவிடும். ஆனால் திருமணத்திற்குப் பின் வரும் பிரச்சினைகளைப் பற்றிப் பேசுவதில் யாருக்கும் விருப்பமில்லை. சுபமாக முடிந்தால் திருப்தி. எப்போதும் முடிவிலே இன்பம். இதில் இடைவேளையே சுபம். வாழ்த்திவிட்டுச் செல்வதைத் தவிர இனிமேல் தியேட்டரில் என்ன வேலை? ஐந்நூறு பேர் அமர்ந்திருக்க வேண்டிய அரங்கில் நானும் என் மனைவியும் மட்டுமே அமர்ந்து மீதிப் படத்தைப் பார்த்தோம். விடுகதை பார்த்த முக்கியப் பிரமுகர்கள் ஆனோம் நாங்கள்.

●

9

பாவனைப் படம்

'காட்சிப்பிழை' சார்பாகக் கொடைக்கானலில் நடைபெற்ற திரைப்படப் பயிலரங்கில் பங்கேற்கக் குடும்பத்தினருடன் சென்றிருந்தேன். அப்போது என் மகளும் மகனும் 'காட்சிப்பிழை இதழ் வரத் தொடங்கியபிறகுதான் நாங்கள் நிறையப் படம் பார்க்கிறோம். படங்கள் பற்றிப் பேசுகிறோம்' என்றார்கள். அவர்களுடைய அவதானிப்பு மிகவும் சரியானதுதான். காட்சிப்பிழை வரத் தொடங்கியதும் எங்கள் வாழ்வில் குறிப்பிட்ட பருவம் முடிந்து அடுத்த கட்டத்திற்கான மாறுதல்கள் உருவானதும் ஒருசேர நிகழ்ந்தன. என் மகள் பன்னிரண்டாம் வகுப்பு முடித்துக் கல்லூரிக்குச் சென்றாள். மகன் பத்தாம் வகுப்பு முடித்துப் பதினொன்றாம் வகுப்புக்கு விடுதியில் சேர்ந்தான். அப்போது காட்சிப்பிழையும் வரத் தொடங்கியது.

இன்றைய காலத்தில் ஒவ்வொரு குடும்பத்திற்கும் பிள்ளைகளின் படிப்புக்காலம் பதற்றம் நிறைந்ததாகவும் வேறு விஷயங்களில் கவனம் செலுத்துவதற்கு இயலாததாகவும் கழிகிறது. குழந்தை பிறந்ததும் அதை எந்தப் பள்ளியில் சேர்ப்பது என்னும் ஆலோசனை தொடங்கிவிடுகிறது. சில பிள்ளைகள் தம் பள்ளிப் பருவத்தை ஐந்தாறு பள்ளிகளில் கழிப்பதுண்டு. இந்தப் பள்ளி சரியில்லை என்று ஒவ்வோர் ஆண்டும் பெற்றோருக்குத் தோன்றும். எல்லாப் பள்ளிகளும் கற்பித்தலில் ஒற்றை முறையைத்தான் கையாள்கின்றன என்பதை அறியாமல் மாற்றிக்கொண்டே இருப்பார்கள். காலையில் பிள்ளைகளைத் தயார் செய்து பள்ளிக்கு

அனுப்புவது உள்ளிட்ட வேலைகளுக்காகப் பெற்றோரின் அனைத்து அலுவல்களும் அவர்களைச் சார்ந்தே, அவர்களது படிப்பைச் சார்ந்தே அமையும்.

பிள்ளைகள் எட்டாம் வகுப்புக்குப் போகும்போதே பெரும்பதற்றம் தொற்றிக்கொள்ளும். ஒன்பதாம் வகுப்பை அதே பள்ளியில் தொடரலாமா வேறு பள்ளிக்கு மாற்றலாமா? அதே பள்ளியில் தொடர்ந்தால் எந்தப் பிரிவில் சேர்ப்பார்கள்? எனப் பல கேள்விகள். ஒன்பதில் தொடங்கிப் பன்னிரண்டு முடிக்கும் வரைக்குமான நான்காண்டுகள் பிள்ளைகளுக்கு வெளியுலகமே தெரியாது. பள்ளியும் வீடும்தான். சிலசமயம் நாம் இருப்பது பள்ளியா வீடா என்றே குழப்பம் வந்துவிடும். பதின்பருவத்தை எட்டும் அந்தச் சமயத்தில் பிள்ளைகளுக்கு உண்டாகும் மனநெருக்கடி சாதாரணமானதல்ல. பெற்றோரும் அந்த ஆண்டுகளில் தங்கள் வெளியுலக வாசத்தைப் பெரிதும் குறைத்துக்கொள்வர். அத்தோடு எல்லாச் செயல்களும் படிப்பை மையமாக வைத்தே நடைபெறும். உறவினர்களை வீட்டுக்கு அழைப்பதுகூட இருக்காது. யாராவது வந்துவிட்டால் அவர்களைச் சமாளித்து அனுப்புவது பெரும்பாடு. இதனால் உறவுகளுக்குள் பிணக்குகள் ஏற்படுவதும் உண்டு.

இன்று நடுத்தரக் குடும்பப் பிள்ளைகளின் பள்ளிக்காலம் இப்படித்தான் செல்கிறது. தீபாவளி, பொங்கல் என்று எந்தப் பண்டிகையையும் அவர்கள் மகிழ்ச்சியோடு கொண்டாட இயலாது. அந்த விடுமுறைகளிலும் படிப்பதற்கோ எழுதுவதற்கோ வேலைகள் இருக்கும். என் பிள்ளைகள் படிக்கும் பருவத்திலும் நாங்கள் இத்தகைய நெருக்கடிகளில் பலவற்றைச் சந்தித்தோம். எவ்வளவு கவனமாக இருந்தாலும் யோசித்துச் செய்தாலும் சூழல் சுமத்துபவற்றைத் தவிர்க்க இயல்வதில்லை. அதுவும் நாங்கள் வசிப்பது தமிழ்நாட்டின் ஆக்ஸ்போர்டாகிய நகரத்தில் என்பதால் அரசுப் பள்ளி மாணவர்களுக்கும் நெருக்கடிக்குக் குறைவில்லை. உ.சகாயம் அவர்கள் ஆட்சியராக இருந்த ஆண்டுகளில் அரசுப் பள்ளி மாணவர்களை மாநில முதலிடம் பெற வைத்துவிட வேண்டும் என்று திட்டமிட்டு வேலைகள் செய்தார். அது சாத்தியமாகவில்லை எனினும் அம்மாணவர்களும் படிப்பு சார்ந்த பல்வேறு நெருக்கடிகளைச் சந்தித்தனர். இந்த நிலையில் என்ன செய்ய முடியும்?

திரையரங்குக்குச் சென்று திரைப்படம் பார்ப்பதைப் பற்றி நினைக்கவே இயலாது. அரிதாக ஓரிரு குறுவட்டு வாங்கிக் கொடுத்துப் பிள்ளைகளைத் திருப்திப்படுத்த வேண்டும். தொலைக்காட்சி இணைப்பு முழுதாகத் துண்டிக்கப்பட்டிருக்கும்.

2006ஆம் ஆண்டு 'இம்சை அரசன் 23ஆம் புலிகேசி' படத்தைத் திரையரங்குக்குச் சென்று பார்த்த நாங்கள் அதன்பின் 2010ஆம் ஆண்டுதான் திரையரங்குக்குச் சென்றோம். நான்காண்டுகள் திரையரங்குக்கே செல்லாமல் இருந்தோம் என்பதை இப்போது நினைக்கும்போது ஆச்சர்யமாக இருக்கிறது. அந்தச் சமயத்தில் அதைப் பற்றிய யோசனையே வந்ததில்லை. இது எங்கள் குடும்பத்தின் நிகழ்வு மட்டுமல்ல. பெருவாரியான குடும்பங்களில் இப்படித்தான்.

திரையரங்குக்கு மக்கள் வருவது குறைந்துவிட்டது என்பதற்கான காரணமாகச் சின்னத்திரையை மட்டும் சொல்வது சரியானதல்ல. சமூக வாழ்வில் நேர்ந்திருக்கும் இத்தகைய மாற்றங்களையும் கணக்கில் எடுத்துக்கொண்டு பார்க்க வேண்டும். பல குடும்பங்கள் திரையரங்குக்குச் செல்லும் பழக்கத்தையே மறந்துவிடுகின்றன. பிள்ளைகளின் பள்ளிக் கல்விக்காலம் முடிந்த பின்னும் மறதி அப்படியே தொடரவும் செய்கிறது. ஆனால் நாங்கள் மீண்டும் படம் பார்க்கத் தொடங்கினோம். அதற்குக் காட்சிப்பிழை முக்கியமான காரணம்தான். படங்கள் பார்ப்பதும் அவற்றைப் பற்றிப் பேசுவதும் தவறல்ல என்னும் புரிதலை எங்களிடம் உருவாக்கியதிலும் காட்சிப்பிழைக்குப் பங்குண்டு. திரையரங்கம் சென்று படம் பார்க்க ஒரு குடும்பம் எவ்வளவு செலவழிக்க வேண்டியுள்ளது என்பதைப் பற்றி முன்னரே எழுதியிருக்கிறேன். எனினும் திரையரங்கில் பார்க்கும் சந்தோசத்தை அனுபவிக்கத் தொடங்கிய பிறகு அதை முற்றிலுமாகக் கைவிட்டுவிட முடிவதில்லை. அகலத் தொலைக்காட்சிப் பெட்டிகளும் இல்லத் திரையரங்கு என்னும் கருத்தோட்டமும் அதற்குரிய கருவிகளும் வந்த பிறகும் திரையரங்கம் என்னும் வெளி கொடுக்கும் சந்தோசம் தனியானதுதான். அதற்கு நிகர் வேறு ஏதுமில்லை.

இப்போது சில படங்களைத் திரையரங்குக்குச் சென்று பார்க்க வேண்டும் என்று முன்கூட்டியே திட்டமிடவும் செய்கிறோம். அப்படித் திட்டமிட்டுச் சமீபத்தில் பார்த்த படம் 'தங்க மீன்கள்.' இயக்குநர் ராமின் 'கற்றது தமிழ்' படத்திற்குக் காலச்சுவடு இதழில் விமர்சனம் எழுதியிருந்தேன். அது எனக்கு உவப்பைத் தராத படம். எனினும் நண்பர்கள் பலர் அவ்விமர்சனத்தைப் படித்துவிட்டு இன்னும் மென்மையாக எழுதியிருக்கலாம் என்றார்கள். ராம் தமிழிலக்கியம் பயின்றவர்; படைப்பாற்றலும் திறனும் உடையவர்; தமிழ் மீது பற்றும் அரசியல் பார்வையும் கொண்டவர் என்றெல்லாம் அவரைப் பற்றிய செய்திகள் எனக்குச் சொல்லப்பட்டன. இன்னொரு முறை 'கற்றது தமிழ்' பார்த்தேன். படம் பற்றிய என் கருத்து

வலுப் பெற மேலும் சில சான்றுகள் கிடைத்தன. தமிழ்ப் படித்த மாணவர் ஒருவர் ரயிலில் கைக்குட்டை விற்பார். அவரைக் கதாநாயகன் சந்திக்கும்போது 'கோட்டாவில் வேலைக்குப் போனவர்களைப்' பற்றி ஒரு வசனம் வந்து எனக்கு அதிர்ச்சி தந்தது. என்றாலும் அவரது அடுத்த படத்தை நான் ஆவலாக எதிர்பார்க்கவே செய்தேன். காரணம் தமிழ்த் திரைப்படங்களின் பொதுப்போக்கிலிருந்து விலகிச் சிந்திக்கும் ஒருவராக ராம் இருக்கிறார் என்பதுதான்.

தங்க மீன்கள் பற்றிய செய்திகளை வாசித்தேன். தயாரிப்பாளர் கௌதம் மேனன் என்பதும் என் ஆவலுக்குக் காரணம். 'மகள்களைப் பெற்ற அப்பாக்களுக்கு மட்டுமே தெரியும், முத்தம் காமத்தில் சேர்ந்ததில்லை என்று' என்னும் வசனம், ட்ரெயிலர், 'ஆனந்த யாழை மீட்டுகிறாய்' என்னும் இனிமையான பாடல் ஆகியவை எதிர்பார்ப்பைக் கூட்டின. நானும் மகளைப் பெற்ற அப்பன்தான். நா.முத்துக்குமாரிடம் செல்பேசியில் பேசிய தருணத்தில் 'இப்போது எந்தப் படத்திற்குப் பாடல் எழுதியிருக்கிறீர்கள்?' என்று கேட்டேன். அவர் தங்க மீன்களையே குறிப்பிட்டுச் சொன்னார். வளர்ந்து வரும் பாடலாசிரியராகிய வே.ராமசாமி 'ஆனந்த யாழை மீட்டுகிறாய்' பாடலை ஐந்நூற்றுக்கும் மேற்பட்ட முறை கேட்டதாகத் தெரிவித்தார்.

படம் வந்ததும் சேலத்தில் ஒரு விவாதக் கூட்டம் நடத்தி அதன் பதிவுகளைக் காட்சிப்பிழைக்குத் தரலாம் என்றும் திட்டமிருந்தது. கவிஞர் வே.பாபுவிடம் பேசி அதற்கான தயாரிப்புகளையும் செய்திருந்தோம். படம் வெளியாவது தள்ளிப் போய்க் கொண்டிருந்தது. எனினும் இணையத்திலும் ஊடகச் செய்திகளிலும் தங்க மீன்கள் கவனம் பெற்றுக்கொண்டேயிருந்தது. படம் வெளியான முதல் மூன்று நாட்கள் திரையரங்குக்குச் செல்ல இயலவில்லை. நல்ல படங்களை எல்லாம் சீக்கிரம் அரங்கை விட்டு ஓட்டி விடுவது நம் ரசிகர்களுக்குக் கைவந்ததாயிற்றே என எண்ணி நான்காம் நாள் போகலாம் எனத் தீர்மானித்தேன். எந்தப் படம் எனினும் முடிந்தவரை முதல் நாளே பார்த்துவிடும் நண்பர் சு.அன்பரசுவிடம் கேட்டேன்.

படத்தை அவர் பார்த்திருந்தார். ஆனால் முதல் இரண்டு நாட்கள் பார்க்க இயலவில்லையாம். எப்போதும் இரண்டாம் ஆட்டத்திற்குச் செல்வதையே விரும்புபவர் அவர். இரண்டு நாட்களாக இரண்டாம் ஆட்டத்திற்குச் சென்றிருக்கிறார். மூன்று அல்லது நான்கு பேர்களே படத்திற்கு வந்தார்களாம். ஆகவே படம் திரையிடப்படவில்லை. பத்துப் பேர் வந்தால்

திரையிடுவதாகச் சொன்னார்களாம். மூன்றாம் நாள் அவரும் நண்பர்கள் சிலரும் முதல் ஆட்டத்திற்கே சென்றிருக்கின்றனர். ஏழு பேர்தான் எண்ணிக்கை. மூன்று டிக்கட்டுகளை இவர்களே சேர்த்து வாங்கியபின் படம் போட்டார்களாம். நான்காம் நாளும் அதே நிலை நீடித்தால் படம் பார்க்க இயலாதே என்னும் கவலையில் நான் ஆட்களைத் திரட்டினேன். நான், என் மனைவி, மாணவர்கள் நால்வர் என ஆறு பேர் சேர்ந்தோம்.

நாலு தியேட்டரில் குட்டி அரங்கான அன்னை சிவகாமியில் படம். பத்துப் பேர் சேர்ந்தால் படம், இல்லையேல் பணம் திரும்பக் கொடுக்கப்படும் என்று சொல்லி டிக்கட் கொடுத்தார்கள். நாற்பது ரூபாய் டிக்கட். நாங்கள் ஆறு பேர் தவிர ஏழாவது ஒருவர் வந்திருந்தார். அரை மணி நேரம் காத்திருந்தோம். யாரும் வரவில்லை. எங்கள் மாணவர் ஒருவர் அத்திரையரங்கில் வேலை பார்க்கிறார். அவரிடம் கேட்டோம். 'எப்படியாவது படம் ஓட்ட ஏற்பாடு செய்கிறேன்' என்றார் அவர். ஏழாவதாக வந்திருந்தவர் செல்பேசியில் அவர் நண்பர்கள் இருவரை அழைத்தார். அவர்கள் வருவதாகச் சொன்னதும் இரண்டு டிக்கட்டுகள் வாங்கினார். மொத்தம் எண்ணிக்கை ஒன்பதாயிற்று. திரையரங்குக்குள் வரும் ஒவ்வொருவரையும் 'தங்க மீன்களுக்கு' வருபவராக இருக்குமோ என்று எதிர்பார்த்தோம். பலர் 'தேசிங்கு ராஜா' வுக்குச் சென்றார்கள். ஆங்கிலப் படம் ஒன்றுக்குப் போனார்கள். தங்க மீன்களுக்கு ஆட்கள் சேரவில்லை.

சரி, இன்னும் ஒரு டிக்கட் தானே, நாமே வாங்கிவிடலாம் என்று முடிவு செய்தபோது இன்னும் இருவர் வந்து சேர்ந்தனர். மொத்தம் பதினொரு பேர். படம் ஓடும் என எதிர்பார்த்தபோது பதினைந்து பேர் வரட்டும் என்று சொல்லிவிட்டார்கள். அங்கே பணியாற்றும் எங்கள் மாணவர் உள்ளே போய்ப் பேசிப் படம் போட ஏற்பாடு செய்தார். 'என்னப்பா சொன்ன?' என்று கேட்டேன். 'எங்க ஐயா வந்திருக்கிறாரு... படம் ஓட்டனும்னு சொன்னங்கய்யா' என்றார். கேலியாகச் சொன்னாரோ என்னவோ ஆசிரியருக்கே உரிய பெருமிதம் வந்ததைத் தவிர்க்க முடியவில்லை. படம் பார்த்தோம். யாருக்குமே படம் பிடிக்கவில்லை. வே.பாபுவிடம் பேசினேன். நாங்கள் பார்த்த அதே நேரத்தில் அவர் மாநகரத்தில் படம் பார்த்திருக்கிறார். எங்களுக்கிருந்த பிரச்சினை அவருக்கில்லை. இருபது பேர் தியேட்டரில் இருந்திருக்கிறார்கள். மாநகரம் அல்லவா? கூடி விவாதம் நடத்தக்கூடிய அளவுக்கான படமாக இது இல்லை என்று நாங்கள் முடிவு செய்தோம். படத்தோடு என்னால் ஒன்ற முடியவில்லை. இது பாவனைப் படம் என்று எனக்குத் தோன்றிக்கொண்டே இருந்தது.

இன்று தமிழ்த் திரையுலகில் விதவிதமான கதைசொல்லிகள் வந்திருக்கின்றனர். ஒவ்வொருவரும் அவரவருக்கான உலகம் ஒன்றைச் சிருஷ்டிக்க முயல்கிறார்கள். வணிக ரீதியாகவும் வெற்றிபெற வேண்டும், அதேசமயம் தமிழ் வாழ்வு சார்ந்த சில பதிவுகளையேனும் உருவாக்கிவிட வேண்டும் என்பது அவர்களின் எண்ணமாக இருக்கிறது. அத்தகைய இயக்குநர்களின் வரிசையில் வைத்துப் பார்க்கப்பட வேண்டியவர் ராம். தமிழ்ப் படிப்பவர்களையும் ஆசிரியர்களையும் பற்றி எப்போதும் கேலியாகவே சித்திரிக்கும் மரபிலிருந்து விலகி அவர்களது கோணத்தையும் பிரச்சினைகளையும் திரைவெளிக்குக் கொண்டுவர முயன்றவர். அப்பா மகள் உறவு பற்றிய மிகை எதார்த்தப் பதிவுகளையே இதுவரை கண்டிருக்கிறோம். அதிலிருந்து முற்றிலும் விலகவில்லை எனினும் அப்பா மகள் நேசத்தை உயிர்ப்புடன் சித்திரிக்கத் தங்க மீன்கள் முயன்றிருக்கிறது. அதற்குள் பல உபபிரதிகளையும் வைத்திருக்கிறார். பாராட்டப்பட வேண்டிய முயற்சி. எனினும் படம் ஈர்க்கவில்லை. அதற்கு முக்கியமான காரணங்கள் எவை?

சமீபகாலத் தமிழ்ப் படங்களைப் பற்றி ராஜன்குறை விரிவாக முன்வைத்திருக்கும் கருத்து ஒன்றை இப்படத்திற்குப் பொருத்திப் பார்ப்பதன் வழி காரணங்களை விவரிக்க முடியும் எனக் கருதுகிறேன். தமிழ்த் திரைப்படங்களின் இரண்டு மாதிரிகளை அவர் வகைப்படுத்திக் காட்டுகிறார். முதலாவது தனித்தியங்கும் திரைப்படம். இரண்டாவது வாழ்வை ஊடுருவும் திரைப்படம். அன்றாட வாழ்வைத் திரைவெளியாகக் கொள்ளும் வகையில் தமிழ்த் திரை இன்று மாறி வருகிறது என்பது அவர் கருத்து. இந்தக் கருத்தாக்கத்தை அவரது 'கதாநாயகனின் மரணம்' நூலில் விரிவாக எழுதியுள்ளார். திரைப்படத்துக்காக உருவாக்கப்படும் கதை மரபுவெளியில் விசேசத் தருணங்களையே காட்சியாக்கும் தனித்தியங்கும் திரைப்பட பாணியை இன்று முற்றாகக் கையாள முடியாது. கதாநாயகனைப் பிரதானப்படுத்தி இயங்கும் படங்களிலும் இன்று அன்றாட வாழ்வின் வெளியைக் குறைந்தபட்சமாகவேனும் வைத்தாக வேண்டிய நிர்ப்பந்தம் இருக்கிறது. முந்தைய படங்களில் கதாநாயகன் என்ன வேலை செய்கிறான் என்பதைப் பற்றிய காட்சி எதுவும் படம் முழுக்கவே வராமல் இருக்கும். அப்படி வரினும் என்ன வேலை என்பதில் தெளிவு இருக்காது. இன்றைக்கு அப்படியல்ல. மெக்கானிக்காகவோ சமையல்காரனாகவோ ராணுவ வீரனாகவோ ஏதாவது ஒரு வேலையை விஜய்கூடச் செய்தாக வேண்டியிருக்கிறது. சண்டைக் காட்சிகளில் ஆளற்ற வெளிகளைக் காண முடியாது. மக்கள் உலவும் அன்றாடக்

காய்கறி அங்காடியோ சந்தையோ சாலைகளோ இன்று தேவையாயிருக்கிறது.

பொதுப்போக்குப் படங்களிலேயே இந்த நிலை எனின் 'தங்க மீன்கள்' போன்ற சமூகப் பிரச்சினைகளைப் பேசும் படங்கள் அன்றாட வாழ்வின் வெளியை உருவாக்குவதில் முழுமையாகக் கவனம் கொண்டிருக்க வேண்டும். அன்றாட வாழ்வின் ஏதோ ஒரு தருணத்தைப் படம் பிடிப்பதன் வழியாக இப்படம் நகர்ந்திருக்க வேண்டும். காரணம் இப்படம் சமகால வாழ்வைச் சித்திரிக்கும் படம். ஆனால் இதன் களம் எது? சிறுகிராமமா, பேரூரா, சிறுநகரமா, மலைப்பகுதியா? அவர்கள் வீடு ஊருக்குள் அமைந்திருக்கிறதா, தனியாகவா? இயற்கை எழில் படம் முழுக்கக் காட்சியாகிறது. ஆனால் அது கதை இயங்கும் வெளியைத் துலக்கவில்லை. அது கிராமமாக இருக்கும் எனச் சிரமப்பட்டு யூகம் செய்கிறேன். அப்படியும் எப்படியான கிராமம் என்று கற்பனை செய்துகொள்வதுகூடச் சிரமமாக இருக்கிறது. படம் அதற்குத் துணை செய்யவில்லை. கடைசிக் காட்சியில் அரசுப் பள்ளியைக் காட்டும்போது ஊர்ப்பெயரும் நாகர்கோவில் என்னும் நகரத்தின் பெயரும் வருவதால் இயக்குநர் கருத்தில் கொண்டிருக்கும் ஊர் அப்பகுதியைச் சேர்ந்த கிராமம் என்று ஒரு முடிவுக்கு வந்தேன்.

அவர்கள் குடியிருக்கும் வீடு ஊரில் எவ்விடத்தில் அமைந்திருக்கிறது, அண்டை வீட்டுக்காரர்கள் இருக்கிறார்களா என்பவற்றை எல்லாம் கண்டுபிடிக்க முடியவில்லை. நாகர்கோவில் பகுதி என்பதை இயக்குநர் முடிவு செய்துவிட்டார். பார்வையாளர் எப்படியாவது அதைக் கற்பனை செய்துகொள்ள வேண்டியதுதான். குறைந்தபட்சம் அந்தப் பகுதி வட்டார மொழியையாவது அங்கங்கே தூவி இருக்கலாம். வட்டார அடையாளத்தோடு படங்கள் வரத் தொடங்கிப் பல்லாண்டுகள் ஆகிவிட்டன. இந்தச் சூழலில் காத்திரமான படம் ஒன்று பொதுமொழியில் அமைவதை எப்படிப் புரிந்துகொள்வது? பார்வையாளரைப் பற்றிய இயக்குநரின் அலட்சிய மனோபாவம் அப்படியெல்லாம் செய்யவிடாமல் தடுத்துவிட்டிருக்கிறதோ என்றுதான் நினைக்க வேண்டியிருக்கிறது.

பேருந்து வந்து நிற்கும் இடம் ஒரு வளைவாகக் காட்சி தருகிறது. காட்டுப் பகுதிகளுக்குள் சைக்கிளில் போகிறார்கள். ஏதோ அந்தர வெளியில் தனியார் பள்ளிக்கூடம், மக்கள் புழங்காத அடர்காட்டுக்குள் படித்துறையெல்லாம் அமைக்கப்பட்ட குளம். எனக்கு ஒன்றும் விளங்கவில்லை. மக்கள் புழங்காத வெளிகளே சமகாலச் சமூக அவலங்களைச் சித்திரிக்கும் இந்தப் படத்தில்

காட்சியாகின்றன. கதைக்குத் தொடர்புடைய பாத்திரங்களைத் தவிர பிற மனிதர்களின் அசைவியக்கம் என்பதே படத்தில் இல்லை. நடைமுறை வாழ்வின் காட்சிகளை அரிதாகத் தேடியே கண்டடைய வேண்டியிருக்கிறது. இப்படத்தின் இயக்குநரும் கதாநாயகனுமான ராம், இப்படத்தில் பல்வேறு சமூகப் பிரச்சினைகளைப் பேசியிருப்பதாக ஆனந்தவிகடனில் ஆவேசமாகச் சொல்கிறார். தனியார் பள்ளிகளின் கொடூரம் என்னும் கல்விப் பிரச்சினை தொடங்கி உலகமயமாக்கலின் விளைவு வரை இப்படத்தில் இல்லாததே இல்லையாம். அனேகமாக இப்பட உருவாக்கம் இயக்குநரின் மூளை சார்ந்து இயங்குகிறது என்று நினைக்கிறேன். பார்வையாளரின் கோணம் கணக்கில் கொள்ளப்படவே இல்லை. பிரச்சினைகளை முன்வைக்கும் கருத்து விளக்கப் படமாக இதை எடுக்க முயன்றிருக்கிறார். கருத்துக்களுக்கு ஏற்பக் காட்சிகளை உருவாக்கினால் அது இயக்குநருக்குத் திருப்தி தரும். பார்வையாளர்களுக்குத் தருமா?

சில்வர் பாத்திரங்களுக்குப் பாலிஷ் போடும் மரபான தொழிலை உலகமயமாக்கல் உருவாக்கிய நவீன இயந்திரங்கள் வந்து நசியச் செய்துவிடுகிறது என்பது அவர் கொண்டிருக்கும் ஒரு கருத்து. அதற்கு இரண்டு மூன்று காட்சிகள். உடல் உழைப்பாளிக்குரிய உடல்மொழி ஏதுமற்று நடமாடும் கதாநாயகன் பத்து ஆண்டுகளாக அந்த வேலையில் இருக்கிறானாம். சரி, சில்வர் பாத்திரங்களுக்குப் பாலிஷ் போடும் தொழில் மரபானதா? எவர்சிலவர் பாத்திரங்கள் தாராளமாக நம் வாழ்க்கைக்குள் புழங்க ஆரம்பித்து எத்தனை ஆண்டுகள் ஆகின்றன? முப்பது அல்லது நாற்பது ஆண்டுகள் இருக்கலாம். அதற்குள் அது மரபுத்தொழிலாக மாறிவிட்டது விந்தைதான்..

பழங்குடி மக்களின் ரெயின்மேக்கர் கருவியைக்கூட உலகமயமாக்கல் பலி கேட்கிறதாம். இருபத்தைந்தாயிரம் ரூபாய்க்காகக் காடு மேடுகளில் அலைந்து பழங்குடி மக்களின் வசிப்பிடத்தை அடைந்து அவர்கள் காலில் விழுந்து அக்கருவியைப் பறித்துக்கொண்டு வருகிறான் கதாநாயகன். மதிப்பு நிர்ணயிக்க முடியாத அப்பொருளை யாசகமாக வாங்கி வந்து இருபத்தையாயிரம் ரூபாய்க்கு விற்றுத் தன் மகளுக்கு வோடபோன் நாய்க்குட்டி வாங்கித் தருகிறான் அவன். இந்தக் காட்சிகளைக் காணும் பார்வையாளருக்கு உலகமயமாக்கல் பற்றியோ அதன் பாதகங்கள் பற்றியோ தோன்ற என்ன சாதகம் இருக்கிறது? பழம்பொருள் சேகரிக்கும் இரண்டு வெள்ளைக்காரர்களைக் காட்டிவிட்டால் உலகமயமாக்கலை விமர்சித்ததாகிவிடும் போலிருக்கிறது. இதையெல்லாம் காட்டிவிட்டோம் என்று இயக்குநருக்குத் திருப்தி ஏற்பட்டுவிட்டால் சரிதான்.

இப்படிப் பல கருத்துக்களை வலியுறுத்தும் நோக்கம் இயக்குநருக்கு இருப்பதால் கருத்துக்கள் பற்றிய கவனத்தில் அன்றாட வாழ்வுச் சித்திரிப்பில் அக்கறை காட்டவில்லை. கருத்துக்களை முன்வைத்து அதற்கெனக் கதையை உருவாக்குவோர் செய்யும் எல்லாவகைத் தந்திரங்களையும் இப்படத்திலும் காணலாம். தன் கருத்துக்குத் தேவையில்லாத பாத்திரம் ஒன்றுகூடக் காட்சிகளுக்குள் வராமல் பார்த்துக்கொள்ளுதல் ஒரு தந்திரம். சகஜமாக வந்து கதைவெளிக்குள் புழங்கும் பாத்திரம் ஒன்றைக்கூடக் காணோம். அப்படி யாராவது வர நேர்ந்தால் எதிர்நிலையாகவே காட்டுகிறார். கதாநாயகனின் மனைவி வெளியே சென்று தொலைபேசியில் பேசுகிறாள். அந்தக் கடைக்காரரும் கடையில் இருக்கும் வாடிக்கையாளர்களும் எதிரிகளாக வேண்டியதன் அவசியம் என்ன? அவள் உள்ளூர்ப் பெண். அவள் மாமனார் பள்ளித் தலைமையாசிரியராக இருந்தவர். கணவன் பணமில்லாதவனாக இருப்பினும் நல்லவன்தான். உள்ளூர்ப் பெண்ணுக்கு ஆதரவான வார்த்தை வராவிடினும் இரக்கப் பார்வையாவது வராமலா போய்விடும்? பள்ளியில் உடன் பயிலும் பிள்ளைகள் எல்லாரும் அந்தக் குழந்தைக்கு எதிரி போலத்தான் காட்டப்படுகிறார்கள். ஒரு குழந்தையைப் பரிதாபமாகக் காட்ட இத்தனை குழந்தைகளை வில்லர்களாக்க வேண்டுமா?

தனியார்ப் பள்ளிகளின் கொள்ளையை விமர்சிப்பதாகச் சொல்லி இப்படத்தில் காட்டப்படும் காட்சிகள் எல்லாம் அபத்தங்கள். அந்தப் பள்ளியில் படிக்கும் பிள்ளைகளில் இந்த ஒரு பிள்ளைக்கு மட்டுமே பிரச்சினை இருப்பதாகத்தான் உணர முடிகிறது. மற்றவர்கள் எல்லாம் சகஜமாகவும் சந்தோசமாகவும் இருக்கிறார்கள். இந்தப் பிள்ளைக்கு என்ன பிரச்சினை? கற்றலில் குறைபாடு உள்ள குழந்தையா? கீ,வி ஆகியவற்றுக்கு வேறுபாடு தெரியாமல் இருக்கிறது என்பதை மட்டும் கொண்டு அப்படி முடிவு செய்ய இயலவில்லை. அத்தகைய பிரச்சினைகளை எளிதாகத் தீர்க்கும் அறிவு அப்பிள்ளையின் அப்பனுக்கே இருக்கிறது. மெல்லக் கற்றல் இயல்புடைய குழந்தையா அது? அப்பிள்ளையின் பிரச்சினை பற்றியும் தெளிவான சித்திரம் ஏதுமில்லை. இரண்டாம் வகுப்புப் படிக்கும் குழந்தையை அறைக்குள் அடைத்து வைத்துப் 'படிபடி' என்று சொல்லும் குடும்பத்தை இந்தப் படத்தில்தான் பார்க்க முடியும். குழந்தையின் உடனமர்ந்து சொல்லிக் கொடுக்கும் அளவுக்குப் படித்த பெற்றோர்கள்தானே அவர்கள். அப்படியான காட்சிகளே அன்றாட வாழ்வில் காணக்கூடியது. அன்பான தாத்தா தலைமையாசிரியராக இருந்தவர். அக்குழந்தைக்கு அவர்

சொல்லிக் கொடுப்பதாகக்கூட ஒரு காட்சி இல்லை. 'தாரே ஜமீன் பர்' படம் நினைவு வருகிறது. அதன் ஒருதுளியைக்கூடத் தொட முடியாத படம் இது.

முதல்வரும் ஆசிரியர்களும் வில்லத்தனமான முகபாவனைகளுடன் கொடூரமான சொற்களைப் பேசுபவர்களாக வருகிறார்கள். தனியார்ப் பள்ளிகளில் பிரின்சிபால் அதாவது முதல்வர் என்றுதான் பதவிப் பெயர். தங்க மீன்களில் வருவது போலத் தலைமையாசிரியர் அல்ல. தனியார்ப் பள்ளிகளின் செயல்பாட்டு முறைகளைப் பற்றிய அறியாமையை இயக்குநர் வெளிப்படுத்தியிருக்கிறார். இப்படத்தில் காட்டப்படுவது கிராமத்தில் இயங்கும் தனியார்ப் பள்ளி. கட்டிடங்கள் கட்டிக்கொண்டே இருக்கிறார்கள். இத்தகைய பள்ளிகளின் அணுகுமுறை கிராமத்துப் பிள்ளைகள் எல்லாரையும் தங்கள் பள்ளிக்கு ஈர்க்கும் நோக்கத்திலானதாக இருக்கும். குறைந்தபட்சத் தொகை செலுத்தக்கூடிய ஒவ்வொருவரும் பள்ளியின் இலக்காக அமைவர். அதற்கேற்ற நைச்சியமான அணுகுமுறையே கையாளப்படும். நகரங்களில் செயல்படும் வளர்ந்த தனியார்ப் பள்ளிகளின் நடைமுறைகளைக் கேள்விப்பட்டு அவற்றை இந்தக் கிராமத்துப் பள்ளிக்குள் கொண்டு வந்து பொருத்தியுள்ளார். சிறிதும் ஒட்டாமல் பெரிய பிளவு தெரிகிறது.

எவ்வளவு பணம் எனினும் செலுத்திவிடக் கூடிய வசதியுள்ள தலைமையாசிரியரின் பேத்தியைப் பள்ளியிலிருந்து நிறுத்த அவர்கள் ஒருபோதும் ஒப்ப மாட்டார்கள். தலைமையாசிரியர் வழியாக இன்னும் நிறையப் பிள்ளைகளை ஈர்க்கும் திட்டம்தான் அவர்களுக்கு இருக்கும். பெயிலாகி விட்டால் மறுதேர்வு நடத்த ஒரு தொகையைக் கட்டச் சொல்லி வாங்கிக்கொண்டு பெயரளவுக்குத் தேர்வு நடத்தி அடுத்த வகுப்புக்கு அனுப்பிவிடுவார்கள். இந்தப் பள்ளிகளின் நோக்கம் பணம்தான். அதை வசூலிக்க அவர்களுக்குப் பிள்ளைகள் வேண்டும். ஒரு குழந்தை சரியாகப் படிக்கவில்லை என்றால் அதற்கு டியூசன் வைக்கலாம் என்று சொல்லித் தனியாகப் பணம் வாங்குவார்கள். பெருமளவு வளர்ந்த பள்ளிகள்கூடங்களைப் போலல்லாமல் பெற்றோரின் எதிர்பார்ப்பை நிறைவு செய்தால்தான் வருவாயைப் பெருக்க முடியும் என்னும் கோணத்தில் கெடுபிடி செய்வார்களே தவிர பெற்றோராகிய நுகர்வோரை இழக்க ஒருபோதும் சம்மதிக்க மாட்டார்கள். பள்ளிக்குப் பெயர் வாங்கிக் கொடுக்க வெகுசில மனனத் திறனுடைய பிள்ளைகள் போதும் அவர்களுக்கு. மற்றவர்கள் எல்லாம் படித்தாலும் படிக்காவிட்டாலும் நிர்வாகம் கவலைப்படாது.

பெற்றோர் சென்று புகார் சொல்லி வேறு பள்ளிக்கு மாற்றிவிடுவதாகக் கூறினால் அதைத் தவிர்க்கப் பிள்ளைகளின் மீது கெடுபிடி செய்வதும் படிப்பு வராத பிள்ளையைப் படிக்கச் செய்வதாகக் கூறிக் கூடுதலாகப் பணம் கறப்பதும் தனியார்ப் பள்ளி நிர்வாகங்களின் வாடிக்கை. அவர்கள் எப்படிப் பணம் பறிப்பார்கள் என்பதை வேறு சில தமிழ்த் திரைப்படங்கள் நன்றாகவே காட்டியிருக்கின்றன. இந்தப் படத்தோடு ஒப்பிடும் வகையில் சட்டென நினைவுக்கு வருவது 'அபியும் நானும்.' இதுவும் அப்பா மகள் உறவைப் பற்றியதுதான். மிகைச் சித்திரம் கொண்ட படம்தான் எனினும் எந்தப் பிரகடனமும் செய்யாமல் அதில் பல்வேறு பிரச்சினைகளை அனாயாசமாகத் தொட்டிருப்பார் அதன் இயக்குநர் ராதாமோகன். தனியார்ப் பள்ளிகள் பற்றிய பகுதியும் அதில் ஒன்று. 'அதுக்கு மேல நாங்க ஒருபைசாகூட வாங்க மாட்டோம்' என்று அப்பள்ளி முதல்வர் சிரித்த முகத்தோடு சொல்லும் வசனம் மிகவும் பிரபலம். அந்த நைச்சியம் பணம் பிடுங்கும் தந்திரம். பிள்ளைகளின் மீது அவர்கள் காட்டும் கெடுபிடிகளைப் பெற்றோர் விரும்புவர். அதைப் பற்றிப் பெற்றோர்களுக்கு மகிழ்ச்சிதான். பணம் கட்டுதல் தொடர்பான பிரச்சினையை அணுகுபவர் நிர்வாகம் சார்ந்த யாராவது ஒருவராகவே இருப்பர். முதல்வருக்கு அந்தப் பொறுப்பைத் தரமாட்டார்கள்.

தனியார்ப் பள்ளியில் பிள்ளையைச் சேர்ப்பதற்குரிய நியாயங்களைச் சொன்ன கதாநாயகன், பின்னர் மற்றவர்களை எல்லாம் குற்றவாளியாக்கி அரசுப் பள்ளியில் சேர்ப்பதற்கான நியாயங்களை அடுக்குகிறான். அந்த மனமாற்றம் எப்படி வந்தது? எவிட்டா மிஸ் அரசுப் பள்ளிப் பணிக்குப் போனதாலா? இயக்குநர் அரசுப் பள்ளியைப் பிரச்சினைக்குத் தீர்வாக்க முடிவு செய்திருக்கிறார். ஆகவே மனமாற்றம் எதனால் ஏற்பட்டால் என்ன? அரசுப் பள்ளியில் பிள்ளையைச் சேர்த்ததும் கல்வி தொடர்பான பிரச்சினை முடிவுக்கு வந்துவிட்டதாகப் படம் சொல்கிறது. கற்றலில் குறைபாடுடைய பிள்ளைகளுக்கு அரசுப் பள்ளிகள் என்ன தீர்வை வைத்திருக்கின்றன? அங்கே இருப்பவர்கள் எல்லாரும் எவிட்டா மிஸ் போன்றவர்கள்தானா?

இப்படி இந்தப் படத்தின் பல்வேறு தர்க்கக் குறைபாடுகளையும் நடைமுறை வாழ்வு குறித்த காத்திரமான சித்திரமின்மை பற்றியும் பார்வையாளரை ஈர்க்கும் காட்சியமைப்புகள் இல்லாமை குறித்தும் இன்னும் விரிவாகப் பேசலாம். எவிட்டா மிஸ் பற்றிய பகுதியும் தங்கை வரும் காட்சிகளும் கொஞ்சம் சொல்லும்படி இருக்கின்றன. கதாநாயகனை நம்பிப் பன்னிரண்டாம் வகுப்புப்

படிக்கும்போதே உடன் வந்து திருமணம் செய்துகொண்டு எல்லாக் கஷ்டங்களையும் படும் மனைவியின் கோணம் கொஞ்சமாகப் பதிவாயிருக்கிறது. சமையல் செய்யும் அம்மா, பேப்பர் படிக்கும் அப்பா என்பதாகப் பாடப்புத்தகப் பொம்மைகளாகப் பல காட்சிகளில் கதாநாயகனின் பெற்றோர் வருகின்றனர். பெரும்பாலான காட்சிகள் பிரச்சினைகளைப் பேசும் செயற்கையான பாவனைகள்தான். இயற்கைக் காட்சிகளை அழகழகாகப் படம் பிடித்து ஏமாற்ற முடியாது. நல்ல கதைசொல்லியாகச் சமீபத்தில் வெளிப்பட்டிருக்கும் மாரி செல்வராஜ், கவிதையில் காட்சிகளை விவரிக்கும் திறன் பெற்ற கவிஞர் சாம்ராஜ் உள்ளிட்ட படைப்பாளிகள் இந்தப் படத்தில் பங்களிப்பு செய்திருப்பதாக அறிகிறேன். அவர்களை எல்லாம் சுதந்திரமாக விவாதிக்க விடவில்லையோ இயக்குநர்?

●

10

எப்போதாவது நிகழும் அபூர்வம்

1988ஆம் ஆண்டு தொடங்கி 1996ஆம் ஆண்டு வரைக்கும் எட்டாண்டுகளுக்கும் மேலாகச் சென்னையில் வசித்தேன். அங்கு வாழ்ந்தேன் என்று சொல்ல இயலவில்லை. இத்தனைக்கும் எனக்குப் பல்வேறு வாய்ப்புகளை வழங்கியதும் பலவிதமான மனிதர்களை அறிமுகப்படுத்தியதும் இந்தச் சமூக சாகரத்தில் ஒரு துளியாக என்னை உணரச் செய்ததும் சென்னை நகரம்தான். என் வாழ்வின் முக்கியமான தருணங்கள் அப்போதுதான் நிகழ்ந்தன. அந்தக் காலத்தைப் பற்றி வாழ்நாள் முழுதும் எழுதித் தீராத அளவுக்கு என்னுள் விஷயங்கள் இருக்கின்றன. மத்திய சென்னை, தென்சென்னை ஆகிய பகுதிகளில் என் காலடி படாத இடமே இல்லை. எத்தனையோ இடங்களுக்கு நடந்தே சென்றிருக்கிறேன். வாகனங்களையும் மனிதர்களையும் தீராத வியப்போடு பார்த்தபடி வெகுதூரம் தன்னந்தனியாக நடப்பது எனக்கு மிகவும் பிடித்தமானது.

அதேபோலச் சென்னையில் இருந்தபோது ஏராளமான படங்கள் பார்த்திருக்கிறேன். உணவுக்குச் செய்த செலவைவிடப் படம் பார்க்கச் செய்தது அதிகமாக இருக்கும் என்று நினைக்கிறேன். உணவை உயிர் வாழ்வதற்கான அத்தியாவசியத் தேவை என்று உணர்ந்து அதைக் கறாராகக் கடைபிடித்தேன். ஆனால் படம் பார்ப்பது என் நிலையில் வீண் செலவு என்று எவ்வளவு சொல்லிக்கொண்டாலும் அந்தச் செலவைத் தவிர்க்க முடிந்ததில்லை.

சென்னைப் பல்கலைக்கழக மாணவனாகச் சென்னைக்குச் சென்ற தொடக்க காலத்தில் எனக்குத் தங்கச் சரியான இடம் அமையவில்லை. நண்பர்கள் யாரும் இல்லை. சென்னையைப் பற்றி ஒன்றும் தெரியாது. அப்போது எனக்கு உதவி செய்தவர் ஈரோட்டைச் சேர்ந்த ப.கொழந்தசாமி என்பவர். இப்போது புதுச்சேரியில் அரசு கலைக்கல்லூரி ஒன்றில் பணியாற்றுகின்றார். அன்பும் பொறுமையும் கொண்ட இனிய மனிதர் அவர். 'அண்ணா' என்றுதான் அவரை அழைப்பேன். அவரது ஆலோசனைப்படி திருவல்லிக்கேணியில் மேன்சன் அறை ஒன்றில் தற்காலிகமாகத் தங்கிக்கொண்டேன். எனது உடைகள் அடங்கிய பெட்டி அண்ணன் தங்கியிருந்த பல்கலைக்கழக விடுதி அறையில் இருந்தது.

மேன்சன் அறை வெகுசிறிது. அதற்குள் நுழைந்துவிட்டால் இரவு பகல் பேதம் தெரியாது. ஒட்டு ஜன்னல்கூட இல்லை. அதை இரவுத் தூக்கத்திற்கு மட்டும் பயன்படுத்திக் கொள்வேன். எனக்கு ஒருநாளைக்கு இரண்டு மணிநேரம் மட்டும்தான் வகுப்பு. பிற்பகல் இரண்டு மணி முதல் நான்கு வரை. ஆகவே பகல் முழுதும் நான் அண்ணனின் அறையிலேயே தங்கிக்கொள்வேன். அவர் வெளியே சென்றுவிடுவார். முற்பகல் பத்து மணிக்கு மேல் விடுதியில் மனித அரவம் இருக்காது. குளித்தல், துவைத்தல், காலைக்கடன்கள் எல்லாவற்றையும் அன்றாடம் அங்கேயே முடித்துக்கொள்வேன். அவரது தனியறை. யாருமற்ற அந்தப் பகல் நேரத்தில் கட்டிலில் படுத்துக்கொண்டு ஆனந்தமாக வாசிக்கவும் எழுதவும் தூங்கவும் எனக்கு மிகவும் பிடிக்கும். இரவிலே அங்கே தங்கினால் அதற்குத் தனிக்கட்டணம். அண்ணனுக்கும் தொந்தரவாக இருக்கும். ஆகவே இரவுத் தங்கலுக்கு மேன்சன், பகல் பொழுதுக்கு அண்ணன் அறை என்று கிட்டத்தட்ட இரண்டு மாதம் ஓடிற்று. அதற்குள் மேன்சனில் சில நண்பர்கள் கிடைத்தனர்.

எங்கள் ஊர்ப் பகுதியில் இருந்து வந்து தங்கியிருந்த மனோகர், தூத்துக்குடிப் பகுதியிலிருந்து வந்திருந்த திவாகர் ஆகிய இருவரும் எனக்குப் பக்கத்து அறை. இருவரும் பொறியாளர்கள். மனோகர் சிவில். ஏதோ ஒரு பெரிய பொறியாளரிடம் வேலை செய்தான். சூபர்வைசர் வேலை. குறைவான சம்பளம்தான். திவாகர் எலக்ட்ரானிக்ஸ். பெரிய நிறுவனம் ஒன்றில் சர்வீஸ் என்ஜினியர். எந்நேரமும் சென்னை முழுக்க ஓடிக்கொண்டே இருப்பான். நல்ல சம்பளம். அவன் போடும் உடைகள் அத்தனை நேர்த்தியாக இருக்கும். 'வேலைக்கேத்த வேசம்' என்பான். அப்போது நான் தங்கியிருந்த மேன்சன் எஸ்எஸ் மேன்சன் என்னும் பெயருடையது.

திருவல்லிக்கேணி நெடுஞ்சாலையில் ஸ்டார் தியேட்டருக்கு அருகே உள்ள பெரிய சந்து ஒன்றில் நுழைந்து மீண்டும் ஒரு சிறு சந்துக்குள் புகுந்தால் மேன்சன். அங்கிருந்து சாப்பிடப் 'பிக் ஸ்ட்ரீட்' எனப்படும் பெரிய தெருவுக்கு நடந்து செல்வோம். அதிலிருந்து சந்தொன்றில் புகுந்து எதிர்ப்பக்கம் வெளியேறினால் 'பெல்ஸ் ரோடு.' அங்கேதான் 'கணையாழி' அலுவலகம். அப்போது கணையாழியில் என் முதல் சிறுகதை வெளியாகிச் சில மாதங்களே ஆகியிருந்தன. அவ்விதழ் அலுவலகம் இருக்கும் பகுதியிலேயே நானும் வசிக்க நேர்ந்ததை மகிழ்ச்சியான விஷயமாகக் கருதினேன். பகுதி நேர வேலை ஏதும் கிடைக்கும் என்றால் கணையாழியில் சேர்ந்து செய்யலாம் என்னும் விருப்பத்தில் ஒருமுறை அவ்வலுவலகம் சென்றேன். பழங்காலக் கட்டிடம். அதன் மேனேஜராக முரளிதர் என்பவன் இருந்தான். வெளியூரிலிருந்து வேலை நிமித்தமாகச் சென்னை வந்திருந்த அவன் நல்ல வேலை கிடைக்கும்வரை கணையாழி வேலையைப் பார்த்துக் கொண்டிருந்தான். கஸ்தூரிரங்கனுக்கு ஏதோ வகையில் சொந்தக்காரன் போல. கஸ்தூரிரங்கனிடம் பேசிவிட்டு எனக்கு வேலை தருவதாகச் சொன்னான்.

அவ்வப்போது அவனைச் சந்திக்கச் சென்றதால் கொஞ்சம் கொஞ்சமாக எனக்கு நண்பனாகிவிட்டான். அவனுக்கு வேலை இல்லாத நேரங்களில் எல்லாம் மேன்சனுக்கு வந்துவிடுவான். பகல் நேரத்தில் என் அறையில் தூங்கவும் செய்வான். ஒருமுறை கணையாழி அலுவலகத்துள் கிடந்த காகிதக் குப்பைகளுக்குள் முதுகலைப் பட்டப் படிப்புக்காக நான் சமர்ப்பித்திருந்த 'கணையாழிச் சிறுகதைகள் 1987' என்னும் ஆய்வேட்டைக் கண்டெடுத்தேன். அப்போதுதான் அதன் மதிப்பு இதுதான் என்னும் உணர்வு எனக்கு வந்தது. கல்வி நிறுவனங்களில் உருவாகும் ஆய்வேடுகள் சம்பந்தப்பட்டவருக்குப் பட்டம் பெற்றுத் தர உதவுகிறதே அல்லாமல் எழுத்தாளருக்கோ பத்திரிகைக்கோ இலக்கியச் சூழலுக்கோ என்ன வகையில் பயன்படுகிறது?

கணையாழிச் சிறுகதைகளைப் பற்றி எழுதிய அந்த ஆய்வேடு மிகச் சாதாரணமானது. சிறுகதை வடிவத்தைப் புரிந்துகொள்ள எனக்கு உதவியது. அவ்வளவுதான். அந்த ஆய்வேட்டுக்காக அசோகமித்திரனுக்குச் சில கேள்விகள் எழுதி அனுப்பி அவர் அவற்றுக்குப் பதிலும் அனுப்பினார் என்பது நினைவிருக்கிறது. முரளிதர் எனக்கு அன்பளிப்பாகக் 'கணையாழிக் கவிதைகள்', 'கணையாழிச் சிறுகதைகள்' ஆகிய நூல்களைக் கொடுத்தான். அவன் நினைவாக அவை இன்றும் என்வசம் இருக்கின்றன.

மனோகர், திவாகர், முரளிதர் ஆகிய மூவரும்தான் திரைப்படம் பார்க்க எனக்குத் துணை. மனோகருடனும் திவாகருடனும் பார்த்த படங்கள் எல்லாம் இரண்டாம் ஆட்டமாகவே இருக்கும். வேலை முடிந்து அவர்கள் வரவே இரவு ஏழு மணி ஆகிவிடும். அவர்கள் ஓய்வெடுத்தபின் சாப்பிட்டுவிட்டு அப்படியே நடப்போம். இரண்டாம் ஆட்டம் பார்த்துவிட்டுத் திரும்பவும் நடைதான். மவுண்ட் ரோட்டில் உள்ள எல்லாத் தியேட்டர்களிலும் படங்கள் பார்த்திருக்கிறோம். முரளிதருடன் பார்த்த படங்கள் எல்லாம் முதல் ஆட்டம்தான். அவன் திடுமென வருவான். 'வா படம் பாக்கப் போலாம்' என்று கூப்பிடுவான். அவன் கூப்பிடும்போது மறுக்கவும் முடியாது. எனக்கு என்ன வேலைகள் இருக்கின்றன என்பதையோ என் மனநிலை படம் பார்க்கிற மாதிரி இருக்கிறதா என்பதையோ அவன் கவனத்தில் கொள்ளவே மாட்டான். 'புறப்படு புறப்படு' என்று அவசரப்படுத்துவான். அவனிடம் பைக் இருந்ததால் நடக்க வேண்டியதில்லை.

அவன் பெரும்பாலும் ஆங்கிலப் படங்களையே பார்க்க விரும்புவான். எனக்கு அதில் விருப்பம் கிடையாது. முதலில் ஒன்றிரண்டு படங்களுக்கு விருப்பமின்றிச் சென்றேன். 'ஈவிள் சென்சஸ்' என்றொரு படம் பார்த்தேன். அப்படத்தின் தலைப்புத் தவிர வேறொன்றும் இப்போது நினைவில் இல்லை. தேவி பாரடைஸில் பார்த்த 'த்ரீ வே லவ்' என்னும் படம் இன்னும் நன்றாக நினைவிருக்கிறது. அப்படம் நினைவிலிருக்கக் காரணம் அப்படத்தின் காதல் காட்சிகள்தான். நீக்ரோ பெண் ஒருத்தி மிகக் கவர்ச்சியாக நடித்திருப்பாள். அவள் முகமும் உடலமைப்பும் என் நினைவில் நீங்கவில்லை. காசினோ தியேட்டரிலும் ஆங்கிலப் படங்களுக்கு அவனுடன் சென்றிருக்கிறேன். பழங்குடியினச் சிறுவன் ஒருவன் காணாமல் போக அவனைத் தேடிக் கண்டுபிடிக்கும் தந்தை ஒருவனின் சமயோசிதம் பற்றிய படத்தைப் பைலட் தியேட்டரில் பார்த்தோம். அது மிகச் சுவாரசியமான படம். அதன் அடுத்தடுத்த பகுதிகள் எடுக்கப்பட்டதாகவும் முரளிதர் சொன்னான். அப்படத்தின் பெயர் 'காட்ஸ் மஸ்ட் பி கிரேசி.' எனினும் ஆங்கிலப் படங்கள் தொடர்ந்து பார்க்க எனக்குப் பிடிக்கவில்லை. மொழிப் பிரச்சினையும் ஒரு காரணம். எனக்குப் பிடிக்கவில்லை என்பதை உணர்ந்த முரளிதர் பின்னர் மலையாளப் படங்களுக்கு அழைத்துப் போனான்.

அப்போது சபையர் தியேட்டரில் மலையாளப் படங்கள்தான் ஓடும். மம்முட்டி நடித்த படங்கள் அடுத்தடுத்து வரும். அதில் பல படங்கள் பார்த்திருக்கிறேன். சிபிஐ டைரிக் குறிப்பு, நாயர்

ஐபிஎஸ், ஆகஸ்ட் 1 போன்ற படங்கள் நல்ல சுவாரசியமான கதை சொல்லலுக்காக எனக்குப் பிடித்திருந்தன. 'வடக்கன் வீர கதா' பார்த்துப் பிரமித்தேன். நாட்டுப்புறக் கதைப்பாடல் ஒன்றை அற்புதமான படமாக எடுத்திருந்தார்கள். மம்முட்டியின் நடிப்பு எனக்குப் பிடிக்கும். முரளிதருடன் இப்படிப் பிறமொழிப் படங்கள் பார்க்க வாய்த்தது எனினும் அவனுடன் படம் பார்ப்பதைத் தவிர்க்கத் தொடங்கினேன். அவன் நடவடிக்கைகள் எனக்கு ஒத்து வரவில்லை. அவன் பார்ப்பன சாதி. கஸ்தூரி ரங்கனைப் பற்றி ஓயாமல் குறை சொல்லிக் கொண்டேயிருப்பான். மேற்கொண்டு அவன் படிப்பதாகச் சொன்னபோது 'படிப்பு வீண்' என்று அவர் சொல்லிவிட்டாராம். கணையாழியைப் பார்த்துக்கொள்ள ஆள் இல்லாமல் போய்விடும் என்பதால் அப்படிச் சொல்லியிருக்கலாம் அல்லது அவரிடம் பண உதவி கேட்டுவிடுவேன் என்பதால் சொல்லியிருக்கலாம் என்று ஒருமுறை சொன்னான்.

மயிலாப்பூரில் பார்ப்பன வீடொன்றில் வாடகைக்கு அறை எடுத்துத் தங்கியிருந்தான். அவனோடு சென்னைச் சாலைகளில் எங்கெங்கோ சுற்றியிருக்கிறேன். அவனுக்கு வேலை இல்லை என்றால் என்னைத் தேடி வந்துவிடுவான். ஆனால் அவன் அறைக்கு ஒருமுறையும் அழைக்கவேயில்லை. அவனைப் பிடிக்காமல் போக முதல் காரணம் அது. அவனாக வந்து கூட்டிச் செல்வான். ஆனால் பெரும்பாலான சமயங்களில் நான்தான் நிறையச் செலவு செய்ய வேண்டியதாகிவிடும். ஒருநாளின் செலவைப் பத்து ரூபாய்க்குள் முடிக்க வேண்டும் என்று திட்டமிட்டு நான் வாழ்ந்த காலம் அது. அவனோடு படத்திற்குச் சென்றால் எனக்குத்தான் செலவு அதிகமாகும். எந்தச் செலவு குறைவோ அதை அவன் எடுத்துக்கொள்வான். அதிகமான செலவை என் தலையில் கட்டிவிடுவான்.

அப்போது திரைப்படத்திற்கு டிக்கெட் விலை இரண்டு ரூபாயிலிருந்து இரண்டரை ரூபாய் இருக்கும். சில தியேட்டர்களில் பத்துப் பைசா இருபது பைசா அதிகம் இருக்கும். சபையரில் திரைக்கு அருகில் இருக்கும் மூன்றாம் வகுப்பு டிக்கெட் இரண்டு ரூபாய் தொண்ணூறு பைசா. அதுவே எனக்குப் பெரிய தொகை. அப்போது எங்கள் ஊரில் ஒரு ரூபாய்க்குப் படம் பார்த்துவிடலாம். இரண்டு ரூபாய் தொண்ணூறு பைசா கொடுத்து முரளிதர் டிக்கெட் வாங்கிவிடுவான். படம் முடிந்து சாப்பிடச் செல்வோம். சாப்பாட்டுச் செலவு நான்கரை ரூபாயிலிருந்து ஐந்து ரூபாய் வரை ஆகும். அதை நான் கொடுக்க வேண்டும். சில சமயம் அவன் 'நான்வெஜ் சாப்பிடலாம்' என்று அழைத்துப் போவான்.

செலவை என் தலையில் கட்டிவிடுவானோ என்னும் பயத்தில் நான் மறுப்பேன். அப்போது மட்டும் 'செலவு என்னுடையது' என்று சொல்லிவிடுவான்.

அவன் கூட்டிச் செல்லும் ஓட்டல்கள் நான் ஒருமுறையும் சென்றிராதவையாக இருக்கும். தனித் தடுப்புகள் இருக்கும். அதற்குள் போய் உட்கார்ந்துகொள்வான். கதவு எப்போதும் சாத்தித்தான் இருக்க வேண்டும். சர்வர் திறந்து உள்ளே வரும் இடைவெளி நேரத்தைக்கூடத் தாங்க மாட்டான். யாராவது பார்த்து விடுவார்களோ என்பதில் அப்படி ஒரு அச்சம். மட்டன் பிரியாணி வாங்குவான். இரண்டு முட்டை சேர்த்துச் செய்த ஆம்லெட் சொல்வான். சிகரெட்டைப் பற்ற வைத்துக்கொள்வான். ஓர் இழுப்பு இழுப்பான். கறியை அல்லது ஆம்லெட்டை எடுத்து வாயில் திணிப்பான். அதை மென்று விழுங்குவதற்குள் படாத பாடு படுவான். பீயை அள்ளி முகத்தில் எறிந்தது போல அவன் முகம் கோணல் மாணலாகிவிடும். இடையிடையே சிகரெட்டை இழுத்தபடி பிரியாணியைச் சாப்பிட்டு முடிக்க எப்படியும் ஒரு மணி நேரம் ஆகிவிடும். அப்படியும் முழுமையாகச் சாப்பிட மாட்டான். கால்வாசியையாவது மிச்சம் வைத்துவிடுவான். நான்கைந்து சிகரெட்டுகள் தீர்ந்து போகும். பின் எலுமிச்சையால் வாயைத் தேய்த்துத் தேய்த்துக் கழுவுவான். எதற்கு இத்தனை கஷ்டப்பட்டுச் சாப்பிட வேண்டும்? அவனோடு சாப்பிட்டால் எனக்குக் கறி தின்கிற ஆசையே போய்விடும். கேட்டால் சிரிப்பானே தவிர வேறேதும் பதில் வராது. அவனைத் தவிர்க்க இவையெல்லாமும் காரணம்.

மனோகரரோடும் திவாகரரோடும் படத்திற்குச் செல்வதில் எந்தக் கஷ்டமும் இல்லை. அவர்கள் தெளிவானவர்கள். அவரவர் டிக்கெட்டுக்கு அவரவர் பணம் கொடுத்துவிட வேண்டும். அவரவர் உணவுச் செலவும் அவரவருடையது. பிரச்சினையே இல்லை. மாதத் தொடக்கத்தில் திவாகர் ஊதியம் வாங்கியதும் மகிழ்ச்சியைக் கொண்டாடும் விதமாகத் திரைப்படம் பார்க்கும் செலவை அவனே ஏற்றுக்கொள்வதுண்டு. மவுண்ட் ரோட்டில் உள்ள தேவி பாரடைஸ், சாந்தி, காசினோ, ஆனந்த், சபையர் ஆகிய தியேட்டர்களே நாங்கள் செல்பவை. தமிழ்ப் படம் பார்ப்பதிலேயே விருப்பம். அக்காலத்தில் வெளியான பெரும்பாலான படங்களைப் பார்த்திருக்கிறோம். வாரம் ஒன்று நிச்சயம். இரண்டு மூன்று என்பது சந்தர்ப்பத்தைப் பொறுத்தது. எண்ணிச் செலவழிக்க வேண்டியிருப்பினும் திரைப்படம் அவசியமானதாகவே இருந்தது.

மேன்சன்வாசிகள் பலர் திரைப்படம் பார்ப்பதை மிகவும் விரும்பினர். மேன்சன் அறைக்குள் இருக்கும் நேரத்தைப் பெரும்பாலும் குறைத்துக்கொள்வதையே எல்லாரும் விரும்பினர் என்பது என் யூகம். காலைக்கடன், குளியல், தூக்கம் ஆகியவற்றுக்கு ஓரிடம் வேண்டும். அதற்காகத்தான் மேன்சன் அறை. ஓய்வெடுக்கவோ வேறு உருப்படியான வேலைகளைச் செய்யவோ அந்த அறை பயன்படாது. நம் வசிப்பிடம் நம் வரவை ஆவலுடன் எதிர்பார்ப்பதாகவும் கை நீட்டி வரவேற்பதாகவும் அமைய வேண்டும். ஆனால் மேன்சனோ ஏன் வந்தாய் என்று கேட்கும். வெளியே விரட்டிக் கொண்டேயிருக்கும். அப்படி வெளியே ஓடித் தஞ்சம் அடையும் இடம் தியேட்டராக இருந்தது. ஆனந்த் தியேட்டரில் 'கலியுகம்' பார்த்தது நினைவிருக்கக் காரணம் முதல் நாள் போய் டிக்கெட் கிடைக்காமல் திரும்பி வந்ததும் அடுத்த நாள் சீக்கிரமாக போய்க் கூட்டத்தில் முட்டி மோதி டிக்கெட் வாங்கியதும் ஆகும்.

கிட்டத்தட்ட ஒன்பது மாதங்கள் நீடித்த என் மேன்சன் வாழ்க்கையில் படங்களுக்கு முக்கியமான இடம் இருந்தது. மேன்சனுக்கு அருகிலேயே இருந்த ஸ்டார் தியேட்டருக்குப் போக யாரும் விரும்புவதில்லை. அதில் இந்திப் படங்களே போடுவார்கள். அதுதான் காரணம். மேன்சனில் தங்கியிருந்த கிஷோர் என்பவர் இந்திக்காரர். மனைவியோடு சண்டை. ஆகவே மேன்சனுக்கு வந்து தங்கியிருந்தார். இரண்டு பேர் தங்கும் அறையை ஒருவராக எடுத்துக்கொண்டிருந்தார். அறை பொருட்களால் நிரம்பியிருக்கும். அவர்தான் அடிக்கடி ஸ்டார் தியேட்டருக்குப் போவார். நாங்கள் ஒருமுறையும் போனதேயில்லை. நான் அந்த வழியாக நடந்துதான் பல்கலைக்கழகத்திற்குப் போவேன். சுவரொட்டிகளைப் பார்த்தபடி செல்வேன். காலைக்காட்சி மட்டும் ஒருபடம். அடுத்த மூன்று காட்சிகளும் ஒருபடம் என்பதாகவே அதில் போடுவார்கள். காலைக்காட்சிப் படம் தமிழாகவும் இருக்கும். ஆங்கிலமாகவும் இருக்கும். மூன்று காட்சிப் படம் இந்திதான்.

ஒருமுறை அந்தப் பக்கமாகப் போகும்போது காலைக்காட்சிப் படமாக 'அவள் அப்படித்தான்' சுவரொட்டி ஒட்டப்பட்டிருந்தது. எனக்குள் பரபரப்பு. சிறுபத்திரிகைகளைத் தேடித்தேடிப் படிக்கும் வாசகனாக இருந்த காலம் அது. வித்தியாசமான திரைப்படங்கள் பற்றிய கட்டுரைகளில் எப்படியோ எனக்கு 'அவள் அப்படித்தான்' அறிமுகமாகி இருந்தது. பாடல்கள் வானொலி மூலம் நல்ல அறிமுகம். 'உறவுகள் தொடர்கதை' என்னும் பாடல் ஜேசுதாஸ் பாடியது. அடிக்கடி வானொலியில்

வரும். கமலஹாசன் பாடிய 'பன்னீர் புஷ்பங்களே' பாடலும் ஜானகி பாடிய 'வாழ்க்கை ஓடம் செல்ல' பாடலும் எப்போதாவது ஒலிபரப்பாகும். அவை எனக்குப் பிடித்தவை. அப்படத்தைத் தியேட்டரில் பார்க்க முடியும் என்று நான் நினைத்ததேயில்லை. திரைப்பட விழாக்களில் எப்போதாவது பார்க்க வாய்க்கும் என்றே கருதியிருந்தேன். ஆனால் இத்தனை சுலபமாக எனக்கு அருகிலேயே இந்தப் படம் வரும் என எதிர்பார்க்கவில்லை.

சுவரொட்டியை நான் பார்த்தது மதிய நேரம். காலைக்காட்சி ஓடி முடியப் போகிறது. நாளை எப்படியும் அந்தப் படத்தைப் பார்த்துவிட வேண்டும். ஆனால் நாளைவரை ஓடுமா? தியேட்டர் டிக்கெட் கவுண்டர் திறக்கப்படவில்லை. உள்ளே நுழைந்து தேடி எதிர்ப்பட்ட தியேட்டர் ஊழியர் ஒருவரைப் பார்த்து 'அவள் அப்படித்தான் நாளைக்கும் ஓடுமா?' என்று கேட்டுக்கொண்டேன். 'இன்னைக்குத்தான் போட்டிருக்குது. இன்னம் ரண்டு நாளைக்கு ஓடும்' என்றார். காலைக்காட்சிப் படம் மூன்று நாள் என்னும் கணக்கு இருப்பது அப்போதுதான் எனக்குத் தெரிந்தது. எனக்குத் தெரிந்த நண்பர்களிடம் எல்லாம் தகவல் சொன்னேன். இரவு நண்பர்களிடமும் அப்படம் பற்றிப் பேசினேன். 'அப்படியா?' என்று கேட்டார்கள். எனக்கு ஏற்பட்ட பரவசம் வேறு யாருக்கும் உருவானதாகத் தெரியவில்லை. அதனால் அடுத்த நாள் நான் மட்டுமே அந்தப் படத்திற்குப் போகும்படி நேர்ந்தது.

ஸ்டார் தியேட்டர் திருவல்லிக்கேணி மக்களுக்கு முக்கியமானதாக இருந்ததையும் வரலாற்றுச் சிறப்பு மிக்க அதன் இருப்பையும் கடந்த ஆண்டு (2013) அது இடிக்கப்பட்டபோது வெளியான கட்டுரைகளைப் படித்தபோதுதான் உணர்ந்தேன். அப்படிப்பட்ட தியேட்டரில் நானும் ஒருபடம் பார்த்திருக்கிறேன். அதுவும் தமிழ்ப் படங்களில் 'மாற்று' என்று கருதப்படும் மிக முக்கியமான படம். பழைய தியேட்டர்களுக்கே உரிய விஸ்தாரம் கொண்ட அந்தத் தியேட்டரில் கணிசமான எண்ணிக்கையிலான பார்வையாளர்களுக்கு இடையே அப்படத்தைப் பார்த்தேன். அப்போதுதான் எனக்குப் புரிந்தது. காலைக்காட்சி திரையிடுவதற்கு என்றே இருக்கும் மலையாளப் படங்களின் தமிழ்த் தலைப்புகள் பல 'அவள்' என்று தொடங்கும். 'அவள்' என்று மட்டுமே ஒருபடத்திற்குத் தலைப்புக் கொடுக்கப்பட்டதுண்டு. 'அவள் யாரோ', 'அவள் அழைப்பு', 'அவளைப் பார்த்தால்' என்றெல்லாம் தலைப்புக் கொண்ட சுவரொட்டிகள் வந்ததுண்டு. 'அவள் அப்படித்தான்' படத்தையும் அதுபோலக் கருதித்தான் கூட்டம் வந்திருக்க வேண்டும். அது அப்படித்தான் என்று முடிவு

செய்ய இடைவேளையின் போதே பாதிக்கு மேற்பட்டோர் தியேட்டரிலிருந்து வெளியேறி விட்டனர் என்பது சான்று.

எனக்கு இன்றுவரைக்கும் பிடித்த தமிழ்ப் படங்களில் 'அவள் அப்படித்தான்' படத்திற்கு முக்கிய இடம் உண்டு. 1990களில் தான் பெண்ணியம் பற்றிய பேச்சு தமிழ்ச் சூழலில் பரவலாயிற்று. அதற்கு முன்பே அத்தகைய ஒரு குரலை இந்தப் படத்தில் கேட்கலாம். நல்ல திறமையுடன் துடுக்குத்தனம் உடைய பெண்ணாக ஸ்ரீபிரியாவின் பாத்திரம். யாரையும் சட்டென மனம் புண்படும்படி பேசிவிடும் அப்பாத்திரத்தின் இயல்பையும் அதற்குரிய பின்னணியையும் நன்றாக வெளிக்கொணர்ந்திருப்பார் இயக்குநர். இது போன்ற பாத்திரம் ஒன்றில் நடிக்க ஸ்ரீபிரியா மிகப் பொருத்தமான தேர்வு. தமிழில் பானுமதிக்குப் பிறகு சுய ஆளுமை கொண்ட பெண் பாத்திரத்தில் இவரளவு சோபித்தவர் இல்லை. அடங்கிய பெண்ணாக ஸ்ரீபிரியா நடித்த படங்கள் என் நினைவிலேயே இல்லை. படத்தின் இறுதிக் காட்சியில் கமலஹாசன் திருமணம் செய்து கொண்டுவரும் சரிதாவிடம் 'பெண்ணுரிமை' பற்றிக் கேட்டுவிட்டு ஸ்ரீபிரியா காட்டும் முகபாவம் அருவருப்பு, சலிப்பு, வெறுப்பு எல்லாம் கலந்த ஒன்று. அதற்கு விளக்கவுரை எழுதி முடியாது. தமிழ்ப் படங்களில் இப்படி ஒரு பெண் பாத்திரம் இன்று வரை வந்ததில்லை.

பாலசந்தரின் பெண்கள் மேலோட்டமான உரிமை பேசும் மரபான தியாகச் சின்னங்கள். அவர்களைக் குடும்பத்தை விட்டு ஒருபோதும் பிரிக்க முடியாது. ஆண்கள் யாரேனும் அந்தப் பொறுப்பை ஏற்றுக்கொண்டால் குடும்பத்துள் முடங்கத் தயாராக இருப்பவர்கள். நிர்ப்பந்தத்தின் காரணமாகவே வெளியுலகில் பிரவேசிப்பவர்கள். அவரது பெண் பாத்திரங்களில் நுட்பம் அமைந்த பாத்திரம் என்பது அரிது. பாரதிராஜா காட்டிய புதுமைப்பெண்கள் கோஷங்களின் வகைப்பட்டவர்கள். கருத்துக்களின் உயிரற்ற வடிவங்கள். அந்த அளவுகூடப் பெண்களைக் காட்டிய இயக்குநர்கள் இல்லை. ஒரே விதிவிலக்கு 'அவள் அப்படித்தான்' பாத்திரம். ஒரு வாழ்க்கை பற்றிய பல கோணங்களை அவ்வவற்றிற்குரிய நியாயங்களோடு வெளிப்படச் செய்திருப்பதுதான் படத்தின் பலம். இன்றைய சூழலில் இப்படத்தின் மீது வேறு வகையில் விமர்சனம் வைக்க முடியுமா என்பது தெரியவில்லை. அப்பாத்திரத்தின் இளவயது வாழ்க்கைப் பின்னணி தொடர்பான விவரிப்புப் பகுதியில் சில விமர்சனங்களை வைக்கலாம் என்று நினைக்கிறேன்.

மற்றபடி படம் உருவாக்கப்பட்டிருக்கும் விதம் மிகவும் சிறப்பாக இருக்கும். மிக இயல்பாக ஒரு வாழ்க்கைக்குள்

போய்வரும் அனுபவம் கிடைக்கும். ஸ்ரீபிரியா மட்டுமல்ல, ரஜினிகாந்த், கமலஹாசன் ஆகியோரும் அருமையான நடிகர்கள் என்பதற்கு இந்தப் படமே சாட்சி. கமலஹாசன் தோற்றத்தை மாற்றிக்கொண்டு மாறுவேடப் போட்டிக்குப் போவது போல் நடித்துப் பல கோடி செலவில் எடுக்கப்பட்ட படங்கள் எல்லாவற்றையும் விட இந்தப் படம் இன்னும் பல ஆண்டுகளுக்கு அவரது பெயர் சொல்லும். ரஜினிகாந்த் ஒரு அனாயாசமான நடிகர். மீறல்களைக் காட்சிப்படுத்த ஏற்றவர். அத்தகைய ஒரு பாத்திரமாக இதில் இயல்பாக வந்து போயிருப்பார். அவரது நடிப்பாற்றலுக்கு அப்படித்தான் சொல்ல வேண்டும். சூப்பர் ஸ்டார் இமேஜ் எல்லாவற்றையும் வியாபாரப்படுத்திவிட்டது.

காட்சிக் கோணங்கள், முகபாவங்களைக் காட்டும் குளோசப் காட்சிகள் ஆகியவற்றை இந்தப் படத்தில் பார்த்தது போல வேறு எதிலும் பார்த்ததில்லை. தமிழில் எப்போதாவது நிகழும் அபூர்வம் 'அவள் அப்படித்தான்.' ருத்ரய்யாவும் அவருடன் ஒத்துழைத்த குழுவும் திரை வரலாற்றில் இந்தப் படம் மூலம் ஆக்கப்பூர்வமான இடம் பெற்றுவிட்டார்கள் என்றே நினைக்கிறேன். ஸ்டார் தியேட்டரில் இந்தப் படத்தைத் திரையிடப் பெயர் மலையாளப் படச் சாயலில் இருந்தது காரணமாக இருக்கலாம். அந்தத் தியேட்டர் கடந்த ஆண்டு மூடப்பட்ட செய்தி வெளியானபோது எனக்கும் வருத்தமாக இருந்தது. நல்ல படம் ஒன்றைப் பார்க்க வாய்ப்பளித்த தியேட்டர் மூடப்பட்டுவிட்டதே என்னும் வருத்தம்.

●

11

மனிதக் கருவாடும் கரையோர நண்டுகளும்

நினைவு என்பது சிறுசிறு கணுக்களைப் பற்றிப் பற்றி ஏறிச் செல்லும் கொடி.

இன்றைய (23–03–14) 'தி இந்து' (நாமக்கல் மாவட்டப் பதிப்பு) செய்தித்தாளின் முதல் பக்கத்தில் எங்கள் ஊரைப் பற்றிய செய்தி படங்களுடன் விரிவாக வந்திருக்கிறது. ஒருபோதும் நல்ல செய்தி வர வாய்ப்பில்லை. செய்தித்தாள்கள் நல்ல செய்திகளுக்கு முக்கியத்துவம் தருவதுமில்லை. செய்தி இப்படித் தொடங்குகிறது – 'கரட்டூர் அருகே காட்டுப்பட்டி காலனியில் அமைந்துள்ள குப்பைக் கிடங்கில் ஏற்பட்ட திடீர் தீ விபத்தால் அப்பகுதி முழுவதும் கரும்புகை பரவியது.' செய்தி முழுக்கக் 'குப்பைக் கிடங்கு' என்னும் சொல் பலமுறை வருகிறது. செய்தியைக் கடந்து செல்ல முடியவில்லை. குப்பைக் கிடங்கும் மேலெழுந்து ஊர் முழுக்கப் பரவி நிற்கும் கரும்புகையும் எனக்குள் நிரம்பிக் கண் எரிச்சலையும் கண்ணீரையும் வரவைத்தன. இன்றைக்கெல்லாம் தும்மிக் கொண்டேயிருந்தேன். எல்லாச் செயல்களிலும் இயந்திரத்தன்மை. ஒருமை கொண்டு எதையும் செய்ய முடியவில்லை.

எனது ஏறுவெயில் நாவலில் ஏரியில் வெள்ளம் வருவது பற்றிய அத்தியாயம் உள்ளது. அதில் சில வரிகள்: 'தூரத்திலிருந்து ஒரு பெரிய கூட்டம் ஆங்காரமாகக் கத்திக்கொண்டு இன்னொரு கூட்டத்தை நோக்கி ஓடுகிறாற் போலச் சத்தம். பெரிய பிரவாகம். ஏரியின் வெற்றிடம் முழுவதையும்

தண்ணீரைப் போட்டு அடைத்து விட்டுத்தான் வேறு வேலை என்னும் ஆவேசம்.'

கூளமாதாரி நாவலிலிருந்து ஏரியைப் பற்றிச் சில வரிகள்: 'நிலத்தின் வால் போல நீண்டிருந்த ஏரிப் பள்ளத்துக்குள் வவுறி முதலில் இறங்கினாள். அதற்குள் தனியாகப் போக எப்போதுமே பயம்தான். உயர்ந்து கிளை பரப்பிய மரங்களும் மரங்களைத் தொடர்ந்தேறிக் கிளைகளெங்கும் பந்தல்போல் படர்ந்து கிடக்கும் கொடிகளும் மட்டுமல்ல. ஆவாரஞ் செடிகளும் கத்தாழை கள்ளிகளும் அடர்ந்து கிடக்கும். அவற்றிடையே நீரோடும் மணல்தாரை பாம்பாக மறைந்து படுத்திருக்கும்.'

நாவல்களில் இவ்விதமாகவும் இன்னும் பலபடவும் நான் விவரித்திருக்கும் ஏரிதான் இப்போதைய செய்தியில் இடம்பெறும் 'குப்பைக் கிடங்கு.' என் ஊருக்கு வந்திருக்கும் நண்பர்கள் ஆவலோடு நாவலில் வரும் ஏரி எங்கே இருக்கிறது என்று கேட்டதுண்டு. சிரித்து மழுப்பிவிடுவேனே தவிர யாரையும் அழைத்துச் சென்று காட்டியதில்லை. இருபது ஆண்டுகளுக்கு முன்வரை அது ஏரி. அதன்பின் பல வடிவங்கள் கொண்டது. சில ஆண்டுகள் வரை சாக்கடை நீரும் கழிவுகளும் தேங்கி நிற்கும் குட்டையாக இருந்தது. கொஞ்சம் மழை பெய்தாலும் எங்கெங்கிருந்தோ சாக்கடைகளைச் சுத்தம் செய்து வரும் நீர் முழுக்க இதில்தான் வந்து தேங்கும். கருநீர் அலைபுரளும். நாங்கள் 'பட்டை மீன்' என்று சொல்லும் ஜிலேபிக் கெண்டை மீன்கள் அந்த நீருக்குள் துள்ளும். பழைய ஞாபகத்தில் சமைக்கலாம் என்று பிடித்துப் பார்த்திருக்கிறோம். உடல் முழுக்கக் கழிவுகள் ஒட்டி கரேல் என்றிருக்கும். நாற்றம் சகிக்காது. இந்தச் சாக்கடைக்குள் எப்படித்தான் இந்த மீன் வாழ்கிறதோ என்று தோன்றும். சாக்கடையிலும் வாழும் உயிர்கள் இருக்கின்றன என என்னைச் சமாதானப்படுத்திக் கொண்டதுண்டு.

ஒரு கெமிக்கல் கம்பெனிக்காரன் இந்தச் சாக்கடை நீரோடு சேர்த்துத் தன் கம்பெனிக் கழிவுகளைக் கலந்துவிட்டான். மூக்கை அறுத்து எறிந்துவிடலாமா என்று பரபரக்கும் வகையில் அதன் நாற்றம். கெமிக்கல் கழிவுகள் காற்றில் பரவிப் பித்தளைப் பாத்திரங்களையும் பூட்டுக்களையும் கருக்க வைத்தன. ஏரிக்குள் புல் மேய்ந்த எருமைகளும் மாடுகளும் மலடுகளாயின. ஏரியை ஒட்டியிருந்த வீட்டுக்காரர்கள் ஜன்னலைக்கூடத் திறக்க இயலாமல் போயிற்று. அது உள்ளாட்சித் தேர்தலைப் பாதிக்கும் அளவுக்கான பிரச்சினையாயிற்று. ஒருநாள் அதிகாலையில் பெரிய பெரிய பொக்லைன் வண்டிகள் வந்து ஏரியை உடைத்துத் தேங்கிய தண்ணீரை விடுவித்தன. கரைகளே ஏரி என அடையாளப்படுத்திக்

கொண்டிருந்த நிலை மாறியது. சாக்கடை வாய்க்காலாயிற்று. மற்ற இடங்கள் எல்லாம் மக்களுக்குத் தாராளமான பீக்காடு. சீட்டாட்டம், மது விருந்து, விபச்சாரம் எல்லாவற்றுக்கும் பீக்காட்டில் இடமிருந்தது.

நகராட்சி குப்பைகளைக் கொண்டு வந்து கொட்ட வாகான இடமாக இதைக் கருதித் தேர்ந்தெடுத்தபின் முள்மரங்களையும் வேம்புகளையும் பனைகளையும் வெட்டிச் சுத்தமாக்கினார்கள். ஆம். மரங்களை எல்லாம் வெட்டிவிட்டால் சுத்தமாகிவிட்டது என்று அர்த்தம். விரிந்த வெளி வாகாகக் கிடைத்தது. தினசரி நகராட்சிக் குப்பை வண்டிகள் நடமாடும் பகுதி. குப்பைக்குள்ளிருந்து ஆகும் பொருள்களைப் பொறுக்குவோர் நடமாட்டம் ஏற்பட்டது. வெயில் காலத்தில் அவ்வப்போது தீ வைத்து எரித்துவிடுவர். மழைக்காலத்தில் அது முடியாது. சலிப்பு நாற்றமும் ஈக்களும் ஊரெங்கும் பரவும். அத்தனை பெரிய ஈக்களை அதுவரை நாங்கள் கண்டதில்லை. விதவிதமான நிறங்களிலும் அவை இருந்தன. சாக்கடைக் குட்டை, பீக்காடு, குப்பைக் கிடங்கு என மிகச் சரியாகவே அதன் உருமாற்றம். என் கதைகளில் வரும் ஏரி இதுதான் என்று எதைக் காட்டுவேன்? ஏரி என் நினைவில் வாழ்கிறது. ஓரளவுக்கு என் கதைகளிலும்.

ஏரியைப் பற்றி நினைக்குந்தோறும் அதன் ஒவ்வொரு மாற்றமும் நினைவுக்கு வருவதைப் போலவே அதனோடு தொடர்புடைய மனிதர்கள் பலரும் நினைவுக்கு வருகின்றனர். முக்கியமாகக் கெமிக்கல் கம்பெனி கழிவுகள் அதில் கலந்தபோது பாதிக்கப்பட்டவர்கள். எங்கள் ஊரில் ஒருபோதும் கேள்விப்பட்டிராத புற்றுநோயை அந்தக் கழிவுகளே கொண்டு வந்தன. கடும் உழைப்பாளிகளும் ஒருபோதும் சோர்வை அறியாதவர்களுமாகிய பலர் அந்நோய் தாக்கிப் பெருந்துன்பப்பட்டு இறந்து போயினர். அதில் எனக்கு மிகவும் பிடித்த பெரியக்கா ஒருவர். நெடுநெடுத்த உயரமும் திருத்தமான வட்ட முகமும் கொண்ட அக்கா. எப்போதும் சிரித்தபடி இருக்கும் முகம். ஒருவரையும் பொல்லாங்கு சொல்லாத குணம். பெண்மையின் சகல இயல்புகளும் சேர்ந்த பொலிந்த உருவம். புற்றுநோயால் பாதிக்கப்பட்டு மருத்துவம் பார்த்துக்கொண்டிருந்த நாள் ஒன்றில் சென்று அந்தக்காவைப் பார்த்தேன். அப்போதிருந்த உருவம்தான் என் மனதிலிருக்கும் பெரியக்கா என்பதை நம்பவே முடியவில்லை. அதன்பின் அந்தக்காவைப் பார்க்கச் செல்லவேயில்லை. அதன் இறப்புக்குப் போனேன். பாடையில் கிடத்தித் தூக்கிச் சென்ற உருவம் மனிதக் கருவாடு போன்றிருந்தது. அது எப்படிப் பெரியக்காவாக முடியும்?

பெரியக்கா என் பதினான்காம் வயதில் அறிமுகம் ஆனார். எங்கள் குடும்பம் இரண்டாண்டுகள் கடுமையாக அலைக்கழிந்து பின்னர் ஒருவழியாக அய்யனூர் என்னும் ஊரில் நிலைகொண்டது. அப்போது எங்களுக்குப் பக்கத்துக் காட்டில் இருந்த அக்கா அவர். எனக்கு மட்டுமல்ல, எங்கள் குடும்பத்திற்கே மிகவும் பிடித்துப் போய்ச் சொந்தமாகவே அக்கா ஆகிவிட்டார். எனக்கு ஊரில் எத்தனையோ பெயர்கள் உண்டு. பெரியக்கா 'மணி' என்று பெயர் சூட்டினார். அவரும் அவரைச் சார்ந்தவர்களும் 'மணி' என்றே என்னை அழைத்தார்கள். பதினான்கு வயதில் ஒருவருக்குப் புதுப்பெயர் சூட்டி அதை வழக்குக்கும் கொண்டுவர முடியும் என்பது ஆச்சரியம்.

என் அம்மாவுக்கும் அக்காவுக்கும் மிகவும் ஒத்துப் போயிற்று. அம்மாவை விட அக்கா பத்து வயது குறைந்திருக்கும். ஆனால் இருவரும் அத்தனை அந்நியோன்யமாக இருந்தார்கள். எங்கே சென்றாலும் இருவரும் சேர்ந்துதான் செல்வார்கள். அவர்களுக்குள் ரகசியம் ஏதுமில்லை. தினந்தோறும் குறைந்தது இரண்டு மணி நேரமாவது பேசாவிட்டால் அவர்களின் பொழுது கழியாது. முன்னிரவில் உணவு முடித்தபின் அக்காவின் வீட்டுக்கு அம்மா போய்விடும். இல்லாவிட்டால் அக்கா எங்கள் வீட்டுக்கு வந்துவிடும். வாசலில் வந்து நின்று கூப்பிட்டால் சத்தம் கேட்கும் தூரத்தில் வீடு. இருவரும் பலநேரம் அவரவர் வீட்டிலிருந்துகொண்டே சத்தமாகப் பேசிக்கொள்வார்கள். எல்லா விஷயங்களிலும் ஆலோசனை கலப்பார்கள். என்னை 'மணி' என்று அழைக்கும் குரலில் அத்தனை பிரியம் இருக்கும். சொந்தத் தம்பி போல என்னைக் கருதினார்.

அக்காவுக்குத் திரைப்படம் பார்க்க மிகவும் பிடிக்கும். சின்ன வயதிலிருந்து பார்த்துப் பழக்கமும் இருந்தது. வாழ்க்கைப்பட்டது கிராமத்தில் என்றாலும் அக்கா பிறந்து வளர்ந்தது எல்லாம் நகரத்தில். அக்காவின் அப்பா அங்கே ஒரு நூற்பாலையில் வேலை செய்தார். அதனால் நகர வாசம். அக்காவுக்கு ஒரு தங்கை. இரண்டு பிள்ளைகள்தான். பையன்கள் இல்லை. மூத்தவருக்குப் பெரியக்கா என்று பெயர். இளையவருக்குச் சின்னக்கா. அடையாளப்படுத்த இப்படிப் பெயர் சொல்லிக் கூப்பிடுவது வழக்கம். சிலருக்கு மட்டும் இப்படி அடையாளமே இயற்பெயராக மாறியும் விடும். அக்காவுக்குப் பெரியக்கா என்னும் பெயர் அப்படி அமைந்ததுதான். அவரின் இயற்பெயர் எனக்குத் தெரியாது. அதைக் கேட்டுக்கொள்ளும் சந்தர்ப்பமும் அமையவில்லை.

அக்காவும் அம்மாவும் சேர்ந்து எத்தனையோ படங்கள் பார்த்திருக்கிறார்கள். வாரத்திற்கு ஒருநாள் படம் பார்க்கக்

கிளம்பிவிடுவார்கள். முதல் ஆட்டம்தான். இந்த நாள் என்றில்லை. படம் மாற்றிவிட்ட செய்தியை வந்து சொல்பவன் நான்தான். அதன்பின் திட்டம் போடுவார்கள். அக்காவின் புருசன், மாமியார் மாமனார் எல்லாரும் திரைப்படம் பார்க்கச் செல்வதைப் பற்றிக் கேவலமாகப் பேசுவதுண்டு. அக்கா எதற்கும் அசந்ததில்லை. அவர்கள் பேச்சை எல்லாம் பொருட்படுத்தியதே இல்லை. என் அம்மாவிடம் 'அவளுக்குத்தான் புத்தியில்ல. நிய்யும் அவளோட சேந்துக்கிட்டுச் சரிக்குச் சமமா சீனிமாப் பாக்கப் போறயே, இது நல்லாவா இருக்குது' என்று அக்காவின் மாமியார் எத்தனையோ முறை கேட்டிருக்கிறார். 'நிய்யும் ஒருநாளைக்கி எங்களோட வந்து பாரு. அப்பறம் எப்பப் போலாம் எப்பப் போலாமின்னு கேப்ப' என்று சிரித்துக்கொண்டே அம்மா பதில் சொல்லும். 'காலம் போன கடசீல நாந்தான் வந்து சீனிமாப் பாக்கறேன்' என்று முணுமுணுப்பார் மாமியார்க் கிழவி.

அம்மா, அக்கா கூட்டை யாராலும் பிரிக்க முடியவில்லை. அவர்களோடு அவ்வப்போது வந்து சேர்ந்துகொண்டவர்கள் உண்டு. ஆனால் யாராலும் தொடர முடியவில்லை. அவர்களோடு நானும் பெரும்பாலும் படம் பார்க்கச் சென்றுவிடுவேன். ஆண் துணை என்று சொல்லிக்கொள்ள என்னை விடாமல் அழைப்பார்கள். மிகப் பழைய படங்களிலிருந்து அந்தக் காலத்தில் வெளியான புதுப் படங்கள் வரை எல்லாவற்றையும் இஷ்டத்திற்குப் பார்த்திருக்கிறோம். மணாளனே மங்கையின் பாக்கியம், வேதாள உலகம் ஆகியவை அவர்களோடு பார்த்ததுதான். ஆட்டுக்கார அலமேலு, நிழல் நிஜமாகிறது ஆகியவையும் அவர்களோடுதான். பழைய நடிகர் நடிகைகளை அடையாளம் காண்பதில் அம்மா கெட்டி. புது நடிகர், நடிகைகளை அம்மாவால் நினைவில் கொள்ள முடிந்ததில்லை. ஒவ்வொரு முறை பார்க்கும்போதும் 'யார் அது' என்று கேட்கும். முன்பே பார்த்த ஒரு படத்தைச் சொல்லி அதில் நடித்தவன் என்று அக்கா அடையாளம் காட்டும். எப்போதாவது சந்தைக்குப் போவார்கள். சந்தைக்குப் போவது சாக்கு. அப்படியே ஒரு திரைப்படம் பார்த்துவிட்டு வரும் திட்டமிருக்கும். திருமணம் உள்ளிட்ட விசேசங்களுக்குப் போகும்போதும் மனதுக்குள் திரைப்படத் திட்டம் நிச்சயம்.

1981ஆம் ஆண்டு. நான் பத்தாம் வகுப்புத் தேர்வு எழுதி முடித்திருந்தேன். விடுமுறைக்காலம். நகரத்தில் இருக்கும் பெற்றோரைப் பார்க்கப் போகத் திட்டமிட்ட அக்கா என்னையும் அழைத்தது. அம்மாவின் அனுமதியுடன் சென்றேன். அக்காவின் பெண் என்னை விடவும் ஏழெட்டு ஆண்டுகள் இளைய குழந்தை. அக்காவின் மூத்த மகள் அப்புச்சி வீட்டிலிருந்து படித்தாள். முதல்நாள் மதிய நேரத்தில் புறப்பட்ட நாங்கள் அங்கு சென்று

சேர மாலை நான்கு மணியாகிவிட்டது. பேருந்து நிலையத்தில் இறங்கி நகரப் பேருந்து ஏறும் முன் பேருந்து நிலையத்திற்கு அருகில் இருக்கும் தியேட்டரில் என்ன படம் என்று பார்க்க விரும்பிச் சென்றோம். பாக்கியராஜின் 'மௌன கீதங்கள்.' அந்தப் படம் வெளியாகிச் சில மாதங்கள் ஆகியிருந்தன. என்றபோதும் படம் இன்னும் ஓடிக் கொண்டிருந்தது. அப்போதெல்லாம் ஒரு படம் வெளியானால் ஐம்பது நாள், நூறு நாள் ஓடும். மௌன கீதங்கள் வெற்றிப்படம். நன்றாகவே ஓடியது. அக்காவின் மனத்தில் அப்போதே திட்டம் உருவாகிவிட்டது போலும். என்றாலும் என்னிடம் சொல்லவில்லை.

அக்காவின் பெற்றோர் வீட்டில் அன்றிரவு தங்கினோம். அவரது அம்மாவும் அப்பாவும் எங்களைக் குறிப்பாக என்னை நன்றாகக் கவனித்துக்கொண்டார்கள். மறுநாள் காலை ஒன்பது மணி வாக்கில் அங்கிருந்து கிளம்பினோம். பேருந்து நிலையம் வந்ததும் 'பாக்கியராஜ் படம் பாத்துட்டுப் போலாமா மணி?' என்றார். அது 'பாத்துட்டுப் போலாம்' என்று தெரிவிப்பதுதான். போனோம். காலைக்காட்சி. கூட்டம் அளவாகவே இருந்தது. இடைப்பகுதி வகுப்பு டிக்கெட் வாங்கினோம். படம் பார்த்தோம் என்று சொல்வதைவிட அக்கா படம் பார்த்தார் என்று சொல்வதுதான் சரி. அக்காவின் பெண் குழந்தைக்கு ஏழோ எட்டோ வயது. படம் பார்க்க அதற்குப் பிடிக்கவில்லை. அப்போதைய குழந்தைகளுக்குத் தொலைக்காட்சி பார்க்கும் பழக்கம் வாய்த்திருக்கவில்லை. ஆகவே சிணுங்கலும் அழுகையுமாகத் தொடங்கிய பிள்ளையை வெளியே அழைத்துச் சென்று கடையில் வாங்கிக் கொடுக்கவும் பின்னர் உள்ளே அழைத்து வரவும் என எனக்கு வேலை இருந்தது.

கரட்டூரில் படம் பார்க்கப் போகும் போதெல்லாம் ஒருமுறையும் பிள்ளையைக் கூட்டி வருவதில்லை அக்கா. கணவரிடமோ மாமியாரிடமோ ஒப்படைத்துவிட்டு வருவார். அந்த ரகசியம் மௌனகீதங்கள் பார்த்த போதுதான் எனக்குப் புரிந்தது. காலைக்காட்சி என்பதால் எல்லாக் கதவுகளும் தாழிடப்பட்டிருந்தன. வெயில் காலம். உள்ளே நல்ல புழுக்கம். ஏதும் புரியாத படத்தைக் குழந்தை எப்படிப் பார்க்கும்? குழந்தைக்கு அடிக்கடி கழிப்பறைக்குப் போக வேண்டியிருந்தது. தண்ணீர்த் தாகம் எடுத்தது. பிஸ்கட்டும் மிட்டாய்களும் தேவைப்பட்டன. வராண்டாவில் ஓடிப் பிடித்து விளையாடத் துணை தேவையாக இருந்தது. ஆகவே மௌன கீதங்கள் படத்தை அங்கங்கே கொஞ்சம் கொஞ்சமெனப் பாதியளவுதான் பார்த்திருப்பேன். அக்கா முழுத் திருப்தியோடு படம் பார்த்தார்.

அதுவே எனக்குச் சந்தோசமாக இருந்தது. ஊருக்குப் போனபின் இந்தப் படம் பார்த்த விஷயத்தை யாரிடமும் சொல்லக்கூடாது எனக் கட்டளை. அதை அப்படியே கடைப்பிடித்தேன். அடுத்துச் சில் நாள் கழித்துத் தனியாகப் பேருந்தைப் பிடித்துப் போய் மௌன கீதங்கள் படத்தை முழுமையாகப் பார்த்தேன்.

அக்காவை நினைத்தால் ஏரியும் புற்றுநோயும் போல மௌன கீதங்கள் படமும் நினைவுக்கு வராமல் போகாது. அக்காவுக்கு மட்டுமல்ல, என் அம்மாவுக்கும் இன்னும் பெருவாரியான பெண்களுக்கும் பாக்கியராஜையும் அவர் படங்களையும் மிகவும் பிடிக்கும். ஒரு சில படங்களைத் தவிர எல்லாப் படங்களிலும் அவருக்கென உருவாக்கிக்கொண்ட அப்பாவிக் கதாபாத்திரத்தையே திரும்பத் திரும்பப் பார்த்தாலும் சலிக்கவில்லை. வெவ்வேறு களங்களில், சூழல்களில் அந்த அப்பாவியின் செயல்கள் வாய்விட்டுச் சிரிக்க வைத்தன. பாக்கியராஜ் நகைச்சுவைக் காட்சிகளை அப்படி உருவாக்குவார். பெரும்பாலும் பிறழ்நிகழ்வுக் காட்சிகளின் மூலமே அவரது நகைச்சுவை அமையும்.

மௌன கீதங்கள் படத்தில் ஒரு காட்சி. பேருந்து ஓரிடத்தில் நிற்கும். எல்லாரும் தேநீர் குடிப்பார்கள். பாக்கியராஜ் கீழே இறங்குவார். நடத்துநரிடம் போய் 'ஒண்ணுக்கு எங்க போகணும்?' என்று கேட்பார். இதுதான் அப்பாவிப் பாத்திரத்தின் இயல்பு. கண்டக்டர் 'இருட்டுல அந்தப் பக்கம் போய்யா' என்று திட்டுவார். அவர் போய் நின்றால் எதிரில் ஒரு தடுப்புக்குள் பெண்ணொருத்தி குளித்துக்கொண்டிருப்பாள். அவள் கத்த ஆட்கள் துரத்திக்கொண்டு ஓடி வருவார்கள். இருளில் அந்நேரத்திற்குப் பெண்ணொருத்தி குளிப்பாளா, வழக்கமாகப் பேருந்து நிற்கும் இடம் என்றால் அந்த எச்சரிக்கை குளிக்கும் பெண்ணுக்கும் இருக்காதா என்னும் தர்க்கக் கேள்விகளுக்கு அங்கே இடமில்லை. குளிக்கும் பெண் கத்துகிறாள், அவர் தப்பித்து ஓடி வருகிறார் என்பது மட்டும் சிரிக்கப் போதுமானது. அதே போன்ற காட்சி அடுத்தே வரும்.

கணவன் மனைவி சண்டையில் வெளியே படுக்க வரும் பாக்கியராஜ் எதிர்வீட்டு மொட்டை மாடியில் இருந்து கை காட்டும் குழந்தைக்கு இங்கிருந்தே முத்தம் தருவார். அதைப் பார்த்து மனைவி வெளியே வரும்போது குழந்தை போய் அங்கே ஒரு பாட்டி நிற்பார். பாட்டிக்குத்தான் பாக்கியராஜ் முத்தம் கொடுத்தார் எனக் கருதிச் சண்டை போடுவார். நிகழ்வில் சிறு பிறழ்வை வைப்பதன் மூலம் இப்படிப் பல படங்களில் நகைச்சுவையை உருவாக்குவது அவரது பாணி. எளிதாக

ஏமாந்து போவதும் எதார்த்தமாகப் பேசுவதும் அப்பாவியின் குணங்கள். மௌன கீதங்களில் தன்னைப் போலவே நேர்முகத் தேர்வுக்கு வரும் பெண்ணை அங்கே பெரிய அதிகாரி எனக் கருதி எளிதாக ஏமாந்து போவார். மனைவியிடம் 'எதிர்வீட்டுல ஆப்பிள் மாதிரி சேட்டுப் பொண்ணு இருக்குது. அத எப்பவாச்சும் நான் பாத்திருப்பனா?' என்று பேசுவார். அப்பாவிப் பாத்திரம் சிருஷ்டிக்கப்படும் முறைகளை அறிய பாக்கியராஜ் படங்களைக் கவனித்தால் போதும்.

எல்லாப் படங்களிலும் மிக எளிதானது போலத் தோன்றுகிற ஆனால் அழுத்தமான வகையில் பாலியல் விஷயம் ஒன்றை வைத்துவிடுவார். முருங்கைக்காய் பிரபலமானது. மௌன கீதங்களில் நிரோத் பற்றிய காட்சி ஒன்று வரும். குடும்பக் கட்டுப்பாட்டுப் பிரச்சாரமும் நிரோத் பற்றிய விளம்பரங்களும் வெளிவந்து கொண்டிருந்த சமயம் அது. அந்தக் காலத்தில் நிரோத் பற்றி பாக்கியராஜ் சொல்லும் விளக்கத்திற்குத் திரையரங்கில் பெரும் கைத்தட்டல் கிடைத்தது. சென்சாரில் வெட்டிவிடாத அளவு குடும்பக் கட்டுப்பாட்டுப் பிரச்சாரத்தையும் உள்ளே வைத்து அந்தக் காட்சியை நயமாக உருவாக்கியிருப்பார். விதவைப் பெண் ஒருத்தியோடு அவருக்கு நேரும் உறவினால் குடும்ப வாழ்வில் ஏற்படும் விரிசலைச் சொல்வதே படம். அப்பெண்ணோடு அவருக்கு உறவு நேரும் காட்சியும் படத்திலிருந்து பிரிக்க முடியாதபடி அமைந்திருக்கும். சம்பந்தமில்லாமல் அக்காட்சி வந்திருந்தால் அக்கால சென்சார் வெட்டியிருக்கும். அவரது பாலியல் காட்சிகள் எல்லாம் மக்களுக்குப் புரியும் விதத்திலும் வெட்டுக்குத் தப்பிக்கும் வகையிலும் இப்படித்தான் இருக்கும்.

பாக்கியராஜ் படங்கள் நேரடியாகவும் எளிமையாகவும் எல்லாத் தரப்புக்கும் புரியும்படியும் கதை சொல்வன. எங்குமே திருகலோ மறைமுகமோ கிடையாது. கதையிலிருந்து விலகிச் செல்லும் வேலையும் இல்லை. அவருக்குத் தனியான நகைச்சுவைக் காட்சிப் பகுதிகள் தேவையில்லை என்பதால் எதற்கும் விலக வேண்டியதேயில்லை. உறவுப் புனிதத்தைக் கவுண்டமணிக்கு முன்பே உடைத்தவர் பாக்கியராஜ்தான். சுவர் இல்லாத சித்திரங்களில் ஒரு காட்சி. பாக்கியராஜ் சிகரெட் பிடித்துக் கொண்டிருப்பார். அவருடைய அப்பா கல்லாப்பெட்டி சிங்காரம் அந்தப் பக்கம் வருவார். உடனே சிகரெட்டை மறைத்துக் கொள்வார். அதைப் பார்த்துவிட்டுச் சிங்காரம் தேம்பி அழுவார். 'ஏண்டா... நாலணா சிகரெட்டையே எங்கிட்ட மறைக்கிறியே... நீயெல்லாம் எனக்கு எப்பிடிடா சோறு போடுவ' என்று சொல்வார். திரையரங்கில் சிரிப்படங்க வெகுநேரம் ஆகும்.

மௌன கீதங்கள் படத்தில் மனைவியாக வரும் சரிதாவின் பாத்திரமும் நன்றாக உருவாக்கப்பட்டிருக்கும். பாத்திரங்களுக்குக் குணாம்சங்களைச் சேர்ப்பதிலும் பாக்கியராஜ் கெட்டிக்காரர். பாரதிராஜாவிடம் இருந்து வந்தவர் என்றாலும் பாக்கியராஜ் தனக்கெனத் தனிப் பாணியைக் கொண்டவர். சரிதா பாத்திரம் வெடிப்புறப் பேசும் பெண். ஒரே ஒரு காட்சியில் வந்தாலும் அந்தப் பாத்திரத்திற்கு முக்கியத்துவம் இருக்கும்படி பார்த்துக்கொள்வதில் சமர்த்தர். இவையெல்லாம்தான் பெண்களின் மனம் கவர்ந்த நாயகனாகப் பாக்கியராஜ் இருந்தமைக்குக் காரணம். அந்தப் பலத்தில்தான் தன்னை எம்ஜிஆரின் வாரிசாக அவர் தன்னை நம்பியதும் என்று நினைக்கிறேன்.

மௌன கீதங்கள் அவர் இயக்கிய நான்காவது படமாக இருக்கலாம். அப்போதெல்லாம் பாக்கியராஜ் படங்களுக்கு நல்ல எதிர்பார்ப்பு இருந்தது. கடும் விமர்சனங்களும் வந்ததுண்டு. மௌன கீதங்கள் படத்திற்குக் கங்கை அமரன் இசை. இளையராஜா எழுதி எழுதிப் போடும் இசைக் குவியலில் இருந்து நான்கைந்து தாள்களைத் தெரியாமல் எடுத்துக்கொண்டு போய்க் கங்கை அமரன் இசை அமைப்பது போல எழுத்துக்காட்சி வரும். எழுத்துப் பகுதி முழுமையாகக் கார்ட்டூன் முறையில் அமைந்திருக்கும். எடிட்டிங் பற்றிய கார்ட்டூனும் நன்றாக இருக்கும். பத்து மாடிக் கட்டிடம் ஒன்றிலிருந்து பெண்ணொருத்தி தன் கூந்தலைக் கீழே தவழ விடுவாள். அதைப் பற்றி ஏறுவான் ஆண் ஒருவன். இடையில் கத்திரியோடு எடிட்டர் வந்து கூந்தலை வெட்டிவிடுவார். அப்போது இந்தக் காட்சிகளைப் பற்றியெல்லாம் சுவாரசியமாகப் பேசிய நினைவிருக்கிறது.

படத்தில் இரண்டு பாடல்கள் பிரபலம். 'மூக்குத்திப் பூமேலே காத்து உக்காந்து பேசுதம்மா' என்னும் பாடலும் 'டாடி டாடி ஓ மை டாடி' என்பதும் சில காலம் வானொலியில் அன்றாடம் ஒலித்தவை. டாடி டாடி பாடலை எழுதியவர் கவிஞர் முத்துலிங்கம். அப்பாடலில் 'கரையோரம் நண்டெல்லாம் தான் பெத்த குஞ்சோடு அன்போடு விளையாடுதே' என்று ஒரு வரி வரும். தாய் நண்டின் வயிறு வெடித்துத்தான் குஞ்சுகள் வெளிவரும். குஞ்சுகள் பிறக்கும் போது தாய் செத்துவிடும். அப்புறம் எப்படி நண்டெல்லாம் தான் பெத்த குஞ்சோடு அன்போடு விளையாடும்? இப்படிக் கேள்வி எழுப்பி விமர்சனங்கள் வந்தன. முத்துலிங்கம் நேர்மையோடு அதை எதிர்கொண்டார். நண்டு பற்றிய விவரங்கள் தனக்குத் தெரியாது என்றும் கடலோரம் என்றதும் அப்படி எழுதிவிட்டதாகவும் தெரிவித்தார். எஸ்.ஜானகி குழந்தைக் குரலெடுத்துப் பாடிய பாடல் அது.

ஒரு கணநேரத் தவறு குடும்ப வாழ்வை எப்படிப் பாதிக்கும் என்பதைச் சொல்லும் கதை இறுதியில் இருவரும் சேர்வதில் முடியும். அந்தக் கண நேரத் தவறை ஆண் செய்வதால் இருவரும் சேர முடிகிறது. பெண் செய்திருந்தால்? இந்தக் கேள்வி அக்காலத்தில் வரவில்லை என்றே நினைக்கிறேன். பெண்ணியக் கருத்துக்கள் இங்கு அறிமுகமாகாத காலம். இன்று அந்தக் கோணத்தில் பார்த்தால் பாக்கியராஜ் படங்களின் கருத்தியல் பெண்களுக்கு எதிரானது என்றே தீர்மானிக்க முடியும். ஆனால் அக்காலத்தில் பெண்கள் விரும்பும் படங்களாக அவை இருந்தன என்பதையும் கவனத்தில் கொண்டு பார்க்க வேண்டும். பெரியக்காவின் நினைவால் மௌன கீதங்கள் படமும் அதைப் பார்த்த சூழலும் எனக்குள் அப்படியே பதிந்திருக்கின்றன.

●

12

காட்டுக் கொட்டாய் காட்சிகள்

கல்லூரி ஆசிரியப் பணி கிடைத்து 1996இல் சேலம் மாவட்டம், ஆத்தூரில் உள்ள அறிஞர் அண்ணா அரசு கலைக்கல்லூரியில் பணியில் சேர்ந்தேன். பெயருக்குத்தான் 'ஆத்தூர் கல்லூரி.' ஆத்தூர் பேருந்து நிலையத்தில் யாரிடம் கேட்டாலும் அப்படி ஒரு கல்லூரி இருப்பதை யாருமே அறிந்திருக்கவில்லை. 'காட்டுக்கோட்ட காலேஜ்' என்பது அவ்வூர் மக்கள் வழக்கு என்பதைப் பிறகே அறிந்தேன். பல அரசு கல்லூரிகளுக்கு அதுதான் நிலைமை. அரசு ஒருபெயர் சூட்டியிருந்தாலும் மக்கள் வேறு பெயர் சூட்டிவிடுகிறார்கள். நாமக்கல்லுக்கு மாற்றலாகி வரும்போதும் இதையே உணர்ந்தேன். நாமக்கல் கல்லூரியும் 'அறிஞர் அண்ணா அரசு கலைக்கல்லூரி'தான். ஆனால் மக்கள் 'கரட்டுக் காலேஜ்' என்றே சொல்வார்கள். கல்லூரி அமைந்திருக்கும் இடத்தின் பெயர் 'சந்நியாசி கரடு.' அரசு கல்லூரிகள் எல்லாம் ஊருக்கு வெளியில் கிடைத்த புறம்போக்கு நிலத்தில் கட்டப்பட்டவை. ஆகவே அவ்விடத்தின் பெயரால் அடையாளப்படுத்துவது மக்கள் இயல்பு.

ஆத்தூரிலிருந்து கள்ளக்குறிச்சி செல்லும் முதன்மைச் சாலையில் பன்னிரண்டு கல் தொலைவில் காட்டுக்கோட்டை என்னும் ஊர் உள்ளது. அங்கு கோட்டை ஏதும் கிடையாது. மக்கள் 'காட்டுக்கொட்டாய்' என்றுதான் சொல்கிறார்கள். ஏதோ ஒரு காலத்தில் அங்கே தனியாக ஒரே ஒரு கொட்டகை மட்டும் இருந்திருக்கலாம். காட்டுக்குள் கொட்டகை அமைத்துக் குடியிருந்த வேளாண்

குடும்பம் அது என ஊகிக்கலாம். ஆகவே 'காட்டுக்கொட்டாய்' என்னும் பெயர். ஊர்ப்பெயர்களில் 'கொட்டாய்' என்னும் பொதுப்பெயரைக் கொண்ட ஊர்கள் பரவலாக இருக்கின்றன. 'நாய்க்கன் கொட்டாய்' என்னும் பெயர் சமீப காலத்தில் பிரபலமானதை அறிவோம். தருமபுரி இளவரசனின் ஊர்ப்பெயர் அது. 'கொட்டகை' என்பதன் பேச்சு வழக்கு 'கொட்டாய்.' 'காட்டுக்கொட்டாய்' என்பதை எழுத்து வழக்கிலே கொண்டு வரும்போது 'கொட்டாய்' என்பது பெருமை தராது எனக் கருதிக் 'கோட்டை' என மாற்றிவிட்டார்கள் போல.

ஊர்ப் பெயர்களை இப்படி மாற்றிப் பயன்படுத்துவோர் இன்றும் உண்டு. ஈரோடு என்பதை 'ஈரோடை' என்று எழுதுவார் சிலர். கடந்த ஆண்டு தம் தொண்ணூறுக்கும் மேற்பட்ட வயதில் காலமான தமிழ் அறிஞர் அடிகளாசிரியர் ஆத்தூருக்கு அருகில் உள்ள 'கூகையூரில்'தான் வசித்து வந்தார். அதுவே அவரது பூர்விகம். ஆத்தூரில் நான் பணியாற்றிய போது அவர் இல்லத்திற்கே சென்று சந்தித்துப் பேசியிருக்கிறேன். ஊரின் பழைய பெயர் 'குகையூர்'தான் என அவர் வலியுறுத்திப் பேசினார். உண்மையில் அவ்வூர்ப் பெயர் அவருக்கு அமங்கலமாகத் தோன்றியிருக்கிறது. கூகை என்றால் கோட்டான் என்று பொருள். ஆந்தை வகையைச் சேர்ந்த கோட்டானை மக்கள் இறப்பை முன்னுணர்த்தும் பறவை என்று கருதுகின்றனர். கோட்டான் வந்து வீட்டின் மேல் அமர்ந்துவிட்டால் அவ்வீட்டில் இறப்பு நிகழும் எனக் கருதுகின்றனர். கூகை என்னும் சொல் தொல்காப்பியத்திலேயே வருகிறது. இன்று வரை மக்கள் வழக்கிலும் இச்சொல் இருக்கிறது. 'ஆக்கங்கெட்ட கூகை' என்று திட்டுகின்றனர்.

சோ.தர்மன் 'கூகை' என்னும் தலைப்பிலேயே நாவல் எழுதியுள்ளார். 'கூகைச்சாமி' என மக்கள் வழங்கும் கடவுள் அதில் இடம்பெறுகின்றது. ஆனால் கூகையூர் என்னும் பெயரை வழங்க மனமில்லாத அடிகளாசிரியர் தம் ஊர்ப் பெயரைக் 'குகையூர்' என்றே வழங்கியும் எழுதியும் வந்தார். அவ்வூரில் பல குகைகள் இருந்ததால் அதுதான் சரியான பெயர் என்பது அவர் கருத்தும்கூட. ஆனால் அரசாங்க ஆவணங்களில் அப்பெயரை ஏற்ற அவரால் முடியவில்லை. அவரது நூல்களிலும் கடிதங்களிலும் குகையூர் என்பதையே பயன்படுத்தினார். அவரது அறிவை அங்கீகரித்து அஞ்சலகம் கடிதங்களைச் சரியாகக் கொண்டு வந்து சேர்த்தது.

காட்டுக்கொட்டாய் என்னும் ஊர் அரசாங்க ஆவணங்களில் 'காட்டுக்கோட்டை' என்றே ஏறிவிட்டது. 'காட்டுக்கோட்டக் காலேஜ்' என்று ஆத்தூர் கல்லூரி வழங்கப்பட்டதற்குக் காரணம்

காட்டுகோட்டையில் கல்லூரி அமைந்திருந்ததல்ல. கல்லூரிக்குச் செல்வதற்கான பேருந்து நிறுத்தம் காட்டுக்கோட்டை. அங்கே இறங்கி வலப்பக்கக் குறுக்குச்சாலையில் ஒன்றரைக் கல் தொலைவு நடந்து சென்றால் வடசென்னிமலை என்னும் ஊர். சிறுகுன்றும் அதன்மேல் முருகன் கோயிலும் உண்டு. ஈரோடு மாவட்டத்தில் இருக்கும் சென்னிமலை என்னும் ஊரை நினைவுபடுத்தும் வகையில் இதற்கு 'வடசென்னிமலை' என்று பெயர். அம்மலையின் அடிவாரத்தில் நூற்று இருபத்தைந்து ஏக்கர் பரப்பளவில் கல்லூரி அமைந்திருக்கிறது. அனைத்தும் கல்லூரிக்கு உரியவைதான் என்றாலும் கட்டிடங்கள் நான்கைந்து ஏக்கருக்குள் முடிந்துவிடும். மற்றபடி பெருநிலப்பரப்பு முழுக்க மேய்ச்சல் நிலமாக இருந்தது.

கல்லூரி தொடங்குவதற்குமுன் அப்பகுதி முழுக்கவும் ஆடு மாடு மேய்ச்சலுக்கான புறம்போக்கு நிலமாகவே இருந்திருக்கிறது. அவ்வழக்கம் இன்றும் தொடர்ந்து வருகிறது. புதுக்கோட்டை மாவட்டத்து ஆடுகள்கூட மந்தை மந்தையாக வந்து மேய்ந்து கொண்டிருக்கும். மேய்ப்பர்கள் கிடை போட்டிருப்பார்கள். மாணவர் எண்ணிக்கையைவிட ஆடுகளின் எண்ணிக்கை மிகுந்திருக்கும். மலை அருகில் இருப்பதால் குரங்குகளும் கல்லூரிக்கு வருவதுண்டு. 'குரங்குகளுக்கும் ஆடு மாடுகளுக்கும் நாம பாடம் நடத்தறோம்' என்று சிலேடையாக ஆசிரியர்கள் சொல்வதுண்டு. 'ஆடு மாடு மேய்க்கறவனெல்லாம் வாத்தியாருன்னு வந்துட்டானுங்க' என்று மாணவர்கள் முணுமுணுப்பர்.

நான் அக்கல்லூரிக்குச் சென்று சேர்ந்தபோது வடசென்னிமலை செல்லும் சாலையில் வீடுகள் ஏதுமில்லை. ரயில் தண்டவாளம் குறுக்கிடும். அங்கே ரயில் நிலையமும் இருந்ததாகவும் ஒருகாலத்தில் மாணவர்கள் ரயிலில் வந்திறங்குவர் என்றும் சொன்னார்கள். சேலத்திலிருந்து விருத்தாசலம் செல்லும் ரயில் பாதை அது. மலையடிவாரத்தில் ஒரே ஒரு கடை இருந்தது. தேநீரும் வடையும் கிடைக்கும். முன்கூட்டியே சொல்லி வைத்தால் ஏதாவது சோறும் செய்து தருவார்கள். மற்றபடி எல்லாவற்றுக்கும் காட்டுக்கோட்டைக்குத்தான் செல்ல வேண்டும். மலையில் பூசை செய்யும் ஐயர்கள் இருவரின் வீடுகள் அடிவாரத்திலேயே இருந்தன. மலையடிவாரத்திலேயே தொடக்கப்பள்ளி ஒன்றும் மேல்நிலைப்பள்ளி ஒன்றும் இருந்தன.

கல்லூரியைச் சுற்றிலும் வேளாண் நிலங்கள். ஜவ்வரிசி தயாரிக்கும் சேகோ பேக்டரிகள் உண்டு. அவற்றிலிருந்து பெருங்குசுவின் நாற்றம் இடைவிடாமல் வந்துகொண்டிருக்கும்.

ஆத்தூரிலிருந்து பேருந்து ஏறிக் காட்டுக்கோட்டையில் இறங்கி ஒன்றரைக் கல் தொலைவு நடந்தேகிக் கல்லூரியைச் சேர வேண்டும். எந்தப் பொருளும் வாங்க இயலாது. எதற்கென்றாலும் ஆத்தூர்தான் செல்ல வேண்டும். இந்தச் சிரமங்களால் அக்கல்லூரிக்கு ஆசிரியர்களோ அலுவலர்களோ பணிக்கு வர விரும்புவதில்லை. கட்டாயமாகப் போட்டாலும் அங்கே இங்கே ஆளைப் பிடித்தோ பணத்தைச் செலவழித்தோ விரைவில் மாற்றல் வாங்கிச் சென்றுவிடுவார்கள். ஆகவே எப்போதும் பணியாற்றும் ஆசிரியர்களின் எண்ணிகையைவிடக் காலியிடங்களின் எண்ணிக்கை மிகுந்தே இருக்கும். நான் போய்ச் சேர்ந்தபோது இருபது பேர்தான் நிரந்தர ஆசிரியர்கள். ஐம்பதுக்கும் மேற்பட்ட இடங்கள் காலியாக இருந்தன.

முன்னெல்லாம் வெகுதூரமாகிய வெளியூரிலிருந்து வரும் ஆசிரியர்கள், கல்லூரி முதல்வர்கள் ஆகியோர் கல்லூரி வளாகத்திலேயே தங்கிவிடுவது உண்டாம். சிலர் அங்கேயே சமைத்துக்கொண்டதும் நடந்திருக்கிறது. நான் சேர்ந்த சமயத்தில் அப்படி யாரும் அங்கே தங்கவில்லை. மொட்டைக் கடிதம் போட்டுப் பிரச்சினை கிளம்பியதால் இப்போது தங்குவதை யாரும் விரும்புவதில்லை என்று கல்லூரியின் இரவுக் காவலர் ஒருவர் தெரிவித்தார். அப்படி மொட்டைக் கடிதம் போடுபவரே இரவுக் காவலர்களில் ஒருவர்தான் என்றும் தங்கியிருக்கும் ஆசிரியர்கள் அதை வாங்கி வா, இதை வாங்கி வா, அதைச் செய், இதைச் செய் என்று இரவுக் காவலர்களுக்குத் தொடர்ந்து தொந்தரவு தந்ததால் அப்படிச் செய்தனர் என்றும் பின்னர் அறிந்தேன். மொட்டைக் கடிதம் போட்ட இரவுக் காவலரிடம் ஒருமுறை பேசிக்கொண்டிருந்தபோது இதைப் பற்றிக் கேட்டேன். அவர் ஆவேசமாகச் சொன்ன சம்பவம் எனக்கு அதிர்ச்சி கொடுத்தது.

அந்தக் கல்லூரிக்கு வெளியூரில் இருந்து வந்த முதல்வர் ஒருவர் கல்லூரியிலேயே தங்கியிருந்தாராம். அவருக்கு 'ஓதப்புடுக்கன்' என்று பெயர் வைத்திருந்தார்கள். அவர் விரைவீக்கம் உள்ளவராம். அதனால் கோவணம் கட்டி அதற்கு மேல் பட்டாபட்டி டவுசர் போட்டிருப்பாராம். கல்லூரிக்குள்ளேயே ஆழ்துளை அடிபம்பு போட்டிருந்தார்கள். முதல்வர் குளிக்கத் தண்ணீர் அடித்துக் கொடுக்கச் சொல்வாராம். அது பரவாயில்லை. ஒருமுறை அவர் கோவணத்தைத் துவைத்து எடுத்து நீட்டி 'அந்த மரத்து மேல போடு' என்றாராம். இரவுக் காவலர் 'இவனோட கோமணத்தக் காயப் போடவா கவுர்மெண்டு எனக்குச் சம்பளம் கொடுக்குது?' என்று ஆவேசத்தோடு கேட்டார். அதற்குப் பிறகுதான் மொட்டைக் கடிதம் போட்டாராம். கல்லூரிக்குள்

இரவு நேரத்தில் இரவுக் காவலர் மட்டும்தான் தங்கலாம். மற்றவர்கள் தங்குவதற்கு அனுமதியில்லை. அதற்குப் பின் கல்லூரியில் யாரும் தங்குவதில்லையாம். 'தொந்தரவு உட்டுச்சு சார்' என்றார் இரவுக் காவலர். கையில் கொஞ்சம் அதிகாரம் கிடைத்துவிட்டால் போதும், மனிதர்கள் தலைகீழாக நடக்க ஆரம்பித்துவிடுகிறார்கள்.

எனக்குக் கல்லூரிச் சூழல் மிகவும் பிடித்திருந்தது. என் ஊரில் இருப்பது போலவே தோன்றியது. ஆளரவமற்ற இடம். அங்கங்கே காட்டுக்குள் ஒன்றிரண்டு வீடுகள். ஆடுகளும் மாடுகளும் கண்களுக்குத் தெரிந்து கொண்டேயிருந்தன. கட்டடம் இருந்த இடத்தில் கொஞ்சம் மரங்கள் இருந்தன. மற்றபடி கண்ணுக்கெட்டிய தொலைவுவரை ஆவாரஞ்செடிகள் நிறைந்த வெட்டவெளி. கல்லூரிக்கு அருகிலேயே காட்டுக்குள் ஏதாவது வீடு கிடைத்தால் தங்கிக் கொள்ளலாம் என்று கருதி மாணவர்களிடம் சொன்னேன். மாணவர்களும் உடனே தேடி ஒரே நாளில் வீடு பார்த்துவிட்டார்கள்.

அதை வீடு என்று சொல்லக்கூடாது. காட்டுக்குள் இருந்த ஓலைக்கொட்டாய் ஒன்று. எப்போதோ வேளாண் கருவிகளைப் போட்டு வைப்பதற்காகக் கட்டியது. அருகில் கிணறு. மோட்டார் ரூமும் தொட்டியும் இருந்தன. அருகிலேயே இன்னொரு கொட்டகை. அதில் மரமேறிக் குடும்பம் ஒன்று குடியிருந்தது. அதற்கு அருகில் வில்லை ஓடு போட்ட சிறுவீடு ஒன்று. அதில் அஞ்சல் அலுவலகத்தில் வேலை செய்யும் நண்பர் ஒருவர் வசித்தார். ஓலைக்கொட்டகையில் வசிப்பது எனக்குப் புதிதல்ல. என் வீடு வெகுகாலமாக ஓலைக் கொட்டகையாகவே இருந்தது. அதனால் உடனே சரி என்று சொல்லிவிட்டேன். முன்பணம் எதுவுமில்லை. மாதத்திற்கு ஐம்பது ரூபாய் வாடகை. ஊருக்குச் சென்று கொஞ்சம் பாத்திரங்கள் கொண்டு வந்தேன். அடுத்த நாளே ஆத்தூர் சென்று கொஞ்சம் சமையல் பொருட்களும் நாடாக் கட்டிலும் வாங்கி வந்தோம். இத்தகைய உதவிகளை மாணவர்கள் ஆர்வமாகச் செய்வார்கள். மூன்று மாணவர்களும் நானுமாகச் சமையல் செய்து உண்டோம்.

வேலையில் சேர்ந்த மாதம் ஆகஸ்ட். வெயில் காலம். நாடாக் கட்டிலைத் தூக்கி வெளிவாசலில் போட்டுக்கொண்டு படுத்திருப்பேன். கொட்டகைக்குள் இருந்தாலும் வெயில் தெரியாது. மின்விசிறி ஏதும் தேவையில்லை. காலையில் கொஞ்சம் நேரம் கழித்து எழுந்தால் மட்டும்தான் பிரச்சினை. காட்டுவெளியில் மலம் கழிப்பது கஷ்டம். மறைப்பாகப் புதர் ஏதுமில்லை. உட்கார்ந்தால் எல்லாருக்கும் தெரியும். சீக்கிரம்

எழுந்துவிட்டால் வாளியைத் தூக்கிக்கொண்டு கல்லூரிக்குச் சென்று விடுவேன். ஏதாவது ஒரு ஆவாரஞ்செடி மறைப்பிலோ அங்கங்கே இருக்கும் பள்ளப் பகுதிகளிலோ உட்கார்ந்து இருக்கலாம். கல்லூரி அடிப்பம்பில் குளித்துவிட்டு வரலாம். நேரம் கழித்து எழுந்தால் கல்லூரிக்குள் போவது சிரமம். ஏழரை மணிக்கெல்லாம் தேசிய மாணவர் படை மாணவர்கள் வந்து சேர்ந்துவிடுவார்கள். ஒரே பேருந்து மட்டும் இருக்கும் ஊரைச் சேர்ந்த மாணவர்கள் சிலர் வந்து கொண்டிருப்பார்கள். மற்றபடி அங்கே எனக்குப் பிரச்சினை ஏதுமில்லை.

படித்துக்கொண்டும் எழுதியபடியும் என் நேரம் எளிதாகக் கழியும். வடசென்னிமலை முருகனைப் பார்க்கச் சில நாட்கள் மாலை நேரத்தில் மலை ஏறுவேன். மேலிருந்து சுற்று வட்டாரத்தைப் பார்க்கும் காட்சிச் சுகத்திற்கு ஈடு ஏதுமில்லை. அந்த ஊர் ஆட்கள் சிலர் பழக்கமாயினர். அவர்களோடு வழியில் பேச்சு. சமையல். நேரத்திற்குத் தூக்கம். மாலையில் அப்படியே காட்டுக்கோட்டை வரை முதன்மைச் சாலைக்கு நடந்து சென்று அங்கிருக்கும் கடைகளில் அவசியமான பொருள்களை வாங்கி வருவேன். ஒரே ஒரு மளிகைக் கடை இருந்தது. விலை வெகு கூடுதல் என்றாலும் அதுதான் அவசரத்திற்கு ஆகும். புரோட்டாக் கடைகள் சில இருந்தன. எப்போதாவது அதிலும் சாப்பிடுவேன்.

காட்டுக்கோட்டையிலிருந்து வடசென்னிமலைக்குப் பிரியும் சாலைக்குள் நுழைந்ததும் நூறடித் தொலைவில் இடப்பக்கமாக '*SRT* திரையரங்கம்' இருந்தது. முழுமையான பெயர் 'ஸ்ரீராஜராஜேஸ்வரி திரையரங்கம்.' அப்பெயரிலேயே முதலில் இயங்கியதாம். படச் சுவரொட்டிகளில் பெயர் நீளமாகப் போடுவதில் இருக்கும் சிரமத்தைக் கருத்தில் கொண்டு சுருக்கப்பட்ட பெயர்தான் *SRT*. நான் அங்கிருந்த காலத்தில் இப்பெயரே எல்லாருக்கும் தெரிந்ததாக இருந்தது. திரையரங்கம் தொடங்கியபோது கீற்றுக்கொட்டகையாகவே டூரிங் டாக்கீஸாக இருந்ததாம். மூன்று காட்சி ஓட்டியிருக்கிறார்கள். பின்னர் இரண்டு காட்சியாகச் சுருங்கிவிட்டது. அத்துடன் கீற்றை மாற்றிவிட்டு அட்டை போட்டுவிட்டார்கள். டூரிங் டாக்கீஸ்கள் திரையரங்குகளாக மாறிய போது 'ஆஸ்பெஸ்டாஸ்' கூரை வேய்ந்ததுதான் தமிழகம் முழுவதும் நடந்தது. ஆஸ்பெஸ்டாஸ் என்பதை மக்கள் 'சிமிட்டி அட்டை' என்பார்கள். அதில் ஒருவகை 'தார் அட்டை.' மரநிறத்தில் இருக்கும் அது தார் போல ஒட்டிக்கொண்டு தோன்றும். *SRT* திரையரங்கமும் தார் அட்டையால் வேயப்பட்டிருந்தது.

சாலை ஓரத்திலேயே அமைந்திருந்தாலும் சுற்றிலும் சீமைக் கருவேல முட்கள் நிறைந்து புதர் போலக் காட்சி தரும். உள்ளே கிராமத்துத் திரையரங்குகளுக்கே உரிய விஸ்தாரம். மண் தரை கிடையாது. மொட்டை பெஞ்சுகள் உண்டு. பேக் பெஞ்சும் ச்சேரும் இருந்தன. ஆண்களுக்கும் பெண்களுக்கும் தனித்தனிப் பகுதிகள். எந்தப் பகுதிக்கும் கதவு கிடையாது. இரவுக் காட்சிகள்தான் என்பதால் கதவுக்கும் அவசியமில்லை. மின்விசிறிக்கும் அவசியமில்லை. சுற்றிலும் திறந்தவெளி. காற்று உள்ளே புகுந்து வீசும். சிலசமயம் பெருங்காற்று அடிக்கும். அப்போது கதவோரத்தில் உட்கார்ந்திருப்பது சிரமம். படம் போடுவதற்கு முன்னால் உள்ளே போய்விட்டால் கிராமத்து மக்கள் சத்தம் போட்டுப் பேசிக் கொண்டிருப்பதை, ஒருவரை ஒருவர் உறவுமுறை வைத்து அழைத்துக் கொள்வதைக் காது குளிரக் கேட்கலாம். அரங்கமே கிராமத்துத் தெருப் போல இருக்கும்.

அதில் பெரும்பாலும் வாரம் இருமுறை படம் மாற்றுவார்கள். ஒருவாரம் வரை ஓடும் படங்கள் எப்போதாவது வரும். வெளியாகும் புதுப்படங்களை இரண்டு மாத கால இடைவெளியில் அதில் திரையிடுவார்கள். மிகவும் பழைய படங்கள் வராது. எம்ஜிஆர், சிவாஜி படங்களுக்கு அப்போதும் மவுசு இருந்தது. குறிப்பிட்ட கால இடைவெளியில் அவர்கள் படங்களைப் போடுவார்கள். அத்திரையரங்கத்திற்கு வயது கூடுதல். அனேகமாக எழுபதுகளில் தொடங்கப்பட்டிருக்கக்கூடும். சுற்று வட்டாரத்தில் இருபதுக்கும் மேற்பட்ட கிராமங்கள் இருந்தன. அக்கிராம மக்கள் ஆத்தூருக்குப் போனால்தான் படம் பார்க்க முடியும். அவர்களுக்கு அருகிலேயே படம் பார்க்க வாய்ப்பளித்தது இத்திரையரங்கம். காட்டுக்கோட்டை, வட சென்னிமலை, சார்வாய், சார்வாய்ப் புதூர், வாய்க்கால்கரை, அம்மம்பாளையம், சதாசிவபுரம் முதலிய ஊர் மக்கள் ஆனந்தமாக வந்து படம் பார்த்துச் செல்வார்கள்.

ஓலைக் கொட்டகையில் ஓராண்டு தங்கியிருந்த நான் அத்திரையரங்கிற்கு எதிரிலேயே ஒரு வீட்டு மாடியில் ஓராண்டு வசித்தேன். அஞ்சலகத்தில் பணியாற்றிய நண்பர் ராமுவும் நானும் சேர்ந்து வசித்தோம். அந்த இரண்டாண்டுகளில் அங்கே எனக்குக் கிடைத்த ஒரே பொழுதுபோக்கு திரைப்படம் பார்ப்பதுதான். தொண்ணூறுகளில் பொதிகைத் தொலைக்காட்சியும் சன் டிவி போன்ற ஒன்றிரண்டு தனியார் தொலைக்காட்சிகளும் தொடங்கப்பட்டுவிட்டன என்ற போதிலும் அதிகப் படங்கள்

போடப்படவில்லை. வீடுதோறும் தொலைக்காட்சிப் பெட்டி இருக்கவில்லை. தொலைக்காட்சிப் பெட்டி வைத்திருப்போர் வசதியானவர்கள் என்பதாகவே நிலை இருந்தது. ஆகவே அப்போதும் மக்கள் திரையரங்கை நாடிப் பெருந்திரளாக வந்தபடியே இருந்தார்கள்.

ஊரில் தியேட்டரில் கடை வைத்திருந்தபோது ஒருபடம் விடாமல் கிட்டத்தட்ட எட்டு வருசங்கள் திரையிடப்படும் எல்லாப் படங்களையும் பார்த்திருக்கிறேன். வடசென்னிமலைக் கல்லூரியில் பணியாற்றிய போது முதலிரண்டு வருசங்கள் SRT திரையரங்கில் போடப்பட்ட எல்லாப் படங்களையும் பார்த்தேன். என் பதின்வயது திரும்பக் கிடைத்துவிட்ட உணர்வை அத்திரையரங்கம் எனக்குக் கொடுத்தது. கல்லூரியின் கோடை விடுமுறைக் காலங்கள் தவிர நான் தனியாகவும் அறை நண்பர் ராமுவுடனும் அந்தப் பகுதி மாணவர்கள் சிலருடனும் பல படங்கள் பார்த்திருக்கிறேன். ஏற்கனவே பார்த்த படங்களைத் திரும்பவும் பார்த்திருக்கிறேன். சனி, ஞாயிறு ஊருக்கு வந்துவிட்டுத் திரும்பி அங்கே போகும்போது திரையரங்கச் சுவரொட்டியில்தான் முதலில் கண் பதியும். பெரும்பாலும் வெள்ளிக்கிழமையும் செவ்வாய்க் கிழமையும் படம் மாற்றுவார்கள். வெள்ளி, சனி, ஞாயிறு, திங்கள் என ஒருபடம் நான்கு நாட்கள் ஓடும். செவ்வாய், புதன், வியாழன் என இன்னொரு படம் மூன்று நாட்கள் ஓடும். வாரம் இரண்டு படங்கள்.

அங்கிருந்தபோது பார்த்த படங்கள் பல நினைவிலிருந்து அகன்று விட்டன. ஆனால் 'ரோசாப்பூ ரவிக்கைக்காரி' படத்தையும் அதைப் பார்க்க நேர்ந்த சூழலையும் இன்னும் மறக்க இயலவில்லை. இத்தனைக்கும் அந்தப் படம் வெளியான காலத்திலேயே எங்கள் ஊர் 'அம்பிகை தியேட்டரில்' பார்த்திருக்கிறேன். மறுபடியும் பார்க்க அலுக்காத படம் அது. நடிகர் சிவகுமாரின் நூறாவது படம். மாசுமறுவற்ற இளம் முகமாகத் தமிழ்த் திரைப்படத்தில் அறிமுகமானவர் சிவகுமார். பக்திப் படங்கள் பலவற்றில் அவரது முகம் கடவுள்களுக்குப் பொருந்திப் போயிற்று. பின்னர் தனிக் கதாநாயகனாகவும் பிறருடன் இணைந்தும் பல படங்கள் நடித்திருக்கிறார். தனக்கென எந்தப் பிம்பத்தையும் கட்டமைத்துக் கொள்ளாதவர் அவர். ஆகவே பின்னாளில் குணச்சித்திர நடிகராகவும் பரிமளித்தார்.

என்றும் பதினாறாக வரம் பெற்ற மார்க்கண்டேயனாகிய அவர் இப்போதும் சூர்யாவுக்கும் கார்த்திக்கும் அண்ணனாக நடிக்கும் உடல்வாகு பெற்றவர். அதற்கென அவர் பேணும்

ஒழுக்கம், ஒழுங்கு ஆகியவை என்னைப் போன்றவர்களுக்கு அச்சுறுத்தல் தருபவை. எப்படிச் சாத்தியம் என்னும் பிரமிப்பும் வியப்பும் ஏற்படாத போதில்லை. ரோசாப்பூ ரவிக்கைக்காரி, மறுபக்கம், சிந்து பைரவி முதலிய சில படங்கள் அவரைச் சிறந்த நடிகராக நிலைநிறுத்தியவை. காதலுக்கு மரியாதை, சேது படங்களில் பாசமான தந்தையாகவும் தனயனாகவும் அவர் ஏற்ற வேடங்கள் அருமையானவை. சிவகுமாரைப் பற்றிச் சொல்வதற்கும் ரோசாப்பூ ரவிக்கைக்காரி பற்றிப் பேசுவதற்கும் எனக்குத் தனிப்பட்ட விதத்திலும் சில காரணங்கள் இருக்கின்றன.

●

13

நீராரும் கடலுடுத்த நிலமடந்தை

நடிகர் சிவகுமார் எனது நூல்கள் தொடர்பான இரண்டு நிகழ்ச்சிகளில் பங்கேற்றிருக்கிறார். 2000ஆம் ஆண்டு 'கொங்கு வட்டாரச் சொல்லகராதி'யைக் கோபியைச் சேர்ந்த நண்பர் பி.ர.சண்முகசுந்தரம் பெருமுயற்சி செய்து வெளியிட்டார். இதற்கெனவே 'குருத்து' என்னும் பதிப்பகத்தையும் தொடங்கினார். இளைஞராகவும் இலக்கிய ஆர்வம் மிதமிஞ்சியவராகவும் அப்போது இருந்த அவர், பல்லாண்டுகளாக உழைத்து வெளியிட முடியாமல் இருந்த அகராதியை வெளியிட்டே தீரும் முயற்சியில் வெற்றி பெற்றார். அதன்பின்னும் சில நூல்களை 'குருத்து' வெளியிட்டது. 'குருத்து சண்முகசுந்தரம்' என்னும் அடையாளம் அவருக்கு இன்றுவரை நிலைத்திருக்கிறது.

அந்நூலுக்கான அறிமுகக் கூட்டத்தையும் பெரிய அளவில் நடத்த வேண்டும் என்றும் விரும்பினார். புதுமலர் பதிப்பகத் தோழர் குறிஞ்சி அவர்களுடன் இணைந்து கோவையில் பெரிய விழா ஒன்று ஏற்பாடானது. பல நூல்கள் அதில் வெளியிடப்பட்டன; அறிமுகமும் விமர்சனமும் நடந்தன. அந்நிகழ்வில் பங்கேற்றுக் கொங்கு வட்டாரச் சொல்லகராதியைப் பற்றிச் சிறப்புரை ஆற்றியவர் நடிகர் சிவகுமார் அவர்கள். அகராதியில் உள்ள பல சொற்களைத் தேர்ந்தெடுத்து அவற்றுடன் தன் இளமைக்கால நினைவுகள் பொதிந்திருப்பதை எடுத்துக்காட்டி அவர் ஆற்றிய உரை சிறப்பாக

அமைந்தது. என்னிடமும் என் குடும்பத்தாரிடமும் மிகவும் அன்பாகப் பேசினார். அணுகுவதற்கு எளிமையான மனிதராக இருந்தார். நிகழ்வு முடிந்து அவருடன் புகைப்படம் எடுத்துக் கொண்டோம்.

அப்போது ஒருவர் 'நீங்க தொடர்ந்து இலக்கியக் கூட்டத்துல பேசலாமே. ரொம்ப நல்லாப் பேசறீங்க' என்றார். 'பாருங்க, எம் பொழப்புக்கே ஒல வெக்கறாரு. நடிக்கறத உட்டுட்டு இலக்கியக் கூட்டத்துல பேசுனா புவ்வாவுக்கு என்ன பண்றது?' என்று சிரித்தபடி கேட்டார் சிவகுமார். பல்லாண்டுகளாக நடித்துக் கொண்டிருக்கும் பெருநடிகர். அவருக்கே இன்னும் சோற்றுக் கவலை இருக்கிறது பார் என்று பேசிக்கொண்டோம். 'இவுங்களுக்குச் சாகற வரைக்கும் ஒழச்சுச் சம்பாதிக்கோணும்கிறதுதான் விதி. அது சிவகுமாருக்கு மட்டும் மாறிருமா?' என்றார் நண்பர் ஒருவர். எனக்கும் சரி என்றே பட்டது.

ஆனால் இப்போது சிவகுமார் நடிப்பிலிருந்து பெருமளவு ஒதுங்கிவிட்டார். பேரன் பேத்திகளோடு மகிழ்வாக நேரத்தைக் கழிக்கிறார். அது மட்டுமல்ல, மிகச் சிறந்த இலக்கியப் பேச்சாளராகவும் அடையாளம் பெற்றுவிட்டார். கம்பராமாயணத்தைக் கற்று அதை எடுத்துச் சொல்லும் பாங்கு புதிதாக இருக்கிறது. அவரது மனப்பாடத் திறனைக் கொண்டு ஆயிரக்கணக்கான பாடல்களை மனப்பாடம் செய்திருக்கிறார். பெரும்பான்மையான தமிழாசிரியர்களை விடவும் தெளிவாகவும் பிழையற்றும் நல்ல ஒலிப்புடன் சொல்கிறார். வியப்பாக இருக்கிறது. அவர் நடிகர் மட்டுமல்ல, ஓவியக் கலைஞரும்கூட. அவர் வரைந்த காந்தி ஓவியத்தை எனக்குப் பரிசளித்தார். காந்தியின் வேறுபட்ட புகைப்படம் ஒன்றை அடிப்படையாகக் கொண்டு வரைந்த ஓவியம் அது. அந்தத் துறையிலும் தொடர்ந்து ஈடுபட்டிருந்தால் அவர் சாதனை செய்திருக்கக்கூடும்.

சிவகுமார் அவர்களைக் கிட்டத்தட்டப் பதின்மூன்று ஆண்டுகளுக்குப் பிறகு 2014 ஜனவரியில் கோவையில் மற்றுமொரு நிகழ்வில் சந்தித்தேன். எனது 'ஆளண்டாப் பட்சி' நாவலுக்குக் கோவை, கஸ்தூரி சீனிவாசன் அறக்கட்டளையின் 'திருமதி ரங்கம்மாள் விருது' வழங்கப்பட்ட நிகழ்வு அது. அந்த விருதை வழங்கிச் சிறப்புரை ஆற்றினார். ஓவியப் போட்டிகளுக்கான பரிசுகளையும் வழங்கினார். அவரது பேச்சு அனுபவ உரையாக அமைந்தது. நடிப்பு தொடர்பான அனுபவங்களை நகைச்சுவையோடும் சுய விமர்சனத்தோடும் அவர் பகிர்ந்து கொண்டமை பார்வையாளர்களை ஈர்த்தது. அவர் நடித்த

திரைப்படக் காட்சிகளைப் போட்டுக் காட்டி அவற்றைப் பற்றிச் சுவையான செய்திகளைச் சொன்னார். தேர்ந்தெடுத்த கூட்டங்களில் கலந்து கொள்வதும் அவற்றிற்குத் தயாரிப்புடன் செல்வதும் அவர் பேச்சைத் தரமுடையதாக ஆக்குகின்றன.

எழுத்தாளர்களை மதிக்கத் தெரிந்த கலைஞர் அவர். சிறப்பு அழைப்பாளர்களுக்காக ஏற்பாடு செய்யப்பட்டிருந்த தேநீர் விருந்தில் பங்கேற்கச் சென்றோம். எங்களுக்கு முன்பே அங்கே அமர்ந்திருந்தார் சிவகுமார். காலச்சுவடு கண்ணனைப் பார்த்ததும் எழுந்து வந்தார். கண்ணனே கொஞ்சம் கூச்சம் கொண்டார். 'நீங்க உக்காருங்க சார்' என்றார். சுந்தர ராமசாமியின் மீதும் காலச்சுவடு இதழின் மீதும் அவர் கொண்டிருக்கும் மதிப்பின் வெளிப்பாடு அது. கம்பராமாயணத்தைப் போலவே மகாபாரதக் கதையை இரண்டு மணி நேரத்திற்குள் சொல்லி முடிக்கும் வகையில் தயாரிப்பு செய்து கொண்டிருப்பதாகச் சொன்னார். அவருடனான உரையாடல் நடிகர் ஒருவருடன் பேசுவது போலவே இருப்பதில்லை. வாஞ்சையுடனும் இயல்புடனும் அமைகிறது. அவர் நடித்த படங்களைப் பற்றி அவரிடம் நான் பேசவேயில்லை. அதற்கான சந்தர்ப்பம் அமையவில்லை என்பது போக அவரது அனுபவத்தில் எத்தனையோ புகழுரைகளைக் கேட்டிருக்கக்கூடும், அவற்றுள் ஒன்றாக அவருக்கு இதுவும் அமையலாம் என்பதாலும் நான் பேசவில்லை.

ஆனால் அவர் நடித்த படங்களைப் பற்றிப் பேச நிறையவே இருக்கிறது. பிறர் படங்களில் துணைப் பாத்திரங்கள் ஏற்றுப் பல ஆண்டுகள் நடித்து வந்தவர் அவர். பின்னர் தனிக் கதாநாயகனாக ஆனார். 1970, 80களில் அவர் கதாநாயகனாக நடித்த பல படங்கள் வெளியாயின. இளையராஜாவின் முதல் இசை அமைந்த படமான 'அன்னக்கிளி'க்குச் சிவகுமாரைப் பரவலாகக் கொண்டு சேர்த்ததிலும் பங்குண்டு என்பது என் எண்ணம். அந்தக் காலத்தில் அந்தப் படப் பாடல்கள் மட்டுமல்ல, கவிக்குயில், பத்ரகாளி, சிட்டுக்குருவி, முதல் இரவு உள்ளிட்ட பல படங்களின் பாடல்கள் தமிழகம் முழுவதும் ஒலித்தன. 'கண்ணன் ஒரு கைக்குழந்தை', 'வாங்கோண்ணா' பாடல்கள் ஒலிபெருக்கியில் எத்தனை முறை ஒலித்திருக்கும் எனக் கணக்குச் சொல்ல இயலாது.

அது போலத்தான் 'ரோசாப்பூ ரவிக்கைக்காரி' படப் பாடல்களும். அப்படம் 1979இல் வெளியாயிற்று. சில வருடங்கள் வரை எந்த ஊரில் ரெக்கார்டு போட்டாலும் மலேசியா வாசுதேவன் தான் ஒலிபெருக்கியில் முதலில் 'வெத்தல வெத்தல வெத்தலயோ' என்று கத்தி அழைத்துத் தொடங்குவார். சாதாரண

உரையாடல் வார்த்தைகள். கங்கை அமரன் எழுதிய பாடல். தனியாகப் படித்தால் இந்தப் பாடலை உடனே தூக்கிப் போட்டுவிடுவோம். ஆனால் இசையோடு இயைந்து மலேசியா வாசுதேவன் இதைப் பாடலாக மாற்றியிருப்பார். அப்பாடலின் நடுவில் வரும் உரையாடல்களும் ரசமானவை. அவையே பாடல் வரிகளாகவும் மாறும். ‘சொன்னாங்க சொன்னாங்க தாத்தாவும் சொன்னாங்க பொண்டாட்டி கட்டிக்க வேணுன்னு சொன்னாங்க’ என்பது போல.

அப்படத்தில் இடம்பெற்றவை நான்கு பாடல்கள். டைட்டிலின்போது தத்தகாரம் மட்டும் ஒலிக்கும் ஒரு பாடலும் உண்டு. அதுவும் நன்றாகவே இருக்கும். வரிகளைப் போட்டிருந்தால் அப்பாடலும் பிரபலமாகியிருக்கும். இளையராஜாவின் குரலும் சைலஜாவின் குரலும் சேர்ந்தொலிக்கும் கிராமத்துக் கீதம் அது. ‘மாமேன் ஒருநா மல்லியப்பூக் கொடுத்தான்’, ‘என்னுள்ளே எங்கோ ஏங்கும் கீதம்’, ‘உச்சி வகுந்தெடுத்து’ ஆகியவை மற்ற மூன்று பாடல்கள். ஒவ்வொன்றும் ஒவ்வொரு விதம். பாடலுக்கேற்ற குரலைப் பயன்படுத்துவது என்னும் முடிவில் இளையராஜா இருந்த காலம். படத்தில் இந்தப் பாடல்களுக்கான சூழல் பொருத்தமாக அமைக்கப்பட்டிருக்கும்.

சிவகுமாரின் பாத்திரமாகிய செம்பட்டை பாட்டுப் பாடுபவன். திருமணச் சந்தோசத்தில் அவன் பாடும் பாடல்தான் ‘மாமேன் ஒருநா மல்லியப்பூக் கொடுத்தான்’ என்பது. செம்பட்டைக்கும் நந்தினிக்குமான நெருக்கக் காட்சிகள் வரும்போதெல்லாம் இப்பாடல் பின்னணி இசையாக ஒலிக்கும். இதைப் பாடியவர்கள் எஸ்.பி.பாலசுப்பிரமணியமும் எஸ்.பி.சைலஜாவும். அண்ணனும் தங்கையும் சேர்ந்து இந்தப் பாட்டை எப்படிப் பாடினார்களோ என்று அப்போது நாங்கள் வியப்போடு பேசிக் கொண்டது நினைவிருக்கிறது. ‘கட்டிக்கச் சென்னான்’ என்று உச்சரிப்பில் வரும். சொன்னான் என்பதைச் சென்னான் என்று உச்சரிப்பது எங்கள் பகுதியின் ஒலிப்புமுறை. அதைப் பாடலில் கொண்டு வந்தமை பொருத்தம். அப்படத்திற்காக உழைத்தவர்கள் பலர் இந்தப் பகுதியைச் சேர்ந்தவர்கள். அவர்கள் ஒவ்வொன்றையும் பார்த்துப் பார்த்துச் செய்திருக்கிறார்கள் என்பதற்கு இதுவே சான்று.

நந்தினிக்கு மாணிக்கத்தோடு உறவு ஏற்படும் போது ஒலிக்கும் பாடல் ‘என்னுள்ளே எங்கோ ஏங்கும் கீதம்.’ வாணிஜெயராம் பாடிய பாடல்களில் மிகச் சிறந்த பாடல் இது. அவரது குரல் எப்போதுமே எனக்கு நாதஸ்வர இசையை நினைவுபடுத்தும். பிசிறில்லாமல் தழைந்து ஏறி வரும். அக்குரல் உள்ளடங்கி

ஒலிக்கும் இந்தப் பாடலிலும் அவர் குரலின் ஜாலம் வெளிப்படும். இதில் வரும் ஆலாபனையைக் கேட்டால் குரலா நாதஸ்வரமா என்னும் மயக்கம் ஏற்படுவது நிச்சயம். நந்தினி, மாணிக்கம் சந்திப்பின் போதெல்லாம் இந்தப் பாடல் இசை பின்னணியில் ஒலிக்கும்.

'உச்சி வகுந்தெடுத்து' பாடலைச் சொல்லவே வேண்டிய தில்லை. புலவர் புலமைப்பித்தனின் திறன் பாடலின் இசையை விஞ்சிய வரிகளாக நிலைத்திருக்கிறது இப்பாடலில். 'வட்டுக் கருப்பட்டிய வாசமுள்ள ரோசாவ கட்டெறும்பு மொச்சுதுன்னு சொன்னாங்க' என்று வட்டார மொழி இழையும் வார்த்தைகளைக் கோத்திருப்பார். வட்டுக் கருப்பட்டி, கட்டெறும்பு, மொச்சுது, சங்கரையான், பட்டி என இப்பாடலில் வட்டாரச் சொற்கள் சேர்ந்திருக்கும். 'சங்கரையான் தின்னதுன்னு சொன்னாங்க' என்பது இப்பகுதியின் நம்பிக்கைகளில் ஒன்று. பெரும்பாலும் பழந்தமிழ்ச் சாயலில் பாட்டெழுதுபவர் இதில் நாட்டுப்புறச் சாயல் பூண்டிருப்பார். நாட்டுப்புறப் பாடலையும் ஒரு செவ்வியல் அந்தஸ்துக்கு உயர்த்த முடியும் என்பதற்கு இந்தப் பாடலின் இசை மட்டுமல்ல, வரிகளும் சான்று. அழுகையை இசையாக மாற்ற முடியும் என்பதை இப்பாடலில்தான் நான் உணர்ந்தேன். அக்காலத்தில் வானொலியில் அதிகம் ஒலித்த பாடல் இது. ரோசாப்பூ ரவிக்கைக்காரி படம் என்றாலே இந்தப் பாடலைப் போட்டு விடுவார்கள். மற்ற பாடல்கள் வானொலியில் வருவது அபூர்வம்.

நான் பள்ளி மாணவனாக இருந்த காலத்தில் படம் வெளியாயிற்று. கரட்டூர் அம்பிகைத் தியேட்டரில் போட்டிருந்தார்கள். என் அம்மா உள்ளிட்ட பெண்களோடு அந்தப் படத்தைப் பார்த்தேன். படத்தின் முழுமை அப்போது எனக்குள் வரவில்லை. செம்பட்டை பாவம் என்னும் இரக்க உணர்வு மாத்திரம் ஏற்பட்டிருந்தது. ஏறத்தாழப் பதினைந்து ஆண்டுகளுக்குப் பிறகு மீண்டும் அந்தப் படத்தைப் பார்க்கும் வாய்ப்பு காட்டுக்கொட்டாய் கல்லூரியில் பணியாற்றிய காலத்தில் ஏற்பட்டது. அப்போது தோன்றிய எண்ணங்கள் வேறு. படத்தைப் பகுத்துப் பார்க்கும் பார்வை கொஞ்சமாக உருவாகியிருந்த காலம்.

நான் தங்கியிருந்த ஓலைக்கொட்டகைக்கு முன்னால் கட்டிலைப் போட்டுப் படுத்திருந்தேன். அது நல்ல நிலாக் காலம். மொட்டைக் காடுகளாய் விரிந்திருந்த வெளியெங்கும் புகைமூட்டம் போலப் பரவியிருந்தது ஒளி. என்னால் அன்றைக்கு எதையும் படிக்க முடியவில்லை. ஏதேதோ யோசனைகள்.

குடும்பத்தைப் பிரிந்து தனித்திருந்ததால் பெரும்பாலும் மனைவி, பிள்ளைகள் பற்றிய யோசனைகள் கூடிச் சில இரவுகளைப் பறித்துவிடும். ஆனால் அன்றைக்கு அப்படியல்ல. கல்லூரியில் நடந்த சம்பவம் ஒன்று மனதுக்குள் மெல்ல மெல்ல விசுவரூபம் எடுத்திருந்தது. நகைச்சுவையாக முடிந்திருக்க வேண்டிய சாதாரண விஷயம்தான். ஏனோ அது யோசனையாகப் பரவி ஒருமாதிரியான துயரத்துக்குள் கொண்டுபோய் விட்டுவிட்டது.

அந்தக் கல்லூரியில் மிகவும் குறைவான ஆசிரியர்களே இருந்தோம். நிரந்தர ஆசிரியர்கள் இருபது பேர்தான் இருப்பார்கள். நாற்பதுக்கும் மேற்பட்ட இடங்கள் காலியாக இருந்தன. கல்லூரி ஆசிரியராகிப் பெரிதாகச் சாதிக்க வேண்டும் என்னும் கனவில் நான் இருந்த காலம். எந்தச் செயல்பாடும் நம் சமூகத்தில் சுலபமில்லை. செயல்பாடற்ற தன்மையையும் செயல்படுவது போன்ற பாவனையையும் பெரிதும் போற்றும் சமூகம் நமது. எங்கள் துறையில் பல்லாண்டுகள் ஆசிரிய அனுபவம் வாய்ந்த 'பேராசிரியர்' ஒருவர் இருந்தார். புதிதாக வேலையில் சேர்ந்திருந்த எங்களுக்கு அவரிடம் பேசுவதற்கு ரொம்பவும் பயம். இலக்கண இலக்கியங்களை எல்லாம் அப்படியே கரைத்துக் குடித்தவர் மாதிரி பேசுவார். முதலில் நாங்களும் அதை உண்மை என்றே நம்பினோம். ஒன்றும் தெரியாதவன்கூடப் பத்தாண்டுகள் ஆசிரியராக இருந்துவிட்டால் நான்கு விஷயங்களை நன்றாகச் சொல்லும் ஆற்றலைப் பெற்றுவிடுவான்.

அந்தக் கல்லூரியின் இயற்பியல் துறையில் இருந்த ஆசிரியர் ஒருவர் தமிழார்வம் மிக்கவர். அவ்வப்போது எங்களிடம் ஏதாவது சந்தேகம் கேட்பார். துறை ஆசிரியர் அறையில் எல்லாரும் இருந்த அன்றைய மதியப் பொழுதில் அவர் வந்தார். எங்கள் பேராசிரியரைப் பார்த்து 'நீராரும் கடலுடுத்த நிலமடந்தைக் கெழிலொழுகும்' அப்படீன்னு தமிழ்த்தாய் வாழ்த்துப் பாடறமே, அதுல நீராரும் அப்படீன்னா அர்த்தம் என்னங்க புரொபசர்' என்றார். ஒரு ஆசிரியர் இன்னொரு ஆசிரியரை அழைக்கும்போது 'புரொபசர்' என்று விளிப்பது நடைமுறையாக இருந்தது. அப்போது 'புரொபசர்' என்று ஒரு பதவி கிடையாது. 'லெக்சரர்' என்னும் விரிவுரையாளர்தான். அதில் வெறும் விரிவுரையாளர், முதுநிலை விரிவுரையாளர், தேர்வுநிலை விரிவுரையாளர் என்று வேறுபாடுகள் இருந்தன. ஆனாலும் எல்லாரும் 'புரொபசர்'தான். அப்படி அழைத்துக் கொள்வதிலும் சொல்வதிலும் பெரிய மதிப்பு இருப்பதாகக் கருதினர். புதிதாகச் சேர்ந்த எங்களுக்கு அது வேடிக்கையாக இருந்தது. நாங்களும் ஒருவரை ஒருவர் கேலியாக 'புரொபசர்' என்று அழைத்துச் சிரிப்போம்.

இயற்பியல் ஆசிரியர் 'புரொபசர்' என்று அழைத்தமையை நினைத்துச் சாடை பேசி எங்களுக்குள் சிரித்தோம். ஆனால் அவர் கேட்டதற்குப் பதில் சொன்ன எங்கள் 'பேராசிரியர்' எல்லாவற்றையும் தூக்கிச் சாப்பிட்டுவிட்டார். அவர் சொன்ன பதில்: 'நீராரும்னா ஆறு வகையான நீர்னு அர்த்தங்க புரபசர். இந்த ஆற்று நீர் ஊற்று நீர் கடல்நீர் மழைநீர்னு சொல்லுவாங்கல்ல அதுதான்.' என்னருகில் அமர்ந்திருந்த நண்பர் வ.கிருஷ்ணனுக்குப் (இவர் இப்போது உடுமலைப்பேட்டை அரசு கல்லூரியில் பணியாற்றிக் கொண்டுள்ளார்) பொறுக்கவில்லை. மறுத்துச் சொல்ல முயன்றார். நான் அவர் கையைப் பற்றி அழுத்திப் பேசாமல் இருக்கும்படி உணர்த்தினேன். அவர் பேசவில்லை.

எங்களால் சிரிப்பைக் கட்டுப்படுத்திக்கொள்ள முடியவில்லை. எந்தெந்தப் பக்கமோ திரும்பிச் சிரித்தும் அடக்கியும் ஒருவாறு சமாளித்தோம். கொஞ்ச நேரத்தில் வெளியே நழுவி வந்து அடக்கி வைத்திருந்த சிரிப்பை எல்லாம் ஒருசேர வயிறு வலிக்கச் சிரித்து முடித்தோம். 'நீராரும் கடலுடுத்த நிலமடந்தை' என்றால் ஆரவாரம் செய்யும் நீரை உடைய கடலை ஆடையாக உடுத்த நிலமாகிய பெண் என்று பொருள். நீர் ஆரும் – நீர் ஆரவாரிக்கும் என்றாகும். நீர் ஆறும் என்று கொண்டு ஆற்று நீர் ஊற்று நீர் என்றெல்லாம் ஒப்பேத்திப் 'பேராசிரியர்' பொருள் சொன்னார். சேற்று நீர், சாக்கடை நீரையெல்லாம் ஏன் விட்டுவிட்டார் என்று எங்களுக்குத் தெரியவில்லை. ஆறு நீர் வரவில்லை என்றால் சிறுநீரையும் சேர்த்துக்கொள்ளலாம். கடலுக்கு முந்நீர் என்று பெயருண்டு. அதற்கு ஆற்று நீர், ஊற்று நீர், மழை நீர் ஆகிய மூன்றும் இணைந்து உருவாவது என்று காரணம் சொல்வதுண்டு. பொருள் தெரியவில்லை என்று சொன்னால் என்ன குறைந்துவிடும்? உண்மைப் பொருள் தெரிய வரும்போது இவரைப் பற்றி அவர் என்ன நினைப்பார்? இந்த யோசனையெல்லாம் இல்லாமல் எப்படி இவ்வாறு வாய்க்கு வந்ததைச் சொல்ல முடிகிறது?

நடந்த சம்பவம் இதுதான். ஆனால் மனத்தை ஆழ ஊடுருவிப் பாதித்த சம்பவமாக என்னுள் நிலைத்துவிட்டது. இப்போதும்கூட தமிழ்ப் படித்த ஒருவரை அளவிடுவதற்கான அளவுகோலாகத் 'தமிழ்த்தாய் வாழ்த்துக்கு அர்த்தம் சொல்ல முடியுமா?' என்று கேட்பதையே வழக்கமாகக் கொண்டிருக்கிறேன். முதலடிக்கு அர்த்தம் சொல்லிவிட்டாலே பரவாயில்லை இவர் என்று முடிவு செய்கிறேன். அந்த அளவுக்கு இன்றும் என்னுள் நிலவுகிறதென்றால் நடந்த அன்று எவ்விதம் பாதித்திருக்கும்? தமிழ்க் கல்விச் சூழலின் தரத்திற்கு ஒரு பருக்கைப் பதமாக

இதைக் கொண்டேன். பல்லாண்டுகள் பணியாற்றிய ஆசிரியர் ஒருவரின் நிலையே இதுதான் என்றால் எதிர்காலம் எப்படி இருக்கப் போகிறதோ?

என்னுள் இப்படியான பல சம்பவங்கள் ஓடிக் கொண்டேயிருந்தன. ஒருமாதிரியான துயரம் எனக்குள் பெருகியது. அருகிலிருந்து தென்னையோலைகள் காற்றில் அசைந்து என்னை மீட்டுக் கொண்டிருந்தன. நிலவொளி கொஞ்ச தூரம் நடக்கத் தூண்டியது. நாடாக் கட்டிலை அப்படியே விட்டுவிட்டு எழுந்து நடந்தேன். நிலவொளியில் வடசென்னிமலை பெரும் குவியல் போலத் தெரிந்தது. முதலில் மலையேறலாம் என்று நினைத்தேன். இரவில் மலையேறினால் திருடனாகிவிடும் வாய்ப்புள்ளது என்று நினைத்துக் காட்டுக்கோட்டையை நோக்கிச் செல்லும் தடத்தில் நடந்தேன். நடப்பதுதான், அதிலும் நிலவொளியில் நடப்பதுதான் எல்லாவகைத் துயர்களுக்குமான ஒரே தீர்வு. ஒவ்வொரு அடியிலும் ஒரு சிறுசுமையை இறக்கி வைத்துவிட்டது போலிருந்தது. அப்போது *SRT* திரையரங்கிலிருந்து ‘விநாயகனே வினை தீர்ப்பவனே’ பாடல் ஒலித்தது. முதல் ஆட்டம் முடிந்து இரண்டாம் ஆட்டத்திற்கான அழைப்புப் பாடல். அழைப்பை நோக்கிச் சென்றேன். ‘ரோசாப்பூ ரவிக்கைக்காரி’ படம்.

●

14

வெத்தல வெத்தல வெத்தலயோ

'ரோசாப்பூ ரவிக்கைக்காரி' படம் பற்றிப் பேச நிறைய இருக்கிறது. சிவகுமாருக்கு இது நூறாவது படம். நூறாவது படம் வெற்றிப்படமாக அமைய வேண்டும் என்று பெரிய குழு ஒன்றே வேலை செய்திருக்கிறது. கதை வசனகர்த்தாவாகவும் திரைக்கதை ஆசிரியராகவும் இயக்குநராகவும் நடிகராகவும் பின்னர் பலமுகம் காட்டிய 'விஜய் கிருஷ்ணராஜ்' இந்தப் படத்தில்தான் அறிமுகம். 'கிருஷ்ணா' என்று பெயர் வரும். வினுசக்கரவர்த்தியும் இதில் அறிமுகம். நடித்துள்ள பலர் எனக்குப் புதியவர்கள்.

சேலம் பகுதியைச் சேர்ந்த மலைக் கிராமம் ஒன்றை மையப்படுத்திய கதை. இயற்கையின் அற்புதப் பின்னணியில் ஒரு துயரக்கதை. அன்னக்கிளி படத்தை இயக்கிய 'தேவராஜ் மோகன்' இயக்குநர். படத்தில் சாதி பற்றிய குறிப்பு வெளிப்படையாக வராது. ஆனால் இந்தப் பகுதியைச் சேர்ந்தவர்களால் எளிதாகக் கண்டுபிடிக்க இயலும். ஒரு சாதிப்பிரிவினர் இன்னும்கூட ரவிக்கை அணிவதைத் தவிர்த்து வருகின்றனர். பொதுச் சமூகத்திலிருந்து சில கிராம மக்கள் அப்படி ஒதுங்கி வசிக்கின்றனர். அந்தப் பின்னணியைக் கதைக்குப் பயன்படுத்திக் கொண்டிருப்பர். ஆதிக்க சாதிகள், ஒடுக்கப்பட்ட சாதிகள் ஆகியவற்றைச் சுட்டும் காட்சிகளும் உண்டு. நீர்மோர் பந்தல் ஒன்றும் அதைப் பார்த்துக் கொள்ளும் பொக்கைவாய்க் கிழவர் ஒருவரும் படத்தில் உண்டு. அந்தக் கிழவர்

மூங்கில் குழாய் வழியாக நீர் மோரைச் சிலருக்கு ஊற்றுவார். கையேந்திக் குடிப்பவர்கள் ஒடுக்கப்பட்ட சாதியினர் என ஊகிக்கலாம்.

பண்ணையாராக வரும் வினுசக்கரவர்த்தி நிலவுடைமைச் சாதியினர் என்னும் குறிப்பு உண்டு. அவர் பெண்ணுக்கு நடக்கும் திருமணச் சடங்குகள் தொடர்பான பேச்சுகள் சான்று. 'அருமைக்காரரக் கூட்டியாரணும்' என்பார் அவர். நிலவுடைமைச் சாதி சிலவற்றில் திருமணம் நடத்துபவர் அருமைக்காரர். திருமணச் சடங்கில் மாப்பிள்ளை குதிரையேறி வருதல், மாமன் பொண்ணுத் தூக்குதல் ஆகியவை வருகின்றன. இவையெல்லாம் இன்றைக்குக் காணாமல் போய்விட்டவை. படம் சுதந்திரத்திற்கு முன்னான காலத்துக் கதை. அதற்கேற்ற விதத்தில் இந்தச் சடங்குகள் காட்டப்படுகின்றன. ஆனால் திருமணம் நடக்கும்போது ஐயர் உட்கார்ந்து மந்திரம் சொல்வதாகக் காட்சி வருகிறது. இப்படிப் பொருந்தாத காட்சிகள் பலவுண்டு. படம் தொடங்கும்போது செம்பட்டையின் அம்மா 'பிள்ளையாரப்பா எல்லாம் நல்லபடி நடக்க நீதான் அருள் புரியணும்' என்று சொல்லிப் பிள்ளையார் படத்தை வணங்குவார். இத்தகைய காட்சிகளைச் சேர்த்தமைக்கு செண்டிமெண்ட், தமிழ்த் திரைப்பட மரபு ஆகியவை காரணமாக இருக்கலாம்.

செம்பட்டை, நந்தினி திருமணத்தின்போது கொம்பூதி வரும் காட்சி உண்டு. செம்பட்டை தாடி வைத்திருக்கக் காரணம் சொல்லும்போது 'முனியாண்டிகிட்ட வேண்டியிருக்கறான்' என்று உரையாடல் வரும். செம்பட்டையைப் பண்ணையார் வீட்டுச் சிறுபையன் 'டேய் செம்பட்ட' என்று அழைக்கிறான். ஆனால் அவர்கள் வீட்டுக்குள் சாதாரணமாகச் செம்பட்டை செல்லவும் தங்கவும் சாப்பிடவும் செய்கிறான். கடைசியில் பஞ்சாயத்துக் காட்சியில் தலைவர்களைப் பார்த்துச் 'சாமி' என்று அழைக்கிறான். ஆக அவனது சாதி என்ன? தெளிவில்லை. ஒடுக்கப்பட்ட சாதி அல்ல. ஆதிக்க சாதியும் அல்ல. இரண்டுக்கும் இடைப்பட்ட வேளாண்மைச் சாதி என்று கொள்ளலாம். கதையாசிரியர்கள் ஒதுங்கி வாழும் சிறுபான்மைச் சாதி என்பதையே மனதில் வைத்திருந்திருக்கக் கூடும். ஆனால் தெளிவாக்கவில்லை. ஆகவே இப்படத்தில் கதைக்கேற்ற காட்சிகளும் திரைப்பட மரபுக் காட்சிகளும் கலந்திருக்கக் காரணம் சாதி அடையாளம் தெளிவாக வந்துவிடக் கூடாது என்பதாக இருக்கலாம்.

காலம் பற்றி அசரீரி வசனமே சொல்லிவிடுகிறது. 'வெள்ளைக்காரன் காலம், காந்தி போராடிய காலம், நாகரிகம்

பதியாத சூழல்' என்றெல்லாம் அசரீரி பேசுகிறது. அவ்வப்போது காட்சி நிறுத்தி 'இது வழக்கமாக நடக்கும் மாமியார் மருமகள் சண்டையல்ல. பழமைக்கும் புதுமைக்கும் இடையே நடக்கும் போராட்டம்' என்று அசரீரி ஒலிக்கிறது. ரசிகர்களுக்குப் புரியாது என்று நினைத்துச் செய்த விஷயங்கள் இவை போலும். ரவிக்கை அணிந்த பெண் அந்த ஊருக்கு மருமகளாக வருகிறாள். அதனால் ஊரில் ஏற்படும் சலனங்களும் சம்பந்தப்பட்ட செம்பட்டையனும் நந்தினியும் என்னவாகிறார்கள் என்பதும் கதை.

'பழமைக்கும் புதுமைக்குமான போராட்டம்' என்று தெளிவாகச் சொல்லிவிட்டாலும் காட்சிப்படுத்தலில் தெளிவின்மை படம் முழுக்கத் தொடர்கிறது. ரவிக்கை அணிந்தவளும் எட்டாம் வகுப்பு வரை படித்தவளுமான நந்தினி நகரத்தைச் சேர்ந்தவள். அவளை நாகரிகமே எட்டாத மலைக் கிராமத்திற்குத் திருமணம் செய்து கொடுக்கிறார்கள். அதற்குக் காரணம் செம்பட்டையனின் அம்மாவும் நந்தினியின் அப்பாவும் செய்துகொண்ட ஒப்பந்தம். இந்தத் திருமணத்தை நந்தினி எப்படி ஏற்றுக் கொண்டாள்? உடன்பாடின்மையை அவள் எங்கும் வெளிப்படுத்துவதாகக் காட்சியே இல்லை. நகரத்திலிருந்து பேண்ட், சட்டையோடு ஒருவன் வந்ததும் அவன்மீது உடனே அவளுக்கு ஈர்ப்பு வந்துவிடுகிறது. நகரத்தில் அத்தகைய ஆட்களை அவள் சந்தித்ததே இல்லையா?

செம்பட்டையின்மீது அவளுக்கு வெறுப்பு ஏற்படக் காரணம் என்ன? அவனுக்கு நாகரிகமாகச் சாப்பிடத் தெரியவில்லை, உடுத்தத் தெரியவில்லை, பேசத் தெரியவில்லை என்பவைதானா? அவளுக்காகத் தாயையும் அண்ணன் குடும்பத்தையும் ஒதுக்கிவிட்டுத் (பொறம்பாக் குடித்தனம்) தனிக்குடித்தனம் செல்கிறான். நந்தினியின் அலங்காரம் உட்பட்ட எந்த விஷயத்தையும் அவன் கண்டித்து எதுவும் சொல்லவில்லை. அவளைப் பார்த்து ரவிக்கை, பாடி, பாவாடை அணிய விரும்பிக் கேட்கும் பெண்களுக்கு அவற்றை நகரத்திலிருந்து வாங்கி வந்து தருகிறான். அவள் மீது அவனுக்குப் புகார்கள் ஏதுமில்லை. அப்படியிருக்க நந்தினி வேறொருவன் மேல் ஈர்ப்புக் கொள்ளக் காரணம் வலுவாக இல்லை. மேலும் அந்தக் காலத்தில் எட்டாம் வகுப்புப் படிப்பு என்பது ரொம்பப் பெரிய படிப்பு. அந்த அளவு படிக்க வைத்த தந்தை வேலைக்கு அனுப்ப ஏன் முயற்சி செய்யவில்லை என்பதும் ஒதுங்கிய கிராமத்தில் தன் மகள் இருக்க எப்படி ஒத்துக்கொண்டார் என்பதும் கேள்விகள். அவற்றிற்குச் சரியான சமாதானம் படத்தில் இல்லை.

ரவிக்கை அணிந்த பெண் ஊருக்குள் நுழைவது மட்டும்தான் புதுமையின் நுழைவா? இன்னும் வேறு நிர்ப்பந்தங்கள்

பற்றிய பின்னணிக் காட்சிகள் இல்லை. புதுமைக்கு முதலில் ஆட்படுபவர்கள் ஆண்களாக இருப்பதுதான் வழக்கம். அவர்கள் நவீனத்தைத் தாங்கள் ஏற்றுக்கொண்டு தங்களுக்குத் தேவையான அளவில் பெண்களும் நவீனத்தை ஏற்றுக்கொள்ளலாம் என்று அனுமதி வழங்குவதுதான் நடைமுறை. இங்கோ பெண்கள்தான் நவீனத்தை நோக்கி நகர்வதாகக் காட்டப்படுகிறது. அவற்றை ஆண்கள் எதிர்க்கிறார்கள், மூத்த பெண்கள் எதிர்க்கிறார்கள். பழமைக்கும் புதுமைக்குமான போராட்டம்தான் கதை என்றால் கதாசிரியரும் இயக்குநரும் எந்தப் பக்கம் நிற்கிறார்கள்? அதுவும் குழப்பம்தான்.

புதுமையின் நுழைவை யாராலும் தடுக்க முடியாது என்றும் படத்திற்குள் வசனம் வருகிறது. ஆனால் காட்சிரீதியான பதிவு புதுமைக்கு எதிராக இருக்கிறது. புதுமையை ஊருக்குக் கொண்டு வரும் நந்தினியை நடத்தை கெட்டவளாக்கியிருக்கிறார்கள். அப்படியானால் புதுமையைப் பின்பற்றினால் இப்படித்தான் ஆகும் என்பதுதான் செய்தி என்றாகிவிடுகிறது. படத்தின் முடிவில் முந்தைய காட்சிகளின் வசனங்கள் சில திரும்பக் காட்டப்படுகின்றன. செம்பட்டையின் அம்மா சொல்லும் 'இந்தத் தாயோட அருமை உனக்கு இப்பப் புரியாது' என்னும் வசனமும் அதில் ஒன்று. அது பழமையின் குரல். அதை ஒலிக்க விடுவதன் மூலம் சார்பு வெளிப்பட்டு விடுகிறது.

இன்னொரு விதத்திலும் இப்படத்தை எதிர்கொள்ள முடியும். அதாவது புதுமையின் முதல் நுழைவினால் ஏற்படும் விபரீதம்தான் கதை என்று கொண்டால் ஓரளவு சமாதானம் பெற முடியும். முதல் நுழைவு விபரீதமாக முடிந்தாலும் அதன் தாக்கங்களைத் தவிர்க்க முடியாது. பண்ணையாரின் மகளுக்கு நகரத்து மாப்பிள்ளை வருகிறார். அப்பெண்ணுக்கு ரவிக்கை, பாடி, பாவாடை அணிவிக்க எல்லாரும் ஒத்துக்கொள்கிறார்கள். மாமியார்களுக்குத் தெரியாமல் மருமகள்கள் நவீனப் பொருட்களைப் பயன்படுத்துகிறார்கள். இது வளரத்தான் செய்யும், யாராலும் தடுக்க முடியாது. இத்தகைய விஷயங்களில் முன்கை எடுப்பவர்கள் பலியாவதுதான் வரலாறு. அவ்வகையில் செம்பட்டையும் நந்தினியும் முதல்பலிகள்.

ஆனால் படம் பார்ப்பவருக்கு இவையெல்லாம் உடனடி நெருடல்களாகத் தோன்றாது. படத்தோடு மிக எளிதாக ஒன்றிவிட முடியும். ஈர்க்கும் காட்சிகளோடு படம் தொடர்ந்து வேகத்தோடு போய்க்கொண்டே இருக்கும். படத்தில் போற்றும்படி பல விஷயங்கள் உள்ளன. கொங்குப் பகுதிப் பேச்சு எல்லாப் பகுதியிலும் ஒரே மாதிரி இருக்காது. சேலம்,

நாமக்கல் மாவட்டங்களை உள்ளடக்கிய பழைய சேலம் மாவட்டத்துப் பேச்சு வழக்குக்குத் தனித்தன்மை உண்டு. அது இந்தப் படத்தில்தான் மிகச் சிறப்பாகப் பதிவாகியிருக்கிறது. இப்பகுதி வட்டாரச் சொற்களும் பல பதிவாகியிருக்கின்றன. கொட்டச்செடி, முக்குளி, நீசத்தண்ணி, ராத்தங்கலு, கள்ளுக்காசு என்பவை சில சான்றுகள். 'அல்லாரையும்', 'அல்லாத்தையும்' என எகரத்துக்குப் பதிலாக அகரம் பயன்படுத்துதல், ஏல்லே, கேள்லே என்று மனைவியை லே போட்டு அழைத்தல், இவடத்தால அவடத்தால எனச் சொல்லுதல் உள்ளிட்ட பேச்சுத் தொனியும் உரையாடலில் நன்றாக வந்திருக்கிறது.

மனதில் பட்டென்று பதிகிற மாதிரியான உரையாடல் படத்தில் பலவாக அமைந்துள்ளது. மருமகளின் அலங்காரம் கண்டு மாமியார் 'இது குடித்தனம் இருக்கற வீடா தேவுடியா இருக்கற வீடா?' என்கிறார். 'நீங்கதான இருக்கறீங்க. அது உங்களுக்கே தெரியுமே' என்று பதிலடி கொடுக்கிறாள் மருமகள். மகனைப் பற்றிப் புலம்பும் தாயின் வார்த்தைகள் இவை: 'வயித்துல வெச்சுக்கிட்டிருந்தன் நான். மடியில வெச்சுக்கிட்டிருக்காளே அவ.' மடி என்பது இங்கு பெண்குறியைக் குறிக்கும் இடக்கரடக்கல் சொல். தனக்கு ரவிக்கை, பாடி, பாவாடை எல்லாம் வாங்கித் தரச் சொல்லிக் கேட்கும் மனைவிக்குக் கணவன் சொல்லும் பதில்: 'தூக்கணாங்குருவியாப் பொறந்துட்டாக் கூடு இப்பிடித்தாண்டி கட்டிக்கோணும். பெராந்து மாதிரி மலையுச்சியில கூடு கட்ட ஆசப்பட்டா அடிக்கற காத்துல றக்க பிஞ்சுக்கிட்டுப் போயிருமடியோ.'

இப்பகுதியில் வழங்கும் பழமொழிகள் பல இப்படத்தில் இயல்பாகப் புழங்குகின்றன. வித்தாரக் கள்ளி வெறவு பொறுக்கப் போனாளாம் கத்தாழ முள்ளு கொத்தோட ஏறுச்சாம், பொட்டுக் கட்டுனவளுக்குப் பேரு ராசாத்தி, பண்டாரம் பட்டச் சோத்துக்கு அலையறானாம் லிங்கம் பஞ்சாமிர்தம் கேக்குதாம், எறக்குடி கூடைய வாடி மல்லுக்கு, கறக்கறது ஒழக்குப் பாலு ஒதக்கறது பல்லுப் போவ முதலானவை உதாரணங்கள். ஒரு சுவாரசியமான விஷயமும் இதில் உண்டு. 'செய்யறத உட்டுட்டுச் செனையாட்டுக்கு வேல பாக்கற' என்றொரு பழமொழி வருகிறது. இப்பழமொழியின் இயல்பான வடிவம் 'செய்யறத உட்டுட்டுச் செனையாட்டுக்கு மயிர் புடுங்கற' என்பதுதான். மயிர் என்னும் சொல்லைப் பயன்படுத்தினால் சென்சாரில் வெட்டிவிடுவார்கள் என்பதால் 'வேல பாக்கற' என்று மாற்றியிருக்கிறார்கள். சினையாக இருக்கும் ஆட்டின் மயிர் தொட்டவுடன் உதிரும் தன்மை கொண்டிருக்கும். அதற்கென மெனக்கெட வேண்டியதில்லை. வேலை செய்வது போல ஏமாற்றிக் கொண்டிருப்பவரை நோக்கிச் சொல்லப்படும்

பழமொழி இது. 'வேல பாக்கற' என்று மாறும்போது அதன் பொருள் பொருத்தம் இன்றிப் போய்விடுகிறது.

மொழியைப் போலவே சேலம் மாவட்டத்துக் கிராமத்துக் காட்சிகள் பலவும் இப்படத்தில் உண்டு. கோவணச் சிறுவர்கள் சடுகுடு விளையாடும் காட்சி ஒன்று. பாடிச் செல்பவனின் கோவணத்தைப் பிடித்து இழுத்துக்கொள்வார்கள். அவன் கோவணத்தை விடுவிக்க முயன்று முடியாமல் அவிழ்த்து விட்டுவிட்டு ஓடிப் போய் உத்தியைத் தொடுவான். எலிப் பிடித்தல், குளிக்கும்போது அருகிலிருக்கும் பனைமரத்தில் முதுகு தேய்த்துக்கொள்ளுதல், பனங்கொட்டைப் பொம்மை செய்தல், மாட்டுக்கு லாடம் அடித்தல், சட்டி பானை செய்தல் எனக் காட்சிகளைக் காணலாம். இவற்றைப் பின்னணியாக வைத்திருப்பது கதைக்களத்திற்கு வலுக் கூட்டுகின்றது.

படத்தின் இன்னொரு முக்கியமான அம்சம் பொருத்தமான குறியீடுகளைப் பயன்படுத்தியிருப்பதாகும். குறியீடு என்று தனித்துத் துருத்தித் தெரியாமல் கதையின் இயல்பான காட்சிக் களத்தில் அவை அமைந்திருக்கின்றன. மாணிக்கம் சாப்பிட்ட பின் ஆசையோடு கையில் எடுத்து வெற்றிலையை நீவும் காட்சி அற்புதமான பாலியல் குறியீட்டுக் காட்சி. செம்பட்டை, நந்தினி என விளக்குப் புகைக் கரியில் எழுதப்படும் பெயர்கள் பின் மங்கிப் போகும் காட்சி, ஊசிப் போன பலகாரம் என்று செம்பட்டை கொண்டு வரும் பலகாரத்தைத் தூக்கி எறிதல், பின் 'ஆளுக்குப் பாதியாச் சாப்பிடலாம்' என்று நந்தினி சொல்லுதல் ஆகியவை கவனம் பெறுவன. கோழிகளைப் பற்றிய பேச்சில் இயல்பாகப் 'புனுகுப்பூனை வந்திருக்கும்' எனச் செம்பட்டை சொல்வது உள்ளர்த்தம் பொதிந்து குறியீடாக மாறுகிறது. பண்ணையார் வீட்டுத் திருமணத்தின்போது பம்பரம் விளையாடுவதுகூட அவ்விதம்தான்.

செம்பட்டை மீது குற்றம் சுமத்தி ஊர்க்கூட்டம் தண்டம் விதிக்கிறது. அதன்பின் செம்பட்டை வெற்றிலைக் கூடையை வீசி எறிகிறான். படத்தின் தொடக்கம் முதல் செம்பட்டை வரும் இடங்களில் எல்லாம் அந்த வெற்றிலைக் கூடை வந்து கொண்டேயிருக்கிறது. கூடைக்குள் வெற்றிலை இருப்பது போன்ற காட்சி சொற்பம். தலையில் கவிழ்த்துக் கொண்டு வருதல், சுமந்து கொண்டு வருதல், சும்மா கையில் வைத்திருத்தல் எனக் கூடை அவனுடன் பயணம் செய்கிறது. படத்தின் டைட்டில் பாடல் 'வெத்தல வெத்தல வெத்தலயோ' எனத் தொடங்குவதால் அக்கூடை 'வெற்றிலைக் கூடை' எனப் பார்வையாளர் மனத்தில் ஆழப் பதிந்துவிடுகிறது. செம்பட்டை வெற்றிலையை

எங்கே வாங்குகிறான் என்று பார்வையாளருக்குத் தெரியாது. வண்டிச்சோலை கிராமத்திலிருந்து சேலம் நகரத்திற்குச் செம்பட்டை செல்கிறான். அங்கே செய்தித்தாள் செய்திகளைக் கேட்கிறான். கிராமத்துக்காரர்கள் கேட்கும் பொருட்களை வாங்கி வருகிறான். வெற்றிலை பற்றிய பதிவு ஏதுமில்லை. எனினும் அவனோடு தொடர்ந்து பயணம் செய்யும் அந்தக் கூடையை வெற்றிலைக்கூடை என அடையாளப்படுத்திக் கொள்வதில் பார்வையாளருக்கு எந்தத் தடையும் இல்லை.

கூடையை இறுதியில் செம்பட்டை வீசி எறிந்துவிட்டுச் சுதந்திரமாக நடக்கிறான். அது எதைக் குறிக்கிறது. புதுமையை ஊருக்குக் கொண்டு வந்து சேர்த்த வெற்றிலைக் கூடையை இழப்பதன் மூலம் அவன் பழமைக்குள் புகப் போகிறான் என்பதா? இனி கூடைக்கு வேலை இல்லை, எல்லாம் தானாக நடக்கும் என்பதா? கூடையின் வேலை முடிந்துவிட்டது, இனி அது தேவையில்லை என்பதா? கூடையைப் பிரிதல் என்பது அவன் உயிர் பிரிதல் எனலாமா? அவனது தற்கொலையை முன்கூட்டி உணர்த்தும் குறியீடா அது? இப்படிப் பலவிதமான கேள்விகளை எழுப்புகிறது.

சிவகுமார் அதற்கு முன் 99 படங்களில் நடித்த பேரனுபவத்தை இந்தப் படத்தில் முழுமையாகப் பயன்படுத்தியிருக்கிறார். தம் நூறாவது படத்திற்கு நடிக்க வாய்ப்புள்ள இப்படி ஒருகதையைத் தேர்ந்தெடுக்கவே தைரியம் வேண்டும். அதுவும் மாசுமருவற்ற முகலட்சணம் பொருந்திய சிவகுமார், பக்திப் படங்களில் கடவுளாகக் காட்சி தந்தவர், அழுக்குப் பிடித்த செம்பட்டை பாத்திரத்தைத் தேர்வு செய்தது காலத்தின் போக்கிற்கு ஏற்ப மாறிக்கொள்ளும் இயல்பையும் நடிப்பு சார்ந்த சவாலை எதிர்கொள்ளும் மனநிலையையும் காட்டுவதாகும். அப்பாத்திரத்தில் முழுமையாக ஒன்றி அவர் நடித்திருப்பார். செம்பட்டை பாத்திரத்தின் தனித்துவத்தைக் காட்ட நடை ஒன்றே போதும். ஒரு காலை அழுந்த ஊன்றி மற்றொரு காலை லேசாக எடுத்து வைத்து ஓட்டமும் இல்லாமல் நடையும் இல்லாமல் உருவாக்கிக் கொண்ட நடை. முகம் முழுக்கத் தாடி. செம்பட்டை என்னும் பெயருக்கேற்பச் செம்பட்டை பூத்த தலை. தலையில் வெற்றிலைக் கூடை. வெகுளியும் விவரமும் கலந்த பாத்திரம். சின்னச் சின்ன அசைவுகளில், செயல்களில் தன் இயலாமையையும் ஒப்புதல் இன்மையையும் வெளிப்படுத்தும் விதம் தேர்ந்த நடிகர் அவர் என்பதை உணர்த்தும்.

மனைவிக்கும் அம்மாவுக்கும் இடையிலான பிரச்சினையில் எந்தப் பக்கம் பேசுவது என்று தெரியாமலும் தன் கோபத்தைக்

காட்ட முடியாமலும் இருக்கும் சந்தர்ப்பத்தில் மெல்ல நடந்து வெளியேறுவார். நாய்க்குட்டி முன்னால் ஓடி வரும். அதைத் தன் காலால் எத்தித் தள்ளுவார். ஒருபக்கம் போய்விழும் அது. கோபத்தை எங்காவது ஓரிடத்தில் வெளிப்படுத்தித்தானே ஆக வேண்டும். இயலுகின்ற இடத்தில், எதிர்வினை இல்லாத ஜீவனிடத்தில் வெளிப்படுத்தித் தீர்த்துக் கொள்ளும் காட்சி அது. காமத்தை முகபாவனையில் காட்டும் காட்சிகளும் இப்படத்தில் முக்கியம். ஊருக்குப் பொருத்தமில்லாத உடைகள், அலங்காரம் என்றிருக்கும் மனைவியைச் செம்பட்டைக்குப் பிடித்திருக்கவும் அவன் கடிந்து ஏதும் சொல்லாமலும் இருக்கக் காரணம் அவள் மீது அவன் கொண்டிருக்கும் காமம். அதைப் பல காட்சிகளில் வெளிப்படுத்தியிருப்பார்.

'ந... ந்... தி... னி...' என்று குழையக் கூப்பிட்டபடி காமம் வழிய அவளைப் பார்க்கும் காட்சி ஒன்று போதும். வாசனைத் திரவியம் தடவுதலில் தொடங்கும் முதலிரவுக் காட்சியில் நந்தினியின் முகத்தில் தடவியபின் அவள் தடவ வரும்போது 'எனக்குத்தான் தாடி இருக்குதே' என்று சொல்லும் காட்சியின் பாவனையில் காமம் வழிந்தோடும். உயர்ந்த மனிதன் படத்தில் சிவகுமாருக்கு ஜோடி நடிகை பாரதி. 'என் கேள்விக்கென்ன பதில் உன் பார்வைக்கென்ன பொருள்' பாடலில் பாரதியிடமிருந்து பத்தடி தொலைவில் நின்று காதலை வெளிப்படுத்தும் சிவகுமாரா இவர் என்று தோன்றுவதைத் தவிர்க்க முடியவில்லை.

மனைவியின் நடத்தை மீது ஊர் சொல்லும் பழியை ஏற்றுக்கொள்ளவோ ஒத்துக்கொள்ளவோ இயலாமல் தடுமாறும் நிலையில் 'உச்சி வகுந்தெடுத்துப் பிச்சிப்பூ வச்சகிளி' என்னும் பாடல் வரும். அந்தப் பாடல் சிறக்க அதற்கு உயிர் கொடுத்திருக்கும் சிவகுமாரின் நடிப்பும் காரணம். படம் பார்த்தவர்களுக்குப் பாடலைக் கேட்குந்தோறும் சிவகுமாரின் முகத்தைத் தவிர்க்க இயலாது. பரிதாபத்திற்குரிய செம்பட்டை பாத்திரம் சிவகுமாரின் நடிப்புச் சாதனைகளில் மிக முக்கியமானது. அவரைக் கலைஞனாக காலத்துக்கும் நிலைநிறுத்தும் சாதனை இது.

அதே போல இந்தப் படத்தின் நாயகி தீபா. ஈர்க்கும் அழகும் நடிப்புத் திறனும் உள்ள நடிகை. ஆனால் ஏனோ தமிழ்த் திரையுலகம் எதிர்மறைக் கதாநாயகியாகவும் துணைப் பாத்திரமாகவுமே தீபாவைப் பயன்படுத்திக் கொண்டது. இந்தப் படத்தின் நந்தினி பாத்திரத்தில் அப்போது பிரபலமாக இருந்த எந்தக் கதாநாயகியும் நடிக்க ஒத்துக் கொண்டிருக்க மாட்டார் என்றே நினைக்கிறேன். தீபாவுக்கு அந்தத் தைரியம் இருந்தது பெரிய விஷயம். கணவனை விட்டு இன்னொரு

ஆண் மீது காதல் கொள்வதும் அவனுடன் 'கள்ள' உறவு வைத்துக்கொள்வதுமான பெண் பாத்திரம். தமிழ்த் திரைக்கு இத்தகைய ஒரு பெண் பாத்திரம் கதாநாயகியாக அமைவதே புதிது. தன் வீட்டுக்கு வரும் நவநாகரிக இளைஞனைப் பார்த்ததும் அவனைப் பிடித்துப் போவதும் கட்டுப்படுத்த முடியாமல் தன் உணர்வுகளை வெளிப்படுத்துவதும் அடுத்தடுத்த சந்தர்ப்பங்களில் தன் விருப்பத்தை நிறைவேற்றிக் கொள்வதும் கணவனுக்குத் தெரிந்து விடுமோ எனப் பரிதவிப்பதுமாகிய பெண் பாத்திரம்.

தீபாவை நினைக்கும் போது 'மாந்தோப்புக் கிளியே' படத்தின் சுவரொட்டிதான் முதலில் நினைவுவரும். பருத்த மார்புகளுடன் சுவரொட்டியின் முக்கால் பகுதியை ஆக்கிரமித்துக் கொண்டிருக்கும் தீபாவின் உருவம். மீண்டும் கோகிலா படத்தில் இந்தி நடிகை ரேகா நடிக்க வேண்டிய பாத்திரம் தீபாவுக்குக் கிடைத்தது. முடிசூடா மன்னன் படத்தில் ஸ்ரீதேவிக்கு அழகில் சவால் விடும் வகையில் இளவரசி பாத்திரம். இப்படிப் பல படங்களில் நடித்திருந்தாலும் தீபாவுக்கு ரோசாப்பூ ரவிக்கைக்காரிதான் சிறப்பு. எதிர்மறைப் பாத்திரத்திற்கு இப்படி உயிர் கொடுக்க வேறொருவரால் முடிந்திருக்குமா என்பது சந்தேகம்தான். குற்ற மனநிலையைத் தன் பெரிய கண்களில் கொண்டு நிறுத்திவிடுவார். உடல் சுத்தம் பற்றிக் கணவனிடம் பேசும்போது அவன் 'மனசுதான் சுத்தமா இருக்கோணும்' என்று சொல்வான். அப்போது தீபாவின் முகத்தில் திடுக்குறலும் குற்றவுணர்ச்சியும் கலந்து தோன்றும் பாவனை அற்புதமாக இருக்கும். தன்னை மறைத்துக்கொள்ளப் படும் பாட்டை மிகையின்றிச் சரியாகக் காட்டியிருப்பார்.

தீபாவால் இன்னும் பெரிய அளவுக்குப் பிரகாசித்திருக்க முடியும். சரியான வழிகாட்டுதலும் ஒழுங்குகளும் அமையவில்லை போல. மதுப் பழக்கத்தில் ஈடுபட்டதும் ஒரு காரணமாக இருக்கலாம். விஜய் கிருஷ்ணராஜ் இயக்கிய ஒரு படம்: வாழ்க வளர்க. ராதாரவி இப்படத்தின் கதாநாயகன். சரிதா, தீபா ஆகியோரும் இதில் நடித்திருந்தனர். தீபாவுக்கு எதிர்மறைப் பாத்திரம்தான். விஜய் கிருஷ்ணராஜ் சேலம் மாவட்டத்தைச் சேர்ந்தவர். ஆகவே படப்பிடிப்பை இந்தப் பகுதியில் நடத்தினார். என் நண்பனாகிய கவிஞர் சிபிச்செல்வன் (மலைகள் இணையதளம் நடத்துபவர்) விஜய் கிருஷ்ணராஜ் அவர்களைச் சந்தித்து ஒரே ஊர்க்காரர் என்னும் அறிமுகத்தில் நட்புக் கொண்டு கொஞ்ச நாள் 'வாழ்க வளர்க' படப்பிடிப்புக்குச் சென்று வந்து கொண்டிருந்தான்.

அவனுக்கு நாடகங்களில் நல்ல அனுபவம் உண்டு. ஊர்த் திருவிழா நாடகங்கள். அவற்றை எழுதியும் நடித்தும் இயக்கியும்

எனப் பல தரப்பட்ட அனுபவங்கள். ஆகவே திரைப்படக் கனவும் இருந்தது. 'வாழ்க வளர்க' படப்பிடிப்புக்குச் சென்ற சமயத்தில் 'அந்தப் படத்தின் உதவி இயக்குநர்' என்று சொல்லிக்கொள்வான். நாங்கள் எல்லாம் 'ஷூட்டிங் பாக்கப் போறவனெல்லாம் உதவி இயக்குநரா?' என்று கேலி செய்வோம். ஆனால் கவியரங்க மேடைகளில் 'வாழ்க வளர்க படத்தின் உதவி இயக்குநர்' என்று அறிவிப்போம். அவனுக்குப் பெருமகிழ்ச்சியாக இருக்கும். அந்தப் படத்திற்குப் பின் உதவி இயக்குநராகத் தொடர வாய்ப்பு வரவில்லை. அவனும் பெரிதாக முயற்சி ஏதும் செய்யவில்லை. திருமணம் செய்துகொண்டு வாழ்க்கைக்குள் போய்விட்டான்.

'வாழ்க வளர்க' படத்தில் தீபா நடித்ததால் படப்பிடிப்பைப் பற்றி ஆவலாக விசாரிப்பேன். தீபாவைப் பற்றி சிபி கொண்டு வந்த தகவல்கள் அவ்வளவு உவப்பானவை அல்ல. ஒருநாள் சொன்னான்: 'யோவ், அது தண்ணியப் போட்டுட்டு மாரப் பிதுக்கிக் காட்டி சார்சார், மார்ல இருக்கற மச்சம் தெரியற மாதிரி எடுங்க சார், என்னோட ரசிகர்கள் அத ரொம்ப விரும்புவாங்கன்னு டைரக்டர்கிட்டக் கெஞ்சுதுய்யா.' தீபாவுக்கு இன்னும் வாய்ப்புகள் கூடி வந்து பெரிய நடிகையாகப் பெயர் பெற்றிருக்கலாம் என்னும் ஆதங்கம் எனக்குண்டு.

இப்படத்தின் நிலக்காட்சிகள், பாத்திரங்கள் எல்லாம் எனக்கு நெருக்கமானவை. மரமேறியாக வரும் பாத்திரம் ஒன்றிற்கு எங்கள் ஊரைக் குறிப்பிடும் பெயர். ஊர்ப்பெயர் அடிப்படையில் ஒருவரைப் பட்டப்பெயர் கொண்டு அழைக்கும் முறை இது. படம் வெளியாகி அம்பிகைத் தியேட்டரில் படம் பார்த்த போது அவன் பெயரைக் குறிப்பிட்டு வசனம் வரும்போது ரசிகர்கள் கத்திக் கூப்பாடு போட்டார்கள். அந்தப் பாத்திரம்தான் நந்தினியைப் பற்றிய ஊராரின் பேச்சைச் செம்பட்டையனுக்கு வெளிப்படுத்தும் பாத்திரம். 'உம் பொண்டாட்டி முந்தானையில மண்ணு' என்று சொல்லும் பாத்திரம். அவனுக்கும் செம்பட்டையனுக்கும் நடக்கும் சண்டைக் காட்சியும் படத்தில் உண்டு. இயல்பான அடிதடியாகப் படத்தில் அது அமைக்கப்பட்டிருக்கும். படம் பார்த்துவிட்டுத் திரும்பும்போது என் அம்மா சொன்னார்: 'அவனுக்குப் போயி நம்மூருப் பேரு வெச்சிருக்கறாங்களே, உலகமே இந்தப் படத்தப் பாக்குமே, அப்ப நம்ம ஊரப் பத்தி என்ன நெனைப்பாங்க?' அதற்குப் பெரியக்கா 'அட அவன் என்னக்கா தப்பாவா சொல்லீட்டான்? உள்ளதத்தான சொன்னான்' என்றார்.

●

15

'எல்லாம் உங்க கருணை'

காதலிக்க நேரமில்லை படம் நான் பிறப்பதற்கு இரண்டாண்டுகள் முன் (1964) வெளியாகியிருக்கிறது. ரவிச்சந்திரன், காஞ்சனா இருவரும் அப்படத்தில் புதுமுகங்கள். முழுநீள நகைச்சுவைப் படம் என்னும் அறிவிப்புடன் தமிழில் வெளியான வெகுசில படங்களில் இதுவும் ஒன்று. இப்படிப்பட்ட படங்களை மனநிலை மகிழ்வாக இருக்கும் சந்தர்ப்பங்களில் பார்க்க வாய்த்தால் கொண்டாட்டமாக இருக்கும். துயர மனநிலையோடு பார்த்தால் இரண்டு விஷயங்கள் நடக்கலாம். ஒன்று, துன்பத்திலிருந்து விடுதலை பெறலாம். இல்லையேல் ஒன்ற முடியாமல் தவித்துப் போகவும் நேரலாம். நான் இப்படத்தைப் பார்க்க நேர்ந்த சூழல் துயரமானது.

கல்லூரிகளில் படிக்கும் காலத்தில் பேராசிரியர் களோடு அறிவு சார்ந்த தொடர்பு வைத்திருப்பதை விரும்பியவன். அதற்கு அனுமதிக்கும் ஆசிரியர்கள் எனக்குப் பெரிதும் நெருக்கமானவர்களாக இருந்தனர். அப்படி இல்லாத ஆசிரியர்களுடன் என்னால் இணங்கிப் போக முடிந்ததில்லை. எனினும் ஆசிரியர்களை மதிப்புடனே மனத்தில் வைத்திருக்கிறேன். ஆசிரியர்களுக்கு மாணவர்களோடு பழகுவதில் நிறையப் பிரச்சினைகள் உள்ளன. அதை முன்வைத்து ஆசிரியர்களைப் பலவகையாகப் பிரிக்கலாம்.

முதலில் தங்களை உயரத்தில் நிறுத்திக்கொண்டு மாணவர்களை அண்ணாந்து பார்ப்பவர்கள்.

அவர்களுக்கு வெற்றுக்கூரை முகடுகளே தெரியும். அடுத்த பிரிவினரும் உயரத்தில் இருப்பவர்கள்தான். ஆனால் இவர்கள் மிகவும் குனிந்து மாணவர்களைப் பார்ப்பார்கள். சிறுத்த அற்பப் புழுப் போல மாணவர்கள் இவர்களின் கண்களில் படுவார்கள். தனக்கு நேராக எப்போதும் மாணவர்களை வைத்துக்கொண்டு எல்லாவித அதிகாரங்களையும் அவர்கள் மீது செலுத்தும் வகையினரும் உண்டு. அதில் முக்கியமான அதிகாரம் அறிவுரை மூலம் கிடைப்பதாகும். மாணவன் ஏதேனும் அறிவுப்பூர்வமாகப் பேசிவிட்டால் தம் அறிவுக்குப் பங்கம் வந்துவிடுமே என்று கவலைப்பட்டு அவனைத் தட்டி வைக்க எல்லாவகைத் தந்திரங்களையும் கையாளும் ஆசிரியர்கள் ஒருவகை. தமக்கும் மாணவர்களுக்கும் எந்தச் சம்பந்தமும் இல்லை என்று கருதித் 'தானுண்டு தன் ஊதியமுண்டு' என்றிருக்கும் பிரகிருதிகள் சிலர். ஆசிரியர் ஒருவரோடு இணக்கமாக இருக்கும் மாணவனை எதிரியைப் போலப் பாவித்து அவனுக்கு எல்லாவகைத் தொந்தரவுகளையும் கொடுக்கும் ரகமும் உண்டு. தாம் வேலை செய்யாமல் இருப்பதற்குச் சாதகமாக மாணவர்களைப் பயன்படுத்திக்கொண்டு பாவனை செய்யும் ரகங்களும் உள்ளன.

இவற்றை எல்லாம் கடந்து மாணவர்களோடு அன்பும் அறிவும் கலந்து இயல்பாக உரையாடும் வெளியைக் கொடுப்பவர்கள் வெகுசிலரே. முதுகலை படித்த காலத்தில் எனக்குப் பத்துக்கும் மேற்பட்ட ஆசிரியர்கள் இருந்தனர். ஒவ்வொருவரும் ஒவ்வொரு வகை. எனினும் எல்லாருடனும் இணக்கத்துடன் இருக்க முயன்ற மாணவன் நான். அது நடக்கவில்லை. அதன் பிரதிபலிப்பு அங்கிருந்து நான் வெளியேறிய பின்னரும் தொடர்ந்தது. சென்னைப் பல்கலைக்கழகத்தில் எம்.பில். பயிலச் சேர்ந்தேன். அப்போது பல்கலைக்கழக மானியக் குழு நடத்தும் ஆராய்ச்சி மாணவர்களுக்கு உதவித்தொகை வழங்குவதற்கான தேர்வில் தேர்ச்சி பெற்றேன். எண்ணிக்கையில் குறைவான மாணவர்களே தேறும் அத்தேர்வில் நான் தேர்ச்சி பெற்றது அச்சமயத்தில் பெரிய சந்தோசமாக இருந்தது. முனைவர் பட்ட ஆய்வுக்குச் சேர்ந்தால் இளநிலை ஆய்வாளருக்கான உதவித்தொகை ரூ.1800/- மாதாமாதம் கிடைக்கும். ஐந்து ஆண்டுகளுக்கு இந்த உதவித்தொகையைப் பெறலாம். என் பொருளாதாரக் கவலை முழுவதுமாகத் தீர்ந்துவிட்டதைப் போல உணர்ந்தேன்.

அத்தேர்வில் தேர்ச்சி பெற முதுகலைப் படிப்பில் எனக்குக் கிடைத்த வழிகாட்டல் உதவிற்று என நம்பினேன். அக்கல்லூரியில் பணியாற்றிய தமிழ்ப் பேராசிரியர்கள் அனைவருக்கும் நன்றி தெரிவிக்க வேண்டும் என விரும்பி ஒரு கடிதம் எழுதினேன்.

ஒவ்வொரு ஆசிரியருக்கும் தனித்தனியாகக் கடிதம் எழுதினால் ஒரே செய்தியைத் திரும்பத் திரும்ப எழுத வேண்டியிருக்கும். கடிதச் செலவும் அதிகம். ஆகவே பொதுக்கடிதமாக அதை எழுதினேன். 'என் அன்பிற்கும் மதிப்பிற்கும் உரிய ஆசிரியர்களுக்கு' என்னும் பொது விளியோடு கடிதத்தைத் தொடங்கி நெகிழ்ச்சியான மொழியில் அனைவருக்கும் நன்றி தெரிவித்தேன். யாருடைய பெயருக்குக் கடிதத்தை அனுப்புவது? ஆசிரியர்கள் அனைவருக்குமான கடிதம் என்பதால் 'தமிழ்த்துறைத் தலைவர்' என்று முகவரி எழுதி அனுப்பி வைத்தேன். அதன்பின் ஒரு மாதம் கழித்துக் கல்லூரிக்குச் சென்றேன்.

கல்லூரிக்குப் போய் அனைவரையும் கண்டேன். துறைத்தலைவர் முகம் கொடுத்துப் பேசவில்லை. எனக்கு விவரம் தெரியவில்லை. என்னவென்று விசாரித்தபோது அவருக்குத் தனியாகக் கடிதம் எழுதவில்லை என்றும் எழுதிய கடிதத்திலும் அவரது பெயரைப் போடாமல் பொதுவாகத் தமிழ்த்துறைத் தலைவர் என்று எழுதி அனுப்பியதாலும் கோபித்துக் கொண்டாராம். பலரிடமும் 'எம் பேரு அதுக்குள்ள அவனுக்கு மறந்து போயிருச்சா?' என்று கேட்டாராம். அப்போது அவர் ஓய்வு பெறும் வயதில் இருந்தார். எவ்வளவோ மாணவர்களைப் பார்த்த அனுபவம் இருந்திருக்கும். அந்த அனுபவத்திலிருந்து என்ன கற்றுக்கொண்டிருக்கிறார் என்னும் கேள்வி எனக்கு எழுந்தது.

தேர்வில் தேர்ச்சி பெற்ற செய்தியை அவருக்கு மட்டும் எழுதி 'ஆசிரியர்கள் அனைவருக்கும் தெரிவித்து விடுங்கள்' என்று சொல்லியிருந்தால் சந்தோசப்பட்டிருக்கக் கூடும். அப்படிச் சந்தோசப்படுத்த எனக்குத் தெரியவில்லை. அனைத்து ஆசிரியர்களையும் சமமாகப் பாவித்துத் துறைத்தலைவரின் முகவரிக்கு எழுதியிருந்தேன். இந்தக் கடிதத்தைக் கண்டதும் ஆசிரியருக்கு என்ன தோன்றியிருக்க வேண்டும்? நம் மாணவன் ஒருவன் அகில இந்தியத் தேர்வு ஒன்றில் தேர்ச்சி பெற்றிருக்கிறான் என்னும் பெருமிதம். இங்கிருந்து சென்றாலும் மறவாமல் செய்தியைத் தெரிவித்திருக்கிறான் என்னும் ஆனந்தம். ஒருவரையும் விடாமல் ஆசிரியர்கள் அனைவரையும் பொதுவாகக் கருதி எழுதியிருக்கிறான் என்னும் பரவசம். இவையெல்லாம் தோன்றியிருந்தால் அவர் அந்தக் கடிதத்தையே இணைப்பாக வைத்து ஒரு சுற்றறிக்கை அனுப்பியிருப்பார். முதல்வருக்கும் தெரிவித்து இச்செய்தியைக் கல்லூரிக்கான செய்தியாக மாற்றியிருப்பார். ஆனால் அவருக்குத் தன் பெயரே முக்கியமானதாகப் பட்டிருக்கிறது. இதைக் கேட்டதும் எனக்கு

அதிர்ச்சியாக இருந்தது. அப்புறம் கல்லூரிப் பக்கம் போவதை முடிந்த அளவு தவிர்த்துக்கொண்டேன்.

சென்னைப் பல்கலைக்கழக விடுதியில் அப்போது தங்கியிருந்தேன். 1989ஆம் ஆண்டு. திமுக மூன்றாம் முறையாக ஆட்சிக்கு வந்திருந்தது. பல்கலைக்கழகத்தில் ஒரு பேராசிரியர் பதவிக்கு விளம்பரம் வந்திருந்தது. என் ஆசிரியர் ஒருவர் அதற்கு விண்ணப்பித்திருந்தார். விண்ணப்பித்தால் மட்டுமோ உரிய தகுதி இருந்தால் மட்டுமோ பணி கிடைத்துவிடுமா? அவர் அரசியல்வாதிகளை நாடினார். சென்னைக்கு வந்து மூன்று நாள் தங்கினார். என் அறையில் விருந்தினராகத் தங்கிக் கொண்டார். அவருடன் அவர் செல்லும் இடங்களுக்கு எல்லாம் நானும் உடன் சென்றேன். சில அரசியல்வாதிகளைச் சந்தித்தார். அவரது கைவசம் சில புகைப்படங்களை வைத்திருந்தார். அவை கலைஞர் கருணாநிதி இளம்வயதில் நடத்திய 'கல்லக்குடி போராட்டம்' தொடர்பானது.

'டால்மியாபுரம்' என்னும் பெயரைக் கல்லக்குடி என்று மாற்றக் கோரி நடைபெற்ற ரயில் மறியல் போராட்டம் அது. பின்னாளில் ஒரு சந்தர்ப்பத்தில் அப்போதைய முதல்வர் சட்டமன்றத்திலோ பொதுக்கூட்டத்திலோ பேசும்போது 'ரயில் ஏதும் வராத தண்டவாளத்தில் தலை வைத்துப் படுத்தவர்' என்று கலைஞரை எள்ளி நகையாடிய அந்தப் போராட்டம்தான். கலைஞரின் அரசியல் வாழ்வில் மிகவும் முக்கியத்துவமுடையது அப்போராட்டம். அது தொடர்பான அரிய புகைப்படங்கள் அவை. அவை என் ஆசிரியருக்கு எவ்விதம் கிடைத்ததெனத் தெரியவில்லை. அந்த ரகசியத்தை அவர் என்னிடம் சொல்லவில்லை. அவர் சந்தித்த அரசியல்வாதிகள் எல்லாரும் புகைப்படங்களை வாங்கிப் பார்த்தார்கள். அவற்றைத் தந்திரமாகக் கைப்பற்றவும் நினைத்தனர். ஆனால் ஆசிரியர் அவற்றை முதல்வராகிய கலைஞரின் கைகளில்தான் சேர்ப்பிக்க வேண்டும் என்பதில் குறியாக இருந்தார். அதற்கு யாராலாவது உதவ முடியுமா என்பதே அவரது எதிர்பார்ப்பு.

சில புகைப்படங்களை வைத்துக்கொண்டு முதல்வரைச் சந்தித்துவிட முடியும் என்று அவர் நம்பினார். அவை அத்தனை முக்கியத்துவம் வாய்ந்தவை என்பது அவரது எண்ணம். தனக்குப் பல்கலைக்கழகப் பணியை அது பெற்றுக் கொடுக்கும் எனத் தீவிரமாகக் கருதினார். ஆனால் எல்லாக் கதவுகளும் அவருக்கு மூடிவிட்டன. இரண்டு நாள் அலைச்சல் வீணாயிற்று. அப்போதெல்லாம் பல்கலைக்கழகப் பேராசிரியர் பதவிகளுக்கு விலையேதும் நிர்ணயிக்கப்படாத காலம். ஆம்.

முப்பதாண்டுகளுக்கு முன்னால் பணமில்லை, சிபாரிசுக்குக் கொஞ்சம் மவுசிருந்தது போல. ஆசிரியர் கடைசியாகத் தீர்மானித்தார், முதல்வர் வீட்டுக் கதவையே நேராகச் சென்று தட்டிவிடலாம் என. மூன்றாம் நாள் காலை கோபாலபுரம் சென்றோம்.

நான் அப்போதுதான் முதல்முறையாக அப்படி ஒரு பாதுகாப்பைக் கண்டேன். மார்கழி மாதத்தில் நாமக்கல் ரங்கநாதர் கோயிலில் சொர்க்க வாசல் திறக்கும் நாளில் பெரிய வரிசை நிற்கும். அதற்குக் கட்டை கட்டி ஒழுங்குபடுத்துவார்கள். கோபாலபுரத்து முதல்வர் வீட்டிலும் அப்படிக் கட்டை கட்டி வைத்திருந்தார்கள். தலைப்பகுதிக் கட்டை ஒன்றுக்குள் புகுந்து முன்னால் சென்று அடுத்ததில் நுழைந்து மீண்டும் தலைப்பகுதிக்கு வர வேண்டும். இப்படியே பத்துச் சுற்றுக்கு மேலிருக்கும். நாங்கள் போயிருந்த அன்றைக்குக் கூட்டம் மிகக் குறைவுதான். முதல்வர் மனுக்களைப் பெறும் நாளில் பெரும் கூட்டம் வருமாக இருக்கும். என் ஆசிரியர் அங்கிருந்த சாதாரணப் போலிஸ்காரர் முதற்கொண்டு யாரைப் பார்த்தாலும் அந்தப் புகைப்படங்களைக் காட்டி விளக்க ஆரம்பித்தார். ஏதாவது சந்தர்ப்பத்தில் யார் காலிலாவது விழுந்துவிடுவாரோ என்று பயந்தேன். முதல்வரைப் பார்க்க வாய்த்தால் கட்டாயம் விழுந்துவிடுவார். அதில் எனக்குச் சந்தேகமே இல்லை. அந்தச் சமயத்தில் நானும் உடன் செல்ல வேண்டியிருந்தால் என்ன செய்வது? குழப்பமாக இருந்தது. ஆனால் எப்படியும் ஆசிரியரால் முதல்வரைப் பார்க்க இயலாது என்று மனதுக்குள் பட்சி சொல்லியது. ஆகவே தைரியமாக இருந்தேன்.

ஒருவழியாக முன்னேறிச் சென்று அலுவலக அறையில் இருந்தவரிடம் நின்றோம். அவர் எல்லாவற்றையும் விசாரித்தார். புகைப்படங்களைப் பார்த்தார். கருணை மிக்க அந்த மனிதரின் முகம் எனக்கு மறந்துவிட்டது. அவரது சொற்கள் கருணையின் வடிவில் என்னுள் நிற்கின்றன. இந்த அலைச்சலை ஒரு முடிவுக்குக் கொண்டு வந்தது அவரது கருணை. 'முதல்வர்கிட்ட இந்தப் போட்டோக்களக் குடுக்கறன். அவர் உங்களப் பாக்க விரும்புனார்னா தெரிவிக்கிறன். நீங்க உங்க முகவரி, போன் நெம்பர் எல்லாம் குடுத்துட்டுப் போங்க. தேதி சொன்னார்னா அந்த நாள்ல வந்து பாக்கலாம். இதெல்லாம் முக்கியமான போட்டோஸ். நான் கண்டிப்பா அவர்கிட்டச் சேத்திருவன். நம்பிக்க இருந்தாக் குடுத்திட்டுப் போங்க.' ஆசிரியர் யோசித்தார். இதுதான் கடைசி வழி. இதை நம்புவதைத் தவிர வேறேதும் செய்ய இயலாது. ஆசிரியர் உருக்கமாக ஏற்கனவே ஒரு கடிதம்

எழுதி வைத்திருந்தார். அதில் பல்கலைக்கழகப் பேராசிரியர் பணி பற்றிய கோரிக்கை அடங்கியிருந்தது. அங்கே நின்றபடி இன்னொரு கோரிக்கை மனுவையும் எழுதினார். எல்லாவற்றையும் ஒப்படைத்துவிட்டு வெளியேறினோம்.

'போட்டோ அவர் பார்வைக்குப் போயிருச்சுனா கூப்பிட்டிருவாரு' என்னும் நம்பிக்கையைத் திரும்பத் திரும்பச் சொல்லிக்கொண்டே வந்தார் ஆசிரியர். புகைப்படங்களை இன்னொரு படி எடுத்து வைத்துக்கொள்ளும் வசதி அப்போது இல்லை என்று நினைக்கிறேன். மூன்று நாட்கள் என் அறையில் தங்கியிருந்தார் ஆசிரியர். மாணவர் விடுதியில் உணவகத்திற்கு வந்து சாப்பிடக் கூச்சப்பட்டார். ஆகவே இரவு உணவை அறைக்கே வரவழைத்துக் கொடுத்தேன். காலையும் மதியமும் வெளியில் சாப்பிட்டோம். அவர்தான் செலவழித்தார். சொன்ன ஒன்றையே திரும்பத் திரும்பச் சொல்லியபடி இருப்பார் அவர். ஓய்வு பெறுவதற்குச் சில ஆண்டுகளே இருந்தன. வயதாகிவிட்டால் இப்படி எல்லாம் நேருமோ? கூறியது கூறலாகிய அந்தப் பேச்சைச் சகித்துக்கொள்வதுதான் எனக்குப் பெரும் கஷ்டமாக இருந்தது.

அவர் பாடம் நடத்தும்போது 'ஆக' என்னும் சொல்லை மிகுதியாகப் பயன்படுத்துவார். ஒரு மணி நேர வகுப்பு முடிவதற்குள் இருநூறு முந்நூறு முறை ஆக என்பதை உபயோகிப்பார். அவர் பாடத்தில் எந்த அளவு தெளிவாக இருக்கிறார் என்பதை ஆகவின் எண்ணிக்கையைக் கொண்டு தீர்மானித்துவிடலாம். படிக்கும் காலத்தில் அவருக்கு 'ஆகா' என்று பெயர் வைத்திருந்தோம். ஆக என்பதன் நீட்சியாகவும் ஆகாத என்பதன் ஈறுகெட்ட எதிர்மறைப் பெயரெச்சமாகவும் 'ஆகா.' ஆகாவின் இத்தனை அலைச்சலால் எந்தப் பலனும் நேரவில்லை. ஆசிரியருக்குப் பல்கலைக்கழகப் பதவியும் கிடைக்கவில்லை. புகைப்படங்களும் கிடைக்கவில்லை. அவரது வேண்டுகோள்படி அவர் சென்னை வந்ததையோ செய்த முயற்சிகளையோ யாரிடமும் சொல்லவில்லை.

அவர் வந்து சென்றபின் நடைபெற்ற ஒரு சம்பவம். பல்கலைக்கழகத்தில் முனைவர் பட்ட ஆய்வு மேற்கொண்டிருந்த நண்பர் ஒருவருக்காக முன் ஆய்வு ஒன்றை நகலெடுக்க வேண்டியிருந்தது. என் மதிப்பிற்குரியவரும் ஆய்வுகளில் ஈடுபாடு உள்ளவருமான பேராசிரியர் ஒருவருக்குக் கடிதம் எழுதி அவர் வழியாக நகல் பெற்றுக்கொண்டேன். இந்தச் செய்தி ஆகாப் பேராசிரியருக்குத் தெரிந்திருக்கிறது. 'நானிருக்கும் போது அவன் எப்படி இன்னொருவருக்குக் கடிதம் எழுதிக் கேட்கலாம்? அவனுடைய அறையில் சென்று மூன்று நாள் தங்கியிருந்திருக்கிறேன். என்னைவிட அவர் நெருக்கமாகி

விட்டாரா?' என்று கேட்டாராம். என் அறையில் வந்து தங்கி என்னை ரட்சித்தவர் அல்லவா? எனக்கு இந்த விவரம் ஏதும் தெரியவில்லை.

கொஞ்ச நாள் கழித்து மீண்டும் ஒரு தேவைக்காகக் கல்லூரிக்குச் செல்லவும் இரண்டு நாள் அவ்வூரில் தங்க வேண்டியும் இருந்தது. ஆகாப் பேராசிரியருக்குக் கடிதம் எழுதி அவர் வீட்டில் ஓரிரவு தங்கலாமா என்று கேட்டிருந்தேன். கல்லூரிக்கு அருகிலேயே அவர் வீடு இருந்ததாலும் என் அறையில் அவருக்கு மூன்று நாள் இடம் கொடுத்தோமே ஓரிரவு தங்க இடம் தர மாட்டாரா என்னும் எண்ணத்தாலும் சென்னையிலிருந்து விடைபெறும்போது 'எப்ப வந்தாலும் நம்ம வீட்டுல தங்கிக்கலாம். தயங்கவே வேண்டாம்' என்று நெஞ்சு நெகிழ அவர் சொல்லிப் போனதாலும் கடிதம் எழுதிக் கேட்டிருந்தேன். தங்கிக் கொள்ளலாம் என்று பதில் எழுதியிருந்தார். கல்லூரிக்குச் சென்றபோதுதான் அவர் என்மேல் கோபமாக இருக்கிறார் என்னும் செய்தி தெரியவந்தது. அதை எப்படிச் சரி செய்வது என்று தெரியவில்லை. அவர் வீட்டுக்குப் போகலாமா வேண்டாமா என்று குழப்பமாக இருந்தது. எனினும் கடிதம் எழுதியாகி விட்டது, அவரும் வரச் சொல்லிவிட்டார், இனிப் போகாமல் இருந்தால் நன்றாக இருக்காது என்று சென்றேன்.

என் வேலைகளை எல்லாம் முடித்துவிட்டுச் செல்ல எட்டு மணியாகிவிட்டது. அவர் வெளியிலேயே இருந்தார். கடுகடுப்பான முகம்தான். அவரும் அவர் மனைவியும் மட்டுமே. மனைவி வீட்டிற்குள் இருந்திருக்கக்கூடும். செருப்புகள் விடப்பட்டிருந்த சிட் அவுட்டில் தங்க இடம் கொடுத்து வெளியே இருந்த கழிப்பறை, குளியலறை ஆகியவற்றைப் பயன்படுத்திக்கொள்ளச் சொன்னார். அருகில் சிற்றூர் ஒன்று இருந்தது. சாப்பிடாமல் இருந்தால் அங்கே இருக்கும் கடைக்குச் சென்று சாப்பிட்டு வந்து படுத்துக்கொள்ளலாம் என்றும் பெரியமனது பண்ணிவிட்டுக் கதவைப் படாரென்று சாத்தியபடி உள்ளே சென்றார். சிட் அவுட்டின் ஒரு மூலையில் பாயும் தலையணையும் போர்வையும் இருந்தன. ஏதும் செய்யத் தோன்றாமல் அப்படியே நின்றேன். எனக்குள் யோசனைகள் அற்றுப் போயிருந்தன. வெகுநேரம் நின்றிருப்பேன் போல. கதவு திறக்கப்படவேயில்லை. உள்ளிருந்து ஏதேதோ சத்தங்களும் பேச்சுக்குரல்களும் கேட்டன. எனக்கு உணர்வு வந்தது.

கொழுந்து விட்டெரியும் தீக்குள் நிற்பதைப் போல உடல் முழுவதும் காந்தியது. இறங்கிக் கையில் பற்றியிருந்த பையைத் தூக்கித் தோளில் மாட்டியபடி வெளியேறினேன். அது

சமீபத்தில் உருவாகியிருந்த புறநகர்ப் பகுதி. தெருவிளக்குகள் போடப்பட்டிருக்கவில்லை. தெருக்கள் மண் பாதைகள். இன்னும் குடியிருப்புகள் பெருகவில்லை. சாலையிலிருந்து இரண்டு கல் தொலைவு. சில வளைவுகளைக் கடந்து குடியிருப்புப் பகுதிக்கு வர வேண்டும். அவர் அந்த வீட்டைக் கட்டிக் குடியேறிய போது எங்கள் வகுப்பு மாணவர்கள் அனைவரும் வந்தோம். எங்கள் சார்பாகப் பெரிய பாத்திரம் ஒன்றை அன்பளிப்பாகவும் வழங்கினோம். இப்போது வந்த வழியைப் பிடித்தபடி அங்கிருந்து வெளியேறினேன். இருளில் பாம்பைத் தவிர வேறொன்றுக்கும் பயமில்லை. காலைக் கொஞ்சம் அழுத்தமாகச் சத்தம் எழுப்பும்படி வைத்து நடந்தால் வெக்கைக்கு வெளியே வந்து படுத்திருக்கும் பாம்புகளும் விலகி ஓடிவிடும்.

என்னவாயிற்று ஆகாவுக்கு? தன்னை விட்டுவிட்டு இன்னொருவரிடம் உதவி கேட்டுப் பெற்றதா இத்தனை மனப் பிரச்சினையை ஒருவருக்குத் தோற்றுவித்திருக்கக்கூடும்? என் சாதியைப் பற்றி இழிவாக நினைத்திருப்பாரோ? என்ன காரணம் என்று எனக்குத் தெரியவில்லை, பெரும்பாலான இடங்களில் எளிய சாதியானாகப் பாவித்து நடத்துபவர்களும் பேசுபவர்களும் பலர். முதலில் எனக்குச் சங்கடமாகவும் கஷ்டமாகவும் இருக்கும். சில இடங்களில் நான் அந்தச் சாதி அல்ல என்று சொல்லவும் செய்திருக்கிறேன். பின்னர் அப்படிச் சொல்லக் கூடாது என்று முடிவு செய்து எளிய சாதியைச் சேர்ந்த ஒருவரை எப்படி நடத்துவார்கள் என்பதை அனுபவப்பூர்வமாக அறிய ஆரம்பித்தேன். அதன் வலியை உணரவும் செய்தேன். ஆகாவுக்கு இதுதான் பிரச்சினையாக இருக்குமோ? இரண்டாண்டுகள் அங்கு பயின்ற போது என் சாதியை அவர் அறிந்திருக்கக் கூடும். பெரும்பாலும் ஆசிரியர்கள் மாணவர்களின் சாதியைத் துல்லியமாக அறிந்துகொள்வார்கள். தமிழ்ப் பேராசிரியர், தமிழ்ப் பண்பாடு பற்றி வாய் கிழியப் பேசுபவர். ஆனால் குறைந்தபட்ச நாகரிகம்கூடத் தெரியவில்லையே. 'என் வீட்டில் தங்க வசதி போதாது' என்று ஏதாவது ஒரு காரணத்தைச் சொல்லி முன்பே மறுத்திருந்தால் நான் ஏன் வந்திருக்கப் போகிறேன்? என்னை அவமானப்படுத்த வேண்டும் என்றே இப்படிச் செய்திருப்பாரோ. அவமானம்தான். அதைவிடவும் இப்படி நடத்திய அவருடைய நடத்தைதானே அவமானகரமானது.

என்னென்னவோ யோசனைகள். இருளுக்குள்ளிருந்து வெளிச்சத்தை நோக்கிச் சென்று கொண்டிருந்தேன். இன்னும் ஒரு நாள் அவ்வூரில் வேலையிருந்தது. எங்கே சென்று தங்கலாம் என்று எதுவும் தோன்றவில்லை. விடுதியில் தங்கும் அளவுக்கு அப்போது என் பணநிலையில்லை. பேருந்தேறி ஊருக்குச்

சென்றுவிடலாமா என்று எண்ணம் தோன்றியது. சாலை வெளிச்சத்தை நோக்கி வரும்போது இடப்புறமாக டூரிங் டாக்கீஸ் ஒன்று. அதன் வாசலில் நல்ல வெளிச்சம். படத்தின் சுவரொட்டி 'காதலிக்க நேரமில்லை' என்று தெரிவித்தது. அப்படத்தை ஏற்கனவே சிலமுறை பார்த்திருக்கிறேன். என்றாலும் அப்போதைய மனநிலைக்கு அந்தப் படம் நல்ல மருந்தாக இருக்கும் என்று தோன்றியது. இரண்டாம் ஆட்டம் பார்த்த பின் எங்கே செல்வது என முடிவெடுத்துக்கொள்ளலாம். படம் பார்த்தேன். என் மனநிலையில் தெளிவை உண்டாக்கியது படம். துயரத்தின் நிழலைக்கூடத் துடைத்தெறிந்துவிடும் வல்லமை படத்திற்கிருந்தது. அன்றைய சூழலையும் அவமானத்தையும் முற்றிலுமாக மறந்து படத்தில் ஒன்றியதோடு பிறகு பேருந்து நிலையம் வந்து மிச்ச இரவைக் கழித்துவிட்டு அடுத்த நாள் வேலைகளைப் பார்த்து முடித்து மகிழ்வோடு திரும்பினேன்.

காதலிக்க நேரமில்லை படத்தை இன்றைக்கும் சந்தோசமாகப் பார்க்க முடிகிறது. நகைச்சுவைப் படங்களுக்கே உரிய தர்க்கக் குறைபாடுகள் நிறைய இதில் இருக்கின்றன. பொதுவாக ஸ்ரீதரின் படங்களிலேயே தர்க்கக் குறைபாடுகள் மிகுதி. அவற்றை மீறிப் படத்திற்குள் எளிதாக இழுத்துச் செல்லும் ஆற்றலை எவ்விதமோ வைத்திருக்கிறார். கல்யாணப் பரிசு, சுமைதாங்கி, நெஞ்சம் மறப்பதில்லை, நெஞ்சில் ஓர் ஆலயம் ஆகிய சோகப் படங்களாக இருப்பினும் கலாட்டா கல்யாணம், ஊட்டி வரை உறவு, காதலிக்க நேரமில்லை ஆகிய நகைச்சுவைப் படங்களாயினும் பார்க்கும்போது நமக்கு எதுவும் உறுத்துவதில்லை. அதற்குள் ஒன்றிப் போய்விடுவோம். பிற்காலத்தில் அவர் எம்.ஜி.ஆருக்காக எடுத்த உரிமைக்குரல், மீனவ நண்பன் ஆகிய படங்களும் அப்படித்தான். கமலஹாசன், ரஜினி, ஸ்ரீபிரியா, ஜெயசித்ரா நடித்த இளமை ஊஞ்சலாடுகிறது பெருவெற்றி பெற்று அவரது காலத்திற்கேற்ப மாறும் திறமையை வெளிப்படுத்தியது. கார்த்திக், ஜிஜி நடிப்பில் நினைவெல்லாம் நித்யா என்று எடுத்த படமும் அவருடையதுதான். எம்.ஜி.ஆர். படங்களில் கவர்ச்சிப் பதுமையாக வந்து சென்று கொண்டிருந்த லதாவை நல்ல நடிகை என்றுணர்த்திய 'அழகே உன்னை ஆராதிக்கிறேன்' படமும் ஸ்ரீதர் இயக்கம்தான்.

அவர் படங்கள் எல்லாம் தமிழ்ச் சமூகம் புறத்தே நம்பும் வாழ்க்கை விழுமியங்களை எல்லாம் விடாமல் பின்பற்றிக்கொண்டே சில வாழ்க்கைப் பிரச்சினைகளைப் பேசுபவை. எந்தவிதப் படமாயினும் அதற்குக் கதை தயார் செய்துவிடும் வல்லமை பெற்றவர். காதலிக்க நேரமில்லை

படத்தில் கதை என்று ஏதும் கிடையாது. ஆனால் கிட்டத்தட்ட மூன்று மணி நேரம் போவதே தெரியாது. ஒவ்வொரு காட்சியும் நம்மை உள்ளிழுத்துக் கொள்ளும் ஆற்றலைக் கொண்டிருக்கும். முத்துராமனும் ரவிச்சந்திரனும் நெருங்கிய நண்பர்கள். ஒரே ஊரில் வசிப்பவர்கள். ஆனால் முத்துராமனின் தந்தைக்கு அசோக்கைத் தெரியாது. இப்படியான கேள்விகள் எதுவும் படம் பார்க்கும்போது நமக்கு எழுவதில்லை. அவரது படங்களில் பாடல்களுக்கு முக்கியத்துவம் உண்டு. இந்தப் படத்திலும் எட்டுப் பாடல்கள். சீர்காழி கோவிந்தராஜன் பாடிய 'காதலிக்க நேரமில்லை' பாடல் இன்றைக்கும் என் விருப்பப் பாடல். சச்சுவுக்காக எல்.ஆர்.ஈஸ்வரி பாடிய 'மலரென்ற முகமொன்று' பாடலையும் ரசித்துக் கேட்கலாம். பி.பி.ஸ்ரீனிவாஸுக்கும் சுசிலாவுக்கும் இப்படப் பாடல்கள் இன்றும் பெருமை சேர்க்கின்றன.

ரவிச்சந்திரன் என்னும் அறிமுக நாயகன் இளமைத் துள்ளலோடு நடித்திருப்பார். சில கதாநாயகர்களுக்கே நெடுநாள் இந்த இளமை வாய்க்கும். எம்.ஜி.ஆர்., ரஜினிகாந்த் ஆகியோருக்கு அது வாய்த்தது. விஜய்க்கு இப்போது வாய்த்திருக்கிறது. ரவிச்சந்திரனுக்கு அப்படி வாய்க்கவில்லை. இந்தப் படத்தை அடுத்து வந்த ஒன்றிரண்டு படங்களோடு சரி. பின்னர் முதிர்ந்த முகமாகிவிட்டார். முத்துராமன் சீனியர் நடிகராக இருந்தும் ரவிச்சந்திரனோடு இளமையில் போட்டி போட்டு நடித்திருப்பார். காஞ்சனாவும் இதில்தான் அறிமுகம். ராஜஸ்ரீக்கும் இது முக்கியமான படம்தான். சச்சுவை நகைச்சுவை நடிகையாக நிலை நிறுத்திய படம் இது. நாகேஷ் பற்றிச் சொல்ல வேண்டியதில்லை. இவற்றையெல்லாம் தாண்டி இந்தப் படத்தின் தர்க்கக் குறைபாடுகளை மறந்து ரசிக்க வைக்கிற காரணம் ஒன்றுண்டு. சின்னமலை எஸ்டேட்தான் கதையின் களம். எஸ்டேட் என்றால் தேயிலையையோ காப்பியையோ பார்க்கவே முடியாது. அங்கு பணியாற்றும் தொழிலாளர்கள் ஒருவருமில்லை. ஒரு பங்களா வீடு. அதுவும் மலைமேல் இருக்கிறது என்பதற்கு வலுவான சாட்சி ஏதுமில்லை. களத்தைக்கூட நம்பகமானதாக உருவாக்காத 'தனித்தியங்கும் சினிமா'தான் இது.

எல்லாக் கலவைகளும் சரிவிகிதத்தில் இருந்தபோதும் அவற்றைத் தாண்டிக் குணம், மணம், காரம் எல்லாம் தரும் பாலையாவின் நடிப்பே இப்படத்தை அன்றாட வாழ்வின் தருணங்களோடு பொருத்திக்கொள்ள வைக்கிறது என்றால் மிகையல்ல. நான் இளங்கலை படிக்கும்போது ஒருமுறை இப்படத்தை நண்பர்களோடு பார்த்தேன். கொஞ்ச நாள்

எல்லாரும் என்னை 'முருகரே' என்றுதான் அழைத்தார்கள். 'முருகர் வந்துட்டார், முருகர் போறார்' என்றெல்லாம் பேசுவார்கள். ன் விகுதியில் முடியும் பெயர்களை எல்லாம் ர் விகுதிக்கு மாற்றினோம். அதற்குக் காரணம் இப்படத்தில் வரும் பாலையாவின் வசனம்தான். வேலையிலிருந்து நீக்கப்பட்ட அசோக் பெரும்பணக்காரனின் மகன் என்பதை அறிந்ததும் 'அசோகரு உங்க மகரா' என்று கேட்பார், பாருங்கள். யாராலும் சிரிக்காமல் இருக்க முடியாது. ஒரு சமயத்தில் 'அவனா' என்று வாய் வந்துவிடும். உடனே வாயைப் பொத்திக்கொள்வார். புதுமைப்பித்தனின் சாபவிமோசனத்தில் 'அவர் சொன்னாரா?' என்பது 'அவன் சொன்னானா?' என்று மாறும்போது ஏற்படும் அதிர்வு பெரிது. இப்படத்தில் 'ன்' 'ர்' ஆவதால் ஏற்படும் நகைச்சுவை அதிர்வும் அதற்குச் சிறிதும் குறையாதது. 'ரொம்ப ஸாரி பண்ணிக்கணும்' 'எல்லாம் உங்க கருணை' என்னும் அவரது வசனங்களை நாங்கள் கொஞ்ச காலம் ஆனந்தமாகப் பயன்படுத்தியதுண்டு.

சொற்கள் பேசும்போது தடுமாறுவதையும் பாலையாவின் பாணி தரமான நகைச்சுவையாக்கிவிடும். 'தம்பி தங்கக் கம்பி' என்று சொல்வதற்குப் பதிலாக 'தம்பி தந்தக் கம்பி' என்று சொல்லிவிட்டு அதைச் சமாளிக்க அவர் செய்யும் சேஷ்டைகள் அசாதாரணம். பணத்தைப் பற்றிச் சொல்லும் போது 'சமுத்திரம் சமுத்திரம்' என்பார். அடுக்குத் தொடருக்கு இருக்கும் விளைவை அதில் பார்க்க வேண்டும். ஓரிடத்தில் 'என்னோட பணம் என்ன, அந்தஸ்து என்ன' என்று சொல்லிக்கொண்டே உடலை நிமிர்த்துவார். பாலையாவின் குரல் மட்டுமல்ல, உடலே மொழியாலானது. கையைக் கட்டுதல், கும்பிடு போடுதல், நாற்காலியில் உட்கார்தல், உடலைக் குறுக்குதல், நிமிர்த்துதல் என ஒவ்வொன்றும் அத்தனை அர்த்தம் பொதிந்திருக்கும். அவரது ஒவ்வொரு செயலின் போதும் கையில் வைத்திருக்கும் துண்டு படும்பாட்டைக் கவனிக்க வேண்டும். துண்டை இடுப்பில் கட்டுவார், கக்கத்தில் வைப்பார், கையில் எடுப்பார், தலையில் கட்டுவார். ஒவ்வொன்றும் ஒவ்வொரு அர்த்தம் தரும். கோட்டு சூட்டுப் போட்டதும் வேலைக்காரர்களை அதட்டும் பாணியும் மிடுக்கும் அப்படியே. போலிஸ் ஸ்டேசன் போனதும் 'பேச வேண்டியதெல்லாம் நீயே பேசிரு. எனக்குப் பயமா இருக்குது' என்று குழறுவார். நாகேஷ் பேய்க்கதை சொல்லும் போது அஞ்சி நடுங்குவார். சொத்துக் கணக்குக் கேட்கும் நாகேஷிடம் குழைவார். அவரது ஒவ்வொரு அசைவுக்கும் அர்த்தமுண்டு. இந்தப் படத்தில் அவை நகைச்சுவையாக மாற்றம் பெற்றுள்ளன. இப்படி இந்தப் படத்தைத் தாங்கிய தூண் அவர்.

நகைச்சுவைப் படத்தில் எந்தப் பிரச்சினையும் நீடித்துச் செல்லாது. அடுத்தடுத்த காட்சிகளில் எளிதாகத் தீர்ந்துவிடும். எதேச்சையாக வருபவை எல்லாம் எதேச்சையாகக் காணாமல் போய்விடும். இந்த இலக்கணம் இப்படத்திற்கு முற்றிலுமாகப் பொருந்தும். இதை நான்கைந்து முறை நான் பார்த்திருக்கிறேன் என்றபோதும் அந்த இரவு டூரிங் டாக்கிஸில் இரண்டாம் ஆட்டம் பார்த்த நினைவு அப்படியே தங்கிவிட்டது. என்னை விடுவித்த பாலையாவைப் பார்த்து 'எல்லாம் உங்க கருணை' என்று சொல்லிக் கும்பிடு போட்டேன். துயரத்திலிருந்து நம்மை விடுவிப்பது கலை, அது தற்காலிகமாக இருப்பினும் சரி, என்றால் காதலிக்க நேரமில்லை அப்படிப்பட்ட கலைதான்.

●

16

'பாட்டால் வாழும் படம்'

என் குடும்பத்தினரிடம் என்னைப் பற்றிக் கேட்டால் எல்லாரும் ஒட்டுமொத்தமாகச் சொல்லும் கருத்து 'பிடிவாதக்காரன்' என்பதாகவே இருக்கும். இளவயதில் அடங்காச் சினத்துடனும் பெரும்பிடிவாதத்துடனும் இருந்தேன். வாழ்க்கை அனுபவத்தாலும் வாசிப்பினால் ஏற்பட்ட புரிதலாலும் எழுத்து வழங்கியிருக்கும் கொடையாகிய ஆசுவாசத்தாலும் அவற்றிலிருந்து பெருமளவு விடுபட்டிருக்கிறேன். மிஞ்சியிருக்கும் கங்குத் துணுக்குகளின் தகிப்பையே தாங்க இயலாமல் என்னைச் சார்ந்தோர் துன்பப்படுகின்றனர். எனினும் கோபத்தையும் பிடிவாதத்தையும் மோசமான இயல்புகள் என்று கருதவில்லை. அவற்றை மிகவும் நேசிக்கிறேன். வழிகாட்டுதல் ஏதுமற்ற ஒற்றைப் பயணியாகிய எனக்கு அவை வழங்கிய நன்மைகள் பல. அவற்றின் துணை கொண்டுதான் எத்தனையோ பள்ளங்களைத் தாண்டியிருக்கிறேன். மேடுகளை அனாயாசமாக ஏறியிருக்கிறேன். எனக்கு நானே விதித்துக்கொண்ட கெடுபிடிகளை இம்மி பிசகாமல் பின்பற்றப் பிடிவாதம் உதவியிருக்கிறது.

கல்லூரியில் இளங்கலை முதலாண்டு சேர்ந்தவுடன் 'நாளொரு திருக்குறள்' என முறை வைத்துப் படித்தேன். நாள் பிசகாமல் குறளையும் பொருளையும் வாசித்ததோடு அவற்றில் பலவற்றை நினைவிலும் கொண்டேன். சில குறள்கள் மனதை மிகவும் பாதித்தன. 'நாளென ஒன்றுபோல் காட்டி உயிரீரும் வாளது உணர்வார்ப் பெறின்' (334) என்னும் நிலையாமை அதிகாரக் குறள் என்னுள் நிகழ்த்திய வெடிப்பு சாதாரணமல்ல.

இந்தக் குறளை எளிமையாக இப்படிப் புரிந்துகொண்டேன்: 'ஒவ்வொரு நாள் கழியும்போதும் தன் ஆயுளில் ஒருநாள் கழிவதை உணர்வுடையவர்கள் அறிவார்கள்.' என் செயல்பாடுகளுக்கு எல்லாம் தாரக மந்திரம் போல இக்குறள் விளங்கியது. ஒரு நாள் கழிவதைத் தன் ஆயுள் கழிவதாக உணர்பவர் என்ன செய்வார்? ஒவ்வொரு நாளையும் பயனுடையதாகவும் நினைவில் கொள்ளத்தக்கதாகவும் கழிக்க முயல்வார். இந்த உலகில் நமக்கென விதித்திருக்கும் நாட்கள் மிகவும் குறைவானவையே. அவற்றிலும் பெரும்பாலான நாட்களை வீணே பயனின்றிக் கழித்துவிடுகிறோம்.

நம் நினைவில் தங்கும்படியான நாட்கள் எத்தனை இருக்கும்? நினைவில் தங்க வேண்டுமானால் அந்த நாளுக்கு ஏதேனும் ஒருவகையில் முக்கியத்துவம் இருக்க வேண்டும். முக்கியத்துவம் உடைய செயல் அந்நாளில் நடந்திருக்க வேண்டும். எல்லா நாளையும் நினைவில் தங்கும்படி நம்மால் ஆக்கிக்கொள்ள முடியுமா? பேராசைதான். எனினும் அப்படி இலக்கு வைத்துக்கொண்டு செயல்பட்டால்தான் விரல் விட்டு எண்ணத்தக்க அளவுக்கான நாட்களாவது நிலைக்கும். கழியும் நாட்களை வெறுமனே போகுமாறு விடாமல் பிடித்து வைத்துக்கொள்ள நாம் என்ன முயற்சி செய்கிறோம்? நம் எத்தனத்தால் நாளைப் பிடித்து வைப்பது சாத்தியமில்லை என்றாலும் கொஞ்சம் முயற்சி செய்து பார்ப்போமே. இன்று ஓசைப்படாமல் நழுவிப் போய்க்கொண்டே இருக்கிறது. நழுவிச் செல்வதை விழிப்புணர்வுடன் கண்டு ரசிக்கவாவது செய்யலாமே.

இந்தக் குறள் இப்படிப் பலவிதமாக விரியும். பிரபஞ்சத்திற்கு ஒருநாள் என்பது ஒன்றுமே இல்லை. ஆனால் என்னைப் பொருத்தவரை ஒருநாள் என்பது எனக்கு வழங்கப்பட்டுள்ள நாள்களில் ஒருநாள். இந்த உணர்வை என் பதினேழாம் வயதில் பெற்றேன். அப்போது முதல் 'நாளென' மந்திரத்தை ஒவ்வொரு நாளும் ஏதாவது ஒரு கணத்தில் உச்சரித்துக் கொண்டுதானிருக்கிறேன். என் கண்ணில் படும் இடத்தில் எல்லாம் இதையே எழுதி வைத்திருந்தேன். குறிப்பேடுகளிலும் நூல்களிலும் இதுதான். மனதில் அழியா வாசகமாய்ப் படிந்த பிறகு எங்கும் எழுதத் தேவையில்லாமல் போயிற்று.

இதேபோல இன்னொரு குறள். திருக்குறள் காலத்தைக் கடந்தும் பெரும் பாதிப்பை உருவாக்கும் நூலாக இருப்பதற்குக் காரணம் அதன் சொல்முறை. சிலவற்றைச் சாதாரண வாக்கியத்தில் சொல்வார். 'அடக்கம் அமரருள் உய்க்கும்' என்பது போல. பேருண்மைகளை எல்லாம் அப்படித்தான் சொல்வார். சிலவற்றைக் கட்டளையாகப் பிறப்பிப்பார். 'செய்க

பொருளை' என்னும்படி. செயல்படத் தூண்டும் கருத்துக்கள் கட்டளையாகவே வரும். சில வியப்பாகும். சில பகடியாகும். உவமை மட்டுமே நின்று சில பலவற்றை உணர்த்தும். எத்தனை வகையான சொல்முறை ஒரு மொழியில் சாத்தியமோ அத்தனை வகையையும் திருவள்ளுவர் கையாண்டு விட்டாரோ? இந்தக் குறள் 'புலால் மறுத்தல்' அதிகாரத்தின் முதல் குறள். 'தன்ஊன் பெருக்கற்குத் தான்பிறிது ஊன்உண்பான் எங்ஙனம் ஆளும் அருள்?' (251).

இது ஒரு வினாவாக அமைந்திருக்கும் குறள். எதிரில் இருப்பவரை நோக்கி வினாவை எறிந்துவிட்டுப் போய்விடுவார் அவர். பதிலைச் சிந்திக்க வேண்டும். சிந்தனை பல தளங்களையும் அளாவும். மிகவும் எளிமையான கேள்வி. 'தன் சதையை வளர்த்துக்கொள்ள இன்னொரு சதையைத் தின்பவனிடம் அருள் எவ்விதம் குடிகொள்ளும்?' ஊன் உண்பவன் கருணை இல்லாதவன், ஊன் உண்பவனுக்கு இறையருள் கிடைக்காது என்றெல்லாம் இதன் பொருளை விரிக்கலாம். ஊன் உண்ணும் ஒவ்வொருவனும் தன்னைப் பார்த்து 'நான் கருணை, இரக்கம் உடையவன்தானா?' என்று தனக்குள்ளேயே கேட்டுக்கொள்ளச் செய்யும் வினாவை எழுப்புகிறது குறள். என்னையும் சுயபரிசோதனைக்கு ஆளாக்கிய குறள் இது.

இக்குறளையே யோசித்துக் கொண்டிருந்தவன் இனிமேல் புலால் உண்பதில்லை எனச் சட்டென முடிவெடுத்துக் குடும்பத்தில் அறிவித்தேன். என் பிடிவாதம் பற்றி அறிந்த அம்மா அதிர்ச்சியாகி விட்டார். மற்றவர்கள் சிரித்தனர். இது எத்தனை நாளைக்கு என்னும் பரிகாசம். என் குடும்பம் புலாலை விரும்பிச் சாப்பிடும் பரம்பரையில் வந்தது. உணவுக்கெனவே கோழி வளர்ப்போம். எப்போதும் சாமிக்கு நேர்ந்துவிட்ட ஆட்டுக்கிடா ஒன்று வீட்டில் நிற்கும். சில சமயம் 'இரட்டைக் கிடா இரட்டைப் பொங்கல்' பெறும் அதிர்ஷ்டமும் சாமிகளுக்கு வாய்க்கும். பொன் வைக்கும் இடத்தில் பூப்போல ஆட்டுக்கிடா வெட்ட முடியாத போது கோழிச் சேவல் அறுத்தல். சில கருப்பனார் சாமிகள் முப்பூசைதான் ஏற்பார்கள். கோழி, ஆடு, பன்றி என முப்பலி ஏற்றுக் குதூகலிக்கும் சாமிகள். பலியின்றி எங்கள் வழிபாடு கிடையாது. வெள்ளெலியும் பெருக்கானும் முயலும் எங்களுக்கு உணவுகள். அவற்றை வேட்டையாடுதல் அன்றாடம் நடக்கும் செயல். பறவைகளில் காடையைத் தவிர எல்லாவற்றையும் உண்போம். பனங்காடை எங்கள் குலச்சின்னம். ஆகவே காடையினத்தில் எதையும் உண்பதில்லை. மாட்டுக்கறி உண்பதில்லை. ஆண்கள் காடுமேடுகளில் ரகசியமாக அதையும் உண்பார்கள்.

இப்படியான குடும்பத்தில் வந்துதித்த ஒருவன் 'இனிப் புலால் வாடையே ஆகாது' என்று முடிவெடுப்பது சாதாரண விஷயமல்ல. வீட்டில் செய்த நாட்களில் வெறும் ரசஞ்சோறு உண்டேன். பழைய சோற்றைக் கரைத்துக் குடித்தேன். எனக்கெனத் தனியாக எதையும் செய்ய வேண்டாம் என்று அம்மாவிடம் சொன்னேன். இந்த விஷயம் மெல்ல மெல்லப் பரவிற்று. என் வீட்டுக் கிடா வெட்டுக்களையும் உறவினர் வீட்டுக் கிடா வெட்டுக்களையும் புறக்கணித்தேன். அப்போதெல்லாம் கிடா வெட்டு என்றால் குடும்பம் முழுக்க அங்கே போய் மூன்று வேளையும் சாப்பிட்டு வருவது வழக்கம்.

'மறுகறி' என்றொரு வழக்கமும் உண்டு. கிடா வெட்டும் குடும்பத்தினர் அந்த நாளில் சாவகாசமாகக் கறி உண்ண இயலாது. கோயிலில் கிடா வெட்டுவது, கறி அரிவது, சமைப்பது, உறவினர்களை வரவேற்பது, அவர்களை உபசரிப்பது என நாள் முழுக்க வேலையோடு திரிவார்கள். கறிநாள் என்றால் வேறு வேலைகள் எதுவும் வைத்துக்கொள்ளாமல் வீட்டிலிருந்து உண்ணும் நாள் என்று அர்த்தம். கறி ஆக்கிய நாட்களில் நாங்கள் எல்லாம் பள்ளிக்குப் போனதில்லை. கிடாயின் ஒரு தொடையைத் தனியாக வெட்டி எடுத்து வீட்டுக்குள் கட்டித் தொங்க விட்டுவிடுவார்கள். அடுத்த நாள் அந்தத் தொடையைச் சமைத்துக் குடும்பத்தினர் உண்பார்கள். இந்த 'மறுகறி'க்கு கிடா வெட்டுக்கு உதவிய நெருங்கிய உறவினர்களுக்கு மட்டும் அழைப்பு இருக்கும். என் சித்தப்பா வீட்டிலோ அத்தை வீட்டிலோ கிடா வெட்டு என்றால் இரண்டு நாட்களுக்கு எனக்குக் கறிதான் உணவு. கால்களைக் கரிக்கி வெட்டிச் சமைத்தால் அது ஒருநாள் உணவாகும். இப்படி வழக்கமுள்ள குடும்பத்தில் கறி உண்ண மாட்டேன் என்று ஒதுங்கி நின்றால் எப்படியிருக்கும்?

கறி ஆக்கும் தினங்களிலும் கிடா வெட்டு நாட்களிலும் என் பாட்டி ஒப்பாரி வைப்பார். கறி சாப்பிடவில்லை என்றால் காலில் வலு இருக்காது என்பது என் பாட்டியின் தீவிர நம்பிக்கை. நான் முடமாகிவிடுவேனோ என்னும் பயம் தோன்றும் வகையில் அதைப் பாட்டி விவரிப்பார். 'கால்ல வலுவு இல்லீனா ஆட்டுப் பொறத்தாண்ட ஓட முடியுமா?' என்னும் கேள்விதான் முத்தாய்ப்பு. கறி தொடர்பாக ஆட்கள் கூடும் இடத்தில் எல்லாம் இதுதான் பேச்சு. எல்லாம் பேசிக் கலையும்போது 'அய்யமூட்டுல பொறந்திருக்க வேண்டியவன் தப்பி இங்க வந்து பொறந்திட்டான்' என்று பெருமூச்சுடன் முடிவெடுத்துக் கலைவார்கள். என்னைக் கறி உண்ண வைக்க பலவித முயற்சிகள். உறவுத் தூதுக்கள். எதுவும் என்னிடம் பலிக்கவில்லை. 'அவன் ஒரு மொடமசிரு புடிச்சவன். ஆரு

சொன்னாலும் கேக்க மாட்டான்' என்றார்கள். 'மொடமசிரு' என்றால் இடக்கு என்றும் பிடிவாதம் என்றும் பொருள் உண்டு. என்னை யாராலும் அசைக்க முடியவில்லை.

ஐந்தாண்டுகள் திருக்குறள் வழி நடந்தேன். ஏராளமான கிடா வெட்டு விருந்துகளை இழந்தேன். வீட்டார் மன மகிழ்ச்சியுடன் கறி உண்ண முடியவில்லை. அதற்குள் எத்தனையோ இழப்புகள். என் பாட்டன், பாட்டி, அப்பன் ஆகியோர் இந்த உலகை விட்டே போயினர். 'இவன் கறி சாப்பிடவில்லையே' என்னும் ஏக்கமும் குறையும் அவர்களுக்கு நிச்சயம் இருந்திருக்கும். என் பாட்டிக்கு அது பெரிய குறைதான். உடல் முடியாமல் படுத்திருந்தபோது என் மேல் வீசிய பார்வையில் அந்தக் குறைதான் வெளிப்பட்டிருக்கும். என் மேல் வேறு என்ன குறை? அதை நான் புரிந்துகொள்ளாமல் இருந்தேனோ, புரிந்தும் பிடிவாதத்தால் பொருட்படுத்தவில்லையோ? நான் கறி உண்பதைப் பார்த்திருந்தால் இன்னும் கொஞ்சம் நிம்மதியோடு பாட்டி போய்ச் சேர்ந்திருக்கலாம். இவ்வளவுக்குப் பிறகு கறி சாப்பிடலாம் என முடிவு செய்தேன். என் வாசிப்பும் வாழ்க்கைப் பார்வையும் அதைச் சாத்தியப்படுத்தின. என் இளமைக்காலம் இவ்விதம் பெரும் பிடிவாதத்தால் பீடிக்கப்பட்டிருந்தது.

திரைப்படம் பார்ப்பது பற்றியும் ஒரு பிடிவாதம் கொண்டிருந்தேன். இளங்கலைத் தமிழிலக்கியம் பயிலக் கல்லூரியில் சேர்ந்திருந்தேன். அது எங்களூரில் இருந்து இருபது கல் தொலைவில் உள்ள ஊரில் இருந்தது. அப்போது கரட்டூர் வீரா தியேட்டரில் சோடாக்கடை வைத்திருந்தோம். ஆகவே அதில் போடப்படும் எல்லாப் படத்தையும் பார்த்துக்கொண்டிருந்தேன். கல்லூரியில் சேர்ந்ததும் பார்ப்பவர்கள் எல்லாம் எனக்குச் சொன்ன அறிவுரை 'ஒழுங்காப் படி. பசங்களோட சேந்து சினிமாப் பாத்துக் கெட்டுப் போயிராத' என்பதுதான். வீரா தியேட்டரில் அப்பனின் பார்வையில் இருந்ததால் அங்கே படம் பார்ப்பது பெரிய விஷயமாக யாருக்கும் தெரியவில்லை. கல்லூரிக்குப் போய்ப் படம் பார்த்தால் கெட்டுவிடுவான் என நம்பிக்கை. திரைப்படம் பார்ப்பது கெட்டுப் போவதற்கான ஒருவழி என்பது இன்று வரைக்கும் சமூகத்தில் நிலவும் நம்பிக்கை.

வீட்டுக்குத் தெரியாமல்தான் இளைஞர்கள் படம் பார்க்கிறார்கள். ஒருநாள் வகுப்புக்கு வரவில்லை என்றாலோ பாதியிலேயே சென்றுவிட்டாலோ மாணவர்களைத் திட்டுவதற்கு ஆசிரியர்கள் கையாளும் அஸ்திரம் 'கட்டடிச்சுட்டுச் சினிமாவுக்குப் போயிட்டயா?' என்பதுதான். திரைப்படம் பார்த்தலைக் குற்றவுணர்ச்சியோடு ஒத்துக்கொள்வதோ

மறுப்பதோ வழக்கம். எனக்கு எல்லாரும் இப்படி அறிவுரை வழங்கியதால் ஒரு முடிவு எடுத்தேன். அவ்வூரில் படிக்கவிருக்கும் மூன்றாண்டு காலத்தில் ஒரு திரைப்படம் கூடப் பார்ப்பதில்லை என்பதுதான் முடிவு. அப்போதெல்லாம் வாரம் தவறாமல் வெள்ளிக்கிழமை படம் வெளியாகும். எங்கள் கல்லூரியில் வெள்ளிக்கிழமை என்றால் மாணவர் வேலைநிறுத்தம். காலைக்காட்சிக்கான வரிசை மாணவர்களால் நிரம்பி வழியும்.

இந்நிலையில் நான் எடுத்த முடிவில் பிடிவாதமாகவே இருந்தேன். எத்தனையோ விதமாக நண்பர்கள் வலை வீசுவார்கள். ஆசை காட்டுவார்கள். வற்புறுத்துவார்கள். கேவலமாகப் பேசுவார்கள். வகைவகையான தூண்டில்களைக் கைவசம் கொண்டிருப்பார்கள். நம்மைப் போலவே மற்றவர்களும் இருந்தால் நல்லது. இல்லாவிட்டால் நம்மைப் போல ஆக்கிவிடலாம். இத்தகைய முயற்சிகளை எல்லா வயதிலும் எல்லாப் பக்கமிருந்தும் எதிர்கொண்டிருக்கிறேன். எனினும் அந்த வயதில் எதிர்கொண்டது சாதாரணமல்ல. வசைகளைக் கடக்க மனவலு வேண்டும். 'தொடைநடுங்கி', 'ஓம்போது', 'பிசினாரி' என்றெல்லாம் காதுபடப் பேசும் பேச்சுக்களைத் தாங்கி நகர்வது அவ்வயதில் மிகக் கடினம். என்னைப் புத்தகங்களில் புதைத்துக் கொண்டேன். அதற்கேற்ற விதத்தில் நண்பர்களையும் தேடிக்கொண்டேன். கருணாமூர்த்தி, ரவீந்திரன் ஆகிய வகுப்புத் தோழர்கள் வாகாக அமைந்தனர். அவர்கள் படம் பார்த்தாலும் எப்போதாவதுதான்.

மாணவர் வேலைநிறுத்தம் என்றால் நாங்கள் கல்லூரியிலிருந்து நடந்து நகரத்துப் பூங்காவுக்கு வருவோம். வழியெல்லாம் பேச்சு. அப்படிப் பேசுவோம். எங்கள் இலக்கிய, சமூக அறிவு அற்பம். ஆனாலும் பேச நிறைய இருந்தன. பூங்காவில் உள்ள மாவட்ட மைய நூலகத்தில் நாளைக் கழிப்போம். மாலையில் வீடு திரும்புவோம். கையில் எப்போதும் ஏதாவது புத்தகம் இருக்கும். தினம் கவிதை எழுதுவேன். வெண்பாவும் ஆசிரியப்பாவும் விருத்தமும் சரளமாக வரும். வகுப்பறைக் கரும்பலகையில் தினம் ஒன்று எழுதுவேன். இவ்விதம் ஏராளமான புத்தகங்களை வாசிப்பவனாகவும் கவிஞனாகவும் ஒருவகைச் சித்திரம் எனக்கு உருவாயிற்று. அதன்பின் மரியாதைக்கு உரியவனானேன். மூன்றாமாண்டு படிக்கும் காலத்தில் வீரா தியேட்டரை மூடி விட்டார்கள். ஆனாலும் படம் பார்க்கும் சபலத்திற்கு இடம் கொடுக்கவில்லை.

என் பிடிவாதத்தை இந்த மூன்றாண்டுகளில் இரண்டு முறை மீற நேர்ந்தது. அதை விரும்பியே செய்தேன். அப்போது

‘ரிச்சர்ட் அட்டன்பரோ’ இயக்கி ‘பென்கிங்ஸ்லி’ நடித்த ‘காந்தி’ திரைப்படம் மிகவும் கவனம் பெற்று விளங்கியது. இந்தியா எங்கும் அப்படம் கொண்டாட்டமாகத் திரையிடப்பட்டது என நினைவு. படத்திற்கு வரி விலக்கும் இருந்தது. அப்படத்தை அந்நகரில் இருந்த ‘கவி தியேட்டரில்’ வெளியிட்டிருந்தார்கள். அந்தத் தியேட்டர் இப்போது மூடப்பட்டுவிட்டது. படம் பார்க்கலாம் என்று நண்பர்கள் தினமும் என்னைக் கரைத்தனர். அந்தப் படத்தைப் பார்க்க எனக்கும் விருப்பமே. ஒன்பதாம் வகுப்பு படிக்கும்போது கவிதைப் போட்டி ஒன்றில் ‘சத்திய சோதனை’ நூலைப் பரிசாகப் பெற்றுப் பலமுறை படித்திருந்தேன். அது என் விருப்பத்திற்குரிய நூல்களில் ஒன்றாக மன அடுக்கில் அப்போதே ஏறிக்கொண்டது. பிற்பகுதியைவிட முற்பகுதியே மிகவும் பிடித்திருந்தது. என் மனக் காந்தி சத்தியசோதனை காட்டும் காந்திதான். அந்த வாழ்வைப் படமாகப் பார்க்கும் ஆசை இருந்தது. எனினும் முடிவை மீறி அங்கே படம் பார்ப்பதில் ஒரு சங்கடம் இருந்தது.

காந்தி படம் பார்ப்பதில் தவறில்லை என ஒருகட்டத்தில் தீர்மானித்தேன். படம் பார்த்தோம். சீட்டின் விலை எட்டணாதான். மூன்று மணி நேரத்திற்கும் மேலான படம். நான் பார்த்த முதல் ஆங்கிலப் படம் அதுவாகவே இருக்கும். ஆங்கிலம் புரியவில்லை. எனினும் பாத்திரங்கள் பலவற்றைக் கண்டுபிடிக்கும் சுவாரசியத்தில் அதைக் கடந்தோம். படக் காட்சிகளில் பிம்பங்களாகச் சில நினைவில் இருக்கின்றன. உப்புச் சத்தியாகிரகத்தின் போது காந்தி எல்லாருக்கும் முன்பாக அதிவேக நடை போடும் காட்சியைக் கண்டு பார்வையாளர்கள் எல்லாரும் எழுந்து நின்று கை தட்டினார்கள். அது நெகிழ்ச்சியும் பரவசமும் கொடுத்தது. என் விரதத்தை மீறிய உணர்வே வரவில்லை. பட உருவாக்கம் பிரமிப்பாக இருந்தது. தமிழ்ப் படங்களோடு ஒப்பிடுகையில் நாம் எவ்வளவு வறுமையில் இருக்கிறோம் என்பது வெளிப்படுவதாகப் பேசிக் கொண்டோம்.

என் முடிவை மீற நேர்ந்தது இன்னொரு படத்திற்காக. ஹரிஹரன் இயக்கத்தில் வெளியான ‘ஏழாவது மனிதன்’ படம் அது. இப்படத்தைப் பற்றி அப்போது எங்களுக்கு வாசிக்கக் கிடைத்த இலக்கிய இதழ் ஒன்றில் எழுதப்பட்டிருந்ததைக் கொண்டுதான் அறிந்தோம். அனேகமாக அது ‘அன்னம் விடு தூது’ இதழாக இருக்கலாம். கவிஞர் மீரா நடத்திய அவ்விதழ் அழகான வடிவமைப்பில் அவ்வப்போது வெளியாகும். பத்து இதழ்களோடு நின்று போயிற்று. அதில் இப்படத்தைப் பற்றிக் குறிப்போ விமர்சனமோ வந்திருக்கக்கூடும். அப்போது நான் வாசித்துக்கொண்டிருந்த ஒரே இலக்கிய இதழ் அதுதான்.

படத்தைப் பார்க்கத் தூண்டிய இன்னொரு விஷயம் பாடல்கள். வானொலியில் இந்தப் படத்தின் பாடல்கள் வராத நாளில்லை. 1983ஆம் ஆண்டு முழுக்கக் கணக்கெடுத்துப் பார்த்தால் ஒவ்வொரு வானொலி நிலையத்திலிருந்தும் தினம் ஒரு பாடலாவது ஒலித்திருக்கும். பாடல்களால் எங்களுக்கு அறிமுகமான படம் இது.

இந்தப் படம் அவ்வாண்டு சிறந்த தமிழ்ப் படமாகத் தேர்ந்தெடுக்கப்பட்டுக் குடியரசுத் தலைவர் விருது வழங்கப்பட்டது. அதன்பிறகே கவனம் பெற்றது. சில திரையரங்குகளில் வெளியானது. ஊரில் இது வெளியாகவில்லை. நகரத்தில் வெளியாகியிருக்கலாம். எங்கே என்று கண்டுபிடிப்பதற்குள் ஓடிப் போய்விட்டது. அப்போது கரட்டூரிலிருந்து கல்லூரி நகரத்துக்குப் பேருந்தில் செல்லும்போது இடைப்பட்ட சிற்றூர் ஒன்றில் சுவரொட்டியைப் பார்த்தேன். யோசிக்கவே இல்லை. அங்கேயே இறங்கிவிட்டேன். அங்கே இருந்த காகித ஆலைக்குச் செல்லும் வழியில் உள்ளடங்கி இருந்த 'ஒய்.ஆர். தியேட்டர்' என்னும் திரையரங்கில் போட்டிருந்தார்கள். அதைத் தேடிக் கண்டுபிடித்துச் சென்று சேர்ந்தால் ஆட்களே இல்லை. எனினும் காத்திருந்து படம் பார்த்தேன். கல்லூரிக்குச் செல்லாமல் காலைக்காட்சி. அந்தத் தியேட்டரும் இப்போது இல்லை. முப்பது ஆண்டுகளுக்கு முன்னால் பார்த்தது. வழக்கமான படங்களில் இருந்து வேறுபட்டது. எனினும் இப்போது நினைவில் இருப்பது இரண்டு பிம்பங்கள் மட்டுமே. பாடல் ஒலிக்க ரகுவரன் நடந்து வரும் காட்சி ஒன்றும் தொழிற்சாலையின் புகைபோக்கி வழியாகப் புகை குபுகுபுவென்று வெளியாகும் காட்சி ஒன்றும் மட்டுமே மங்கலாக மனதில் இருக்கின்றன.

பாரதியின் பாடல்கள் திரைப்படத்தில் இடம்பெற்றமைக்கு நீண்ட வரலாறு உண்டு. விடுதலைக்கு முந்தைய படங்களிலேயே பல பாடல்கள் வந்துள்ளன. பின்னரும் குறிப்பிட்டுச் சொல்லத்தக்க அளவுக்குப் பாடல்கள் கையாளப்பட்டுள்ளன. திரையில் ஒலித்த பாரதியார் பாடல்களைக் கேட்பதில் எனக்கு அலாதி விருப்பமுண்டு. சில பாடல்கள் வெவ்வேறு இசையமைப்பாளரின் இசையில் வெவ்வேறு விதமாக ஒலித்திருக்கின்றன. 'சின்னஞ்சிறு கிளியே' பாடலை பி.யு.சின்னப்பா பாடியுள்ளார். துள்ளலும் கொஞ்சலுமாக அவர் குரல் இழையும். 'கண்ணன் மனநிலையைத் தங்கமே தங்கம் கண்டுவர வேணுமடி தங்கமே தங்கம்' என்னும் அரிய பாடலை எஸ்.ஜானகி பாடியிருக்கிறார். அவர் பாடிய பாடல்களில் முதல் வரிசையில் இடம்பெறத் தக்கது அது. 'காதல் காதல் காதல்' பாடலை டி.எம்.எஸ். சந்தோசமாகப் பாடியிருக்கிறார். ஏழாவது மனிதன் பாடல்கள் முழுக்கவும்

பாரதியார்தான். இசையமைத்தவர் எல்.வைத்தியநாதன். மிகவும் அற்புதமான இசையமைப்பாளர். அவர் அதிகம் இசையமைக்காமல் போனதன் பின்னணி தெரியவில்லை.

பாரதியின் பரம்பரையைச் சேர்ந்த ராஜ்குமார் பாரதி இப்படத்தில் பாடிய 'நெஞ்சில் உரமும் இன்றி', 'நல்லதோர் வீணை செய்தே' ஆகிய பாடல்கள் வழி பிரபலம் ஆனார். காக்கைச் சிறகினிலே, ஓடி விளையாடு பாப்பா, எந்த நேரமும் நின்மயல் ஏறுதடி ஆகியவற்றை ஜேசுதாஸ் பாடியிருப்பார். 'எந்த நேரமும்' பாடல் கேட்கத் திகட்டாத ராகம். இது 'வள்ளிப்பாட்டு' என்னும் தலைப்பிலானது. பாரதியின் பாடல்களில் உச்சம் என்று கொண்டாடத்தக்க அற்புதக் கவிதை அது. ஜேசுதாஸின் குரல் இனிமையும் விரக பாவமும் இயைந்து ஒலிக்கும். 'முத்தமிட்டுப் பல முத்தமிட்டுப் பல முத்தமிட்டுனைச் சேர்ந்திட வந்தேன்' என்னும் வரியை முத்தத்தின் சுவையை அனுபவிக்கும் உச்சஸ்தாயியில் அவர் பாடியிருப்பார். பெண்களின் மார்பகங்களைப் பற்றித் திரைக் கவியரசுகள் 'எலந்தப் பயம் எலந்தப் பயம் செக்கச் செவந்த பயம்', 'மாங்கா மாங்கா குண்டு மாங்கா' என்றெல்லாம் ஆபாசமாக எழுதிக் குவித்துள்ளனர். பாரதியின் இப்பாடலில் 'முலை ஓரத்திலே' என நேரடியாக முலை இடம்பெறும். இந்தச் சொல் வெளிப்படையாகத் தமிழ்த் திரைப்பாடல்களிலே இந்த ஒன்றில்தான் வருகிறது என்று நினைக்கிறேன்.

பாரதி பாடல்களில் சொற்கள் சரியாக உச்சரிக்கப் படுகின்றனவா என்பதைக் கவனிக்கும் பழக்கம் எனக்குண்டு. அதற்குக் காரணம் 'வறுமையின் நிறம் சிவப்பு' படப் பாடல். 'நல்லதோர் வீணை செய்தே' பாடல் அப்படத்தில் இடம்பெற்றிருக்கிறது. பாடியவர் எஸ்.பி.பாலசுப்பிரமணியம். இசையமைப்பு எம்.எஸ்.விஸ்வநாதன். இயக்குநர் பாலசந்தர். பாடலின் மெட்டும் இசையமைப்பும் நன்றாக இருக்கும். பாடல் படத்திலும் பொருத்தமான இடத்தில் பயன்படுத்தப்பட்டிருக்கும். ஆனால் பாடலில் ஒரு சொல் தவறாக உச்சரிக்கப்பட்டிருக்கும். அது பொருளையே மாற்றிவிடும். பாடலின் இறுதியடி 'அசைவறு மதி கேட்டேன் – இவை அருள்வதில் உனக்கெதும் தடையுளதோ' என்று வரும். இதை எஸ்.பி. பாலசுப்பிரமணியம் 'அசைவுறு மதி கேட்டேன்' என்று பாடியிருப்பார். அசைவறு மதி என்றால் ஊசலாட்டம் இல்லாத அறிவு என்று பொருள். அசைவுறு மதி என்றால் ஊசலாட்டத்திற்கு ஆட்பட்ட அறிவு. 'விசையுறு பந்தினைப் போல்' என்று தொடங்குவதால் அதன் பாதிப்பில் 'அசைவுறு' என்று எழுதுவதில் தவறு நடந்திருக்கலாம். பாடகரே தவறு செய்திருக்கலாம்.

இந்தப் பாடலை நண்பர்களுக்குள் காரசாரமாக விவாதித்ததுண்டு. எஸ்.பி.பாலசுப்பிரமணியத்தின் ரசிகர்கள் 'பாடலில் ஓர் எழுத்து அப்படி இப்படி வருவதெல்லாம் தப்பில்லை' என்பார்கள். ஜேசுதாஸ் ரசிகர்கள் 'திருக்கோயிலே ஓடி வா பாடலைத் தெருக்கோயிலே ஓடி வான்னு பாடுனாருன்னு எவ்வளவு திட்டுனீங்க. இதில மட்டும் பொருள் மாறலியா' என்பார்கள். நான் இருவருக்குமே ரசிகன். இரண்டுமே தப்புத்தான் என்னும் கட்சி. ஏழாவது மனிதன் படத்தில் 'நல்லதோர் வீணை' பாட்டைப் பாடியவர் ராஜ்குமார் பாரதி. ஆனால் கடைசி இரண்டு அடி பாடப்படவில்லை. 'எந்த நேரமும்' பாடலைப் பாடிய ஜேசுதாஸ் இதிலும் ஒரு உச்சரிப்பில் தவறு செய்திருந்தார். 'காலை இரவியைப் போன்ற முகத்தாய்' என வரும் அடியில் 'இரவி' என்பது சூரியனைக் குறிக்கும் சொல். ரவி என்றுதான் உச்சரிக்க வேண்டும். தமிழில் ரகரம் மொழிமுதல் வராது என்பதால் இகரத்தைச் சேர்த்து எழுதுவது மரபு. ஆனால் இகரத்திற்கு ஒலிப்பில்லை. ஜேசுதாஸ் இகரத்திற்கு ஒலிப்புக் கொடுத்து 'இரவியை' என்று பாடியிருப்பார். இதை எங்கள் ஆசிரியர்களிடம் எல்லாம் சொல்லிக் கடுமையாக விவாதித்தோம்.

என்றாலும் பாரதியார் பாடல்களால்தான் இப்படத்திற்கு இன்றுவரை கவனம் கிடைத்து வருகிறது. பாடல்கள் எங்கும் கிடைக்கின்றன. இந்தக் கட்டுரையை எழுதுவதற்காகப் படத்தை ஒருமுறை பார்க்கலாம் என நினைத்து முயன்றேன். படப்பிரதி இயக்குநர் ஹரிஹரனிடமும் இல்லை. அருண்மொழியிடமும் இல்லை. தயாரிப்பாளர் பாளை சண்முகத்தின் குடும்பத்தினரிடமும் இல்லை. இணையத்திலும் 'காக்கைச் சிறகினிலே' பாடல் காட்சி ஒன்றே ஒன்று மட்டும் பார்க்கக் கிடைக்கிறது. முப்பது ஆண்டுகளுக்கு முன் வந்த படம். தேசிய விருது பெற்ற படம். பிரதி கிடைக்கவில்லை. ஆனாலும் இது என்றும் பாட்டால் வாழும் படம்.

●

17

மேலே தூவிய கொத்தமல்லி

திரையரங்குகள் பரவலாகிவிட்ட 1980, 1990களில் எல்லாம் எங்காவது உறவினர் வீட்டுக்குச் சென்றால் ஓரிரு நாட்கள் தங்கியிருப்பதோடு எல்லாரும் சேர்ந்து திரைப்படம் பார்க்கப் போவதும் ஒரு நிகழ்வாக அமைந்திருந்தது. பத்துப் பதினைந்து பேர்கூடச் சேர்ந்து போவதுண்டு. தரை டிக்கெட் வாங்கிக்கொண்டு கூட்டமாக உட்கார்ந்து அரட்டை அடித்தபடி படம் பார்ப்பது பெரும் சந்தோசம். எல்லாருக்கும் சேர்த்துச் செலவு செய்வது அந்த உறவினர் குடும்பமாகவே இருக்கும். தரை டிக்கெட் என்பதால் செலவு அதிகம் ஆகாது. அதிகம் ஆகிற மாதிரியோ அந்தக் குடும்பத்தால் செலவு செய்ய இயலாது என்றோ தெரிந்தால் மற்றவர்களும் பகிர்ந்துகொள்வர்.

1993ஆம் ஆண்டு எனக்குத் திருமணம் ஆயிற்று. என் மனைவி வேலூர் மாவட்டத்தில் உள்ள ராணிப்பேட்டையைச் சேர்ந்தவர். தமிழறிஞராகிய மு.வரதராசனார் பிறந்த வேலம் என்னும் கிராமம்தான் என் மாமனாரின் பூர்விக ஊர். மு. வரதராசனாரின் நாவல்கள் செயற்கைத்தன்மை மிகுந்தவை எனினும் வேலம், சோளிங்கர் முதலிய ஊர்கள் அவற்றில் இடம்பெறுவதோடு அப்பகுதி பற்றிய வருணனைகளும் காணப்படும். வட தமிழகக் கிராமங்கள் எனக்கு அவ்வளவாக அறிமுகம் இல்லை. சென்னைப் பல்கலைக்கழகத்தில் பயின்ற நண்பர்கள், மாணவர்கள் ஆகியோரது ஊர்களுக்குச் சிலமுறை சென்றிருக்கிறேன். அம்மக்களின் மொழியும் பழக்க வழக்கங்களும் எனக்குப் புதிதானவை.

வேளாண்மை, உணவு முறை ஆகியவற்றிலும் வேறுபாடு. அந்தப் பகுதி எனக்கு ஆச்சர்யமானதாகவே இருந்தது. குறிப்பாகக் கொங்குப் பகுதி கிராமத்திற்கும் வட தமிழகக் கிராமத்திற்கும் பெருத்த வேறுபாடு. என் மாமனார் வேலம் கிராமத்தைச் சேர்ந்தவர் என்றாலும் பணி காரணமாக அவர் குடும்பம் ராணிப்பேட்டைக்கு வந்து வசிக்கலாயிற்று. வேலத்திற்கும் ராணிப்பேட்டைக்கும் கிட்டத்தட்டப் பத்துக் கல் தொலைவுதான் இருக்கும். திருமணம் முடிந்ததும் உறவினர்கள் தம் வீடுகளுக்கு விருந்துக்கு அழைப்பார்கள். அப்படி வேலத்திற்கும் சென்று வந்தோம். எனினும் என் சகலையின் ஊராகிய பிரம்மதேசம் என்னும் ஊருக்குச் சென்று தங்கிய அனுபவமே என் மனதில் ஆழமாகத் தங்கியுள்ளது.

தமிழகத்தில் பல இடங்களில் 'பிரம்மதேசம்' என்னும் பெயர் கொண்ட ஊர்கள் உள்ளன. அரசர்கள் காலத்தில் பிராமணர்களுக்குத் தானமாக வழங்கிய ஊர்கள் பிரம்ம தேயம் என்று பெயர் பெற்றன. அவையே வழக்கில் பிரம்மதேசம் ஆயின. அப்படி வரலாற்றுச் சிறப்புப் பெற்ற ஊர் அது. பெரிய அக்கிரகாரம் அவ்வூரில் இருந்ததாம். இப்போது ஒன்றிரண்டு குடும்பங்களே வசிக்கின்றன. சிவன், பெருமாள் ஆகிய இரு கடவுளர்களின் கோயில்களும் இருப்பதால் அய்யர், அய்யங்கார் ஆகிய இரு பிரிவினரும் வசிக்கின்றனர். ஒருகாலத்தில் பிராமணர்களிடமே நிலம் இருந்ததாம். பெரிய ஏரி இருப்பதால் நன்செய் விவசாயம். எங்கும் நெல் வயல்கள் பரந்திருக்கும். ஏரியிலிருந்து திறந்துவிடும் நீர் வாய்க்காலில் புரண்டோடிய காலமும் இருந்ததாம். அப்போதெல்லாம் பிராமணர்களின் ஆதிக்கம்தானாம். மாட்டுப் பொங்கலின்போது நடக்கும் 'மஞ்சு விரட்டு' நிகழ்வில் முதலில் பிராமணர்களின் மாடுதான் விடப்படுமாம். அதைத் 'தலை மாடு' என்பார்களாம். தலைமாடு விரட்டு முடிந்த பிறகே பிற சாதியினர் மாடுகளின் விரட்டு நடக்குமாம்.

அவ்வூரில் வேளாண்மையைத் தொழிலாகக் கொண்ட ஆதிக்க சாதியினரே இப்போது அதிகம். நிலம் அவர்களிடமே உள்ளது. சைவ, அசைவக் குடும்பங்கள் வசிக்கிறார்கள். சேவைச் சாதிகள் உள்ளனர். இது திருவண்ணாமலை மாவட்டம், செய்யாறு வட்டத்தில் உள்ள ஊர். பிற பிரம்ம தேசங்களில் இருந்து இவ்வூரை வேறுபடுத்த 'நாட்டேரி பிரம்மதேசம்' என்று சொல்வார்கள். வேலூரில் இருந்து ஆர்க்காடு சென்று அங்கிருந்து நாட்டேரி செல்லும் பேருந்தில் ஏறினால் பிரம்ம தேசம் போகலாம். ஆர்க்காட்டிலிருந்து 30 கல் தொலைவு இருக்கும். செய்யாறில் இருந்தும் செல்லலாம். பாப்பந்தாங்கல்,

பெருங்கட்டூர், நாட்டேரி என்று அப்பேருந்து போகும். காஞ்சிபுரத்தில் இருந்தும் செல்லலாம். ஆர்க்காடு, செய்யாறு, காஞ்சிபுரம் ஆகிய ஊர்களில் இருந்து சம தூரத்தில் அமைந் துள்ளது பிரம்மதேசம். இப்போது சென்னையிலிருந்து பெங்களூர் செல்லும் புறவழிச்சாலையில் ஓச்சேரி என்னும் ஊரில் இறங்கினால் ஆறு கல் தொலைவுதான். போக்குவரத்து வசதிகள் மிகுந்துவிட்டன.

சமீபத்தில் இவ்வூருக்குப் புதுப்புகழும் கிட்டியிருக்கிறது. ராஜேந்திர சோழன் அரியணை ஏறிய ஆயிரமாவது ஆண்டுக் கொண்டாட்டத்தை ஒட்டி அவனது கல்லறை உள்ள ஊர் இந்தப் பிரம்மதேசம் என்னும் பேச்சும் எழுந்திருக்கிறது. இங்கு மக்களால் 'மடவலத்துக் கோயில்' என்று அழைக்கப்படும் 'சந்திர மௌலீஸ்வரர்' கோயிலில் ராஜேந்திர சோழன் கல்லறை உள்ளது எனக் கல்வெட்டுச் செய்தி கூறுவதாகத் தெரிவிக்கிறார்கள். கல்லறையோடு உருவாக்கப்படும் கோயிலைப் பள்ளிப்படைக் கோயில் என்பார்கள். இது அப்படிப்பட்ட கோயிலா என்பது தெரியவில்லை. இருபது ஆண்டுகளுக்கு முன் அவ்வூருக்குப் போன போது இந்தக் கோயிலுக்கும் போயிருக்கிறேன். பாழடைந்த நிலையில்தான் இருந்தது. ஊருக்கு அப்போது பெருமை சேர்க்க அங்கு ஒரு திரையரங்கும் இருந்தது.

அதன் பெயர் 'திருமுருகன் டாக்கீஸ்.' அது எப்போது தொடங்கப்பட்டது எனத் தெரியவில்லை. தொடங்கியபோது தரை டிக்கெட் விலை இருபத்திரண்டு பைசாவாம். அப்படியானால் அறுபதுகளின் தொடக்கமாக இருக்கலாம் என நினைக்கிறேன். திரையரங்கு அண்ணன் தம்பி இருவருக்கும் பொதுவானதாம். ஆளுக்கு ஒரு வருசம் என்று நிர்வாகம் செய்வார்களாம். நிர்வாகம் மாறும் நாளில் டாக்கீஸ் விழாக் கோலம் கொண்டிருக்குமாம். புதுப்பூச்சு, செண்டா ஆகியவற்றுடன் ஏதாவது முக்கியமான படமும் போடுவார்களாம். அன்றைக்குப் படம் பார்க்க வருவோருக்கு எல்லாம் மிட்டாய் தருவார்களாம். தொடங்கப்பட்டதிலிருந்தே இரவுக் காட்சிகள் இரண்டுதானாம். பகல் காட்சி கிடையாது. பெரும்பாலும் கிராமங்களில் இருந்த திரையரங்குகளில் இதுதான் வழக்கம். வேளாண்மை வேலைகளின் காரணமாக மக்கள் பகலில் திரைப்படம் பார்க்க வரமாட்டார்கள். முதல் ஆட்டத்திற்குக்கூட அவ்வளவாகக் கூட்டம் இருக்காது. இரண்டாம் ஆட்டத்திற்கு நல்ல கூட்டம் இருக்கும்.

புதுமணத் தம்பதியராக அவ்வூருக்குச் சென்று இரண்டு நாட்கள் தங்கியிருந்தபோது திருமுருகன் டாக்கீஸிலும் படம்

பார்த்தோம். என் சகலையின் வீட்டுக்கும் திரையரங்குக்கும் கூப்பிடு தூரம். உள்ரிக்கார்டு போட்ட பிறகு போனால் போதும். கூப்பிட்டு ஒரு வார்த்தை சொல்லிவிட்டால் ஆள் போகும்வரை படம் போடுவதையும் நிறுத்தி வைப்பார்கள். அரிய வசதி. உள்ரிக்கார்டு போட்டதும் எங்களை எல்லாம் வரச் சொல்லிவிட்டு முன்னால் போன சகலை இன்னும் ஒரு பாட்டு கூடுதலாகப் போட ஏற்பாடு செய்தார். திரையரங்கின் அமைப்பு எங்கள் பகுதியில் இருந்ததைப் போலத்தான். கீற்றை மாற்றிவிட்டு அட்டை மாட்டியிருந்தார்கள். தரை, பெஞ்சு, பேக் பெஞ்சு, ச்சேர் ஆகிய வகுப்புகள். தரைக்கு மணல். புதுமணத் தம்பதியர் என்பதால் ச்சேர் டிக்கெட்டுக்குப் போனோம். தரையில் உட்கார்ந்திருந்தவர்களை ஏக்கத்துடன் பார்த்தபடி படத்தையும் பார்த்தேன். இடைவேளையின்போது அங்கே விற்ற பானங்களில் இரண்டு எனக்குப் புதிதாக இருந்தன. அவை பன்னீர் சோடாவும் பச்சைக் கலரும்.

என் தந்தையின் தொழில் சோடாக்கடை. (கோலி) குண்டுப் பாட்டில்களில் சோடா, கலர், ஜிஞ்சர் ஆகியவை தயாரிப்போம். இன்றைய குளிர்பானக் கண்ணாடிப் பாட்டில்கள் போன்றவற்றைக் கிரஷ் பாட்டில் என்போம். அவற்றில் சோடா தயாரிப்பது பெரும்பாலும் இல்லை. சோடாவுக்கு வெறும் நீரில் அதிகமாக வாயுவைச் செலுத்த வேண்டும். அதன் அழுத்தத்தைத் தாங்கும் வலு கிரஷ் பாட்டில்களுக்கு இருக்காது. ஆகவே அவற்றில் கலர் வகைகளே பிடிப்போம். கருப்பு நிறம் கொண்ட கோலா, வெளிர் சிவப்பு நிறம் கொண்ட ஆரஞ்சு, நிறப்பொடி எதுவும் கலக்காத ஒயிட்ரோஸ் ஆகிய மூன்று வகைக் கலர்களே எங்கள் பகுதியில் உண்டு. மூன்றுக்கும் கலவை எல்லாம் ஒரே மாதிரிதான். நிறம் வரப் பயன்படுத்தும் பொடியில் வேறுபாடு. ஒயிட்ரோஸுக்கு மட்டும் நிறப்பொடி கலப்பதில்லை. பிரம்மதேசத்தில் பச்சைக் கலர் எனக்கு ஆச்சர்யமாக இருந்தது. 'எசன்ஸ் கடைகள்' என்பவை சோடா தயாரிப்பு சம்பந்தமான பொருள்கள் விற்பதற்காக அப்போது இருந்தவை. அவற்றில் பச்சைநிறப் பொடியை நான் கண்டதேயில்லை.

தொழில் ஒன்றாகவே இருந்தாலும் பகுதிக்கு ஏற்ப வேறுபடுவது ஆச்சர்யமாக இருந்தது. ஒரு பகுதியில் பச்சைக்கலர் விற்பதற்கும் இன்னொரு பகுதியில் அது இல்லாமல் போனதற்கும் என்ன காரணம் என எனக்கு இன்றுவரை விளங்கவில்லை. அதே போலப் பன்னீர் சோடா. அதுவரைக்கும் பன்னீர் சோடாவைக் கேள்விப்படாததால் குடித்துப் பார்க்கலாம் என விரும்பினேன். எனக்கு எப்போதுமே கலர் பிடிக்காது. அதன் தயாரிப்பு முறை தெரிந்ததாலும் சுவை திகட்டலைத்

தரும் என்பதாலும் எப்போதுமே சோடாவையே விரும்புவேன். சோடாவில் கொஞ்சம் ஜிஞ்சர் கலக்கிக் குடிப்பது மிகவும் பிடிக்கும். வயிற்று வலி, உணவுச் செரிமானம் ஆகியவற்றுக்கு அது நல்ல மருந்தும்கூட. எலுமிச்சைச் சாறு கலந்து தயாரிக்கும் ‘லெமன் சோடா’வும் பிடிக்கும். மதுரை திருமங்கலக் கடைவீதியில் இன்றும் லெமன் சோடாவுக்குப் பிரபலமான கடை ஒன்றுள்ளது. அதுவும் மிகை உணவுக்கு நல்ல மருந்து. வெறும் சோடா குடித்தால் பெரும் ஏப்பம் வந்து வயிற்று உப்புசம் குறையும். அளவு அதிகமாகச் சாப்பிடும் நாட்களில் இன்றும் சோடா குடிப்பதையே வழக்கமாக வைத்துள்ளேன்.

சரி, பன்னீர் சோடா எப்படி இருக்கும் என்று பார்க்க அதை வாங்கினேன். நாங்கள் ஒயிட்ரோஸ் என்று சொல்லும் நிறமற்ற கலரையே அங்கு ‘பன்னீர் சோடா’ என்று சொல்கிறார்கள் என்பதை ஒரு வாய் குடித்ததும் தெரிந்தது. எனக்கு வேண்டாம் என்று சொல்லிக் கை மாற்றிக் கொடுத்துவிட்டு வெறும் சோடா வாங்கிக் குடித்தேன். சோடாத் தொழில் தமிழ்நாட்டுக்கு வந்தது இருபதாம் நூற்றாண்டின் தொடக்கத்தில் அல்லது நடுப்பகுதியிலாக இருக்கலாம். 1940களின் இறுதியிலோ 1950களின் தொடக்கத்திலோ வெளியான திரைப்படம் ஒன்றில் சோடா விற்பனை செய்பவர் பாடும் பாடல் வருகிறது. இப்பாடலை ரொம்ப காலத்திற்கு முன்னால் இலங்கை வானொலியில் கேட்டிருக்கிறேன். என்ன படம், யார் பாடியது என்பதெல்லாம் நினைவில் இல்லை. இப்போது தேடித் தேடிப் பார்க்கிறேன். இன்னும் கண்டுபிடிக்க இயலவில்லை. அதையும் ஒரு வரலாற்றுச் சான்றாகக் கொள்ளலாம். சமீப காலத்தில் உருவான ஒரு தொழிலின் தயாரிப்புகள் பகுதிக்கேற்பப் பெயரும் நிறமும் வேறுபடுவதன் காரணம் எனக்குப் புரியவில்லை. தனிநபர்கள் இயங்கும் குறுந்தொழில்கள் என்பதால் அவர்கள் தம் விருப்பப்படி பெயர் சூட்டியிருக்கலாம். ஆனால் பச்சைக்கலர்?

பிரம்மதேசமும் திருமுருகன் திரையரங்கும் பச்சைக்கலரும் பன்னீர் சோடாவும் ஒன்றை ஒன்று பிரிக்க முடியாமல் என் நினைவில் இருக்கின்றன. சமீபத்தில் அவ்வூருக்குச் சென்றிருந்தேன். மக்கள் வேளாண்மையிலிருந்து வெகுவாக விலகிவிட்டார்கள். பன்னாட்டு நிறுவனங்கள் பலவற்றுக்கு உதிரி பாகங்கள் தயாரிக்கும் தொழில்கள் காஞ்சிபுரம் பகுதியில் நடக்கின்றன. அக்கம்பனிகளின் பேருந்துகள் கிராமத்திற்கே வந்து மக்களை அழைத்துச் செல்கின்றன. இளைய தலைமுறையினர் சோற்றுப்போசியோடு அந்தப் பேருந்துகளில் கும்பல் கும்பலாகச் செல்வதைப் பார்க்க முடிந்தது. கடைகள் பல வந்துவிட்டன. செல்பேசிப் பொருள்கள் விற்பனைக் கடை ஒன்றும் அந்தக்

கிராமத்தில் உள்ளது. வீடுகள் கொஞ்சம் உயர்ந்திருக்கின்றன. திருமுருகன் திரையரங்கம் இருந்த இடம் குட்டிச்சுவராக நிற்கிறது. கேபிள் டிவி அறிமுகம் ஆன பின் படிப்படியாகக் கூட்டம் குறைந்ததால் திரையரங்கை மூடிப் பத்து ஆண்டுகளுக்கும் மேலாகிவிட்டது என்றனர்.

வீடுகளை விட்டு வந்து சற்றே ஆசுவாசமாக உணர்வதற்கேற்ற வெளியாக இருந்தவை திரையரங்குகள். பல தரப்பினரும் சாதியினரும் சந்தித்து அளவளாவும் இடமாகவும் அது இருந்தது. அத்தகைய ஆசுவாசம் இன்று மக்களுக்குத் தேவைப்படவில்லையா? என்னதான் தொலைக்காட்சிகள் நிகழ்ச்சிகளை வாரி வழங்கினாலும் திரையரங்குகள் கொடுத்த ஆசுவாசம், அளவளாவல் ஆகியவை வீட்டுக்குள் கிடைக்குமா? எப்படியோ அந்தக் காலம் போய்விட்டது என்பதற்கு திருமுருகன் டாக்கீஸின் குட்டிச்சுவர்கள் சாட்சியாக இருக்கின்றன. அதில் நான் பார்த்த படம் 'நாட்டாமை.' அப்போது அந்தப் படம் வெளியாகிச் சில மாதங்களே இருக்கும். நகரங்களில் ஒரு சுற்று ஓடி முடித்துக் கிராமத்துத் திரையரங்குகளை நோக்கி வந்திருந்தது. திருமுருகனில் போட்டுச் சில நாட்கள் ஆகிவிட்டன. அதுவும் நாங்கள் போனது முதல் ஆட்டம் என்பதால் அவ்வளவாகக் கூட்டம் இல்லை.

சமீப காலத்தில் மதுரையை மையமாகக் கொண்டு படங்கள் வருவது போல 1990களில் கொங்குப் பகுதியை மையமாகக் கொண்டு படங்கள் வந்தன. மிகப் பெரிய நடிகர்கள் தொடங்கி அனைவரும் அப்படிப்பட்ட ஒரு படத்திலாவது நடித்தனர். அதனால் பெரும்புகழும் பெற்றனர். ரஜினிகாந்துக்கு 'எஜமான்', விஜயகாந்துக்குச் 'சின்னக் கவுண்டர்', சரத்குமாருக்கு 'நாட்டாமை.' நான் கொங்குப் பகுதியைச் சேர்ந்தவன், என் மனைவி வேலூர் மாவட்டம். எங்களுக்கிடையே முதல் பிரச்சினையாக இருந்தது மொழி. என் மாமனார் வீட்டைச் சேர்ந்த உறவினர்கள் கொஞ்சம் வேகமாகப் பேசினால் எனக்குப் புரியாது. நானோ என் ஊரைச் சேர்ந்தவர்களோ வேகமாகப் பேசினால் அவர்களுக்குப் புரியாது. கொங்கு மொழியைப் பயன்படுத்தியிருந்த படம் நாட்டாமை. ஆனால் பிரம்மதேசத்தைச் சேர்ந்தவர்களுக்கெல்லாம் அந்தப் படத்து மொழி பெரிய பிரச்சினையாக இல்லை. அவர்களுக்குப் புரியாத சொல்லும் இல்லை. கொங்குப் பகுதியைக் களமாக்கி எடுத்த படங்கள் எல்லாமே இப்படித்தான்.

ரஜினிகாந்த் இந்த மாதிரி மொழிக்காக மெனக்கெடுவது இல்லை. தன்னால் முடிந்த தமிழில் பேசி மகிழ்வித்து வருகிறார். விஜயகாந்தும்கூடப் பெரிதாக மாற்றிக்கொள்ளவில்லை. பொதுத்தமிழ்தான். சரத்குமார் முயன்று பார்த்திருக்கிறார்.

கொஞ்சம் இழுத்துப் பேசினால் கொங்குத் தமிழ் என்று அவருக்கு யாரோ சொல்லியிருக்கிறார்கள். கமலஹாசன் 'சதிலீலாவதி' படத்தில் கொங்குத் தமிழ் பேசினார். அவரால் முடியாதது எதுவும் இல்லை. என்ன, ஜோடியாகக் கோவை சரளாவைப் போட்டிருக்கக் கூடாது. கொங்குத் தமிழ் திரைப்படங்களில் பட்டிருக்கும் பாட்டைப் பற்றியே விரிவாக எழுதலாம். இம்மொழியின் தொனியை இன்றைக்கும் விடாமல் வைத்திருப்பவர் சிவகுமார். ஆனால் அவருக்குப் பெரும்பாலான காலம் எழுத்துத் தமிழைப் பேசி நடிக்கவே வாய்ப்புக் கிடைத்தது. ஓரிரு படங்களிலேயே அவர் கொங்குத் தமிழைப் பேசினார். சத்யராஜ், கோவை சரளா, பாக்கியராஜ், கவுண்டமணி, மணிவண்ணன் ஆகியோரிடம் இம்மொழிச் சொற்கள் மட்டுமல்லாமல் தொனியும் சிறப்பாக இருக்கும். ஆனால் ஏராளமான மசாலாவில் பொரித்த உணவுப் பண்டத்தின் மேலே தூவிய கொத்தமல்லித் தழையைப் போல இம்மொழி திரைப்படத்தின் மேற்பரப்பிலேயே நின்றுவிட்டது.

கொஞ்சம் இழுத்து ராகம் போலப் பேசினால் அது கொங்குத் தமிழாகிவிடும் என்னும் சூட்சுமத்தை அறிந்து வைத்திருக்கிறார்கள் திரைத்துறையினர். கொங்கு மொழியிலும் வேறுபாடுகள் உண்டு. சேலம், நாமக்கல், கரூர் ஆகிய பகுதிப் பேச்சு ஒருவகை. கோவைப் பகுதிப் பேச்சு வேறொரு வகை. ஈரோடு, திருப்பூர் பகுதி இன்னொரு வகை. இவை மூன்றுக்கும் பெரும்பான்மையாகச் சொற்களில் ஒற்றுமை இருக்கும். தொனிகளில் வேறுபாடு உண்டு. அதே போல நான் பார்த்த வரைக்கும் கொங்கு நாட்டு மக்களின் வாழ்வைத் திரைப்படம் ஒரு துளியும் தொடவில்லை. கோபிசெட்டிபாளையம், பொள்ளாச்சி ஆகிய ஊர்களின் நெல் வயல்களிடையே படம் பிடித்துவிட்டால் அது கொங்கு வாழ்வாகாது. பெரும் ஜமீன் வீடுகளை வாடகைக்கு எடுத்து அவற்றைக் காட்சிப்படுத்துவதும் கொங்கு வாழ்வல்ல. சாதிப் பெருமைக்காகப் பரோபகாரம், கருணை, தியாகம் முதலிய குணங்களின் உறைவிடமாக உருவாக்கப்படும் தனிநபர்கள் தமிழ்த் திரையின் சாகச நாயக பிம்பமாகவே இருக்கிறார்கள். அவற்றிலும்கூட ஒரு சிறுபகுதியேனும் இந்த வாழ்க்கை இல்லை.

இப்பகுதி வாழ்க்கை பல கூறுகளை உடையது. இங்கு ஒரு சாதியிலேயே ஐம்பதிற்கும் மேற்பட்ட பிரிவினர் உள்ளனர். பல்வேறு வகைப்பட்ட சாதியினரும் வாழ்கின்றனர். இந்தப் பகுதியின் 1990க்கு முற்பட்ட வாழ்க்கை பெரும்பான்மை வேளாண்மையை மையமாகக் கொண்டது. வேளாண் வாழ்க்கை முறை தனித்தன்மையானது. மேட்டுக்காடுகள் எனப்படும் மானாவரி வேளாண்மையே இங்கு மிகுதி. மழைப் பொழிவு குறைவான பகுதி. அதற்கேற்ப இடைவிடாத உழைப்பைக்

கொண்டது இவ்வாழ்வு. உழைப்பு என்பது வாழ்முறையாகவே இங்கு அமைந்திருக்கிறது. ஆண், பெண், குழந்தைகள் என அனைவரும் உழைப்பாளிகள் எனச் சொல்வது உழைப்பையும் அவர்களையும் பிரித்துப் பார்ப்பதாகும். உழைப்பு வேறு, வாழ்க்கை வேறு அல்ல. எல்லாச் சாதி மக்களிடமும் இத்தன்மையைப் பார்க்கலாம்.

ஆடும் மாடும் நாயும் பூனையும் இம்மக்களின் வாழ்வாதாரங்கள் மட்டுமல்ல. குடும்ப உறுப்பினர் போல ஓர் அங்கம். சொந்த நிலம் இல்லாத சாதியினர் வீட்டிலும் ஒரு வெள்ளாடோ கன்றுக்குட்டியோ கட்டப்பட்டிருக்கும். இம்மக்களின் சடங்குகளும் பார்ப்பனர் இல்லாமல் நடப்பவை. தமிழ் மரபுப்படி சொன்னால் முல்லை நிலப் பகுதி. இருபதாம் நூற்றாண்டின் நடுப்பகுதியில் கொஞ்சம் மருதநிலமும் உருவாயிற்று. நிலத்தின்மீது பெரும்பற்றுக் கொண்டவர்கள் நிலவுடைமைச் சாதியினர். அதற்கேற்ற ஆதிக்க உணர்வும் கொண்டவர்கள். அவர்களது குண இயல்புகள் நிலவுடைமைத் தன்மை கொண்டவை. இன்று தொழில் வளர்ச்சி பெருகியதற்கு இந்த நில அமைப்பு முக்கியமான காரணம். எனினும் தொழில்துறையில் இன்னும் அமோக வளர்ச்சியை எட்ட முடியாமைக்கு நிலவுடைமை உறவுகளே நிலவுவதும் அந்த மனோபாவமுமே காரணங்கள். இவற்றை எல்லாம் மனத்தில் கொண்டு கொங்குப் பகுதி வாழ்க்கைக் கதை ஒன்றைத் திரைப்படத்தில் காட்டுவார்கள் என்னும் நம்பிக்கை எனக்கு இல்லை.

நாட்டாமை படத்தைப் பற்றி வேறென்ன தனியாகச் சொல்ல? அது சரத்குமாருக்கு மிகப் பெரிய வெற்றியைப் பெற்றுக் கொடுத்த படம். அவருடைய உருவத்திற்கு ஏற்ற கதாபாத்திரம் அமைந்த படங்களில் ஒன்று. இப்படி ஏதாவது சொல்லலாம். சுவாரசியமாகக் கதையை நகர்த்தும் திறனும் தெளிவான திரைக்கதை அமைப்பும் கொண்ட வெகுஜனத் திரைப்படம். தமிழ் வெகுஜனப் படங்களுக்குப் பின்னணிக் களமெல்லாம் பிரச்சினையே கிடையாது. இந்தப் படத்தில் களத்தை உருவாக்க மொழி ஒன்றே போதுமானதாக இருக்கிறது. அதுவும் செயற்கையானது. கொங்குப் பகுதியைச் சேர்ந்த எவ்வளவோ பேர் திரைத்துறையில் உள்ளனர். ஆனால் இதுவரைக்கும் இப்பகுதி வாழ்க்கைப் பதிவு என்று குறிப்பிட்டுச் சொல்கிற மாதிரி ஏதும் இல்லை.

சிவகுமார் நடித்த 'ரோசாப்பூ ரவிக்கைக்காரி' படம் சேலம் பகுதியின் சில அம்சங்களைக் கொண்டிருக்கிறது என்று

ஏற்கனவே எழுதியிருக்கிறேன். ஆனால் அப்படம் லோகேஷ் நடித்த கன்னடப் படமாகிய 'பரசங்கத கண்டேதிம்ம' என்பதன் மறுஆக்கம் என்று அறிகிறேன். இத்தகவலை தருமபுரியைச் சேர்ந்த நண்பர் சிவகுமார் தெரிவித்தார். அதன் குறுவட்டையும் எனக்கு அனுப்பி வைத்தார். எழுத்தாளர் பாவண்ணனும் இத்தகவலை உறுதி செய்தார். அப்படத்தைப் பார்த்தேன். சிறுசிறு மாற்றங்கள்தான். லோகேஷ் மிகச் சிறப்பாக நடித்திருக்கிறார். அதில் நடித்த அம்மாவே இதிலும் அம்மா. பெரும்பாலும் பாத்திர வார்ப்புகள் ஒற்றுமை கொண்டிருக்கின்றன. கர்நாடக கிராமம் ஒன்றை மிகச் சிறப்பாகக் காட்சிப்படுத்தியிருக்கிறது. அதன் மறுஆக்கமே 'ரோசாப்பூ ரவிக்கைக்காரி' என்றாலும் கொஞ்சம் சேலம் வழக்கும் சில வாழ்முறைகளும் பதிவான படம் என்று சொல்லலாம்.

சின்னக் கவுண்டர் படத்தில் வரும் 'மொய் விருந்து' ஒரு முக்கியமான பதிவு. ஆனால் அதில் வருவது போலச் சாப்பிட்ட பின்னர் இலையின் அடியில் பணத்தை வைக்கும் வழக்கம் இல்லை. திரைக்காக அது உருவாக்கப்பட்டிருக்கிறது. என்றாலும் அது ஒரு நல்ல காட்சிதான். இப்படி அங்கங்கே ஒரு காட்சி, சிறு பதிவு என்று தேட வேண்டியிருக்கிறது. 'லிங்கா' படம் வந்திருக்கிறது. இப்படத்தில் எந்தக் குறிப்பிட்ட வட்டார மொழியையும் பயன்படுத்தவில்லை. 'எஜமான்' படம் போல இதிலும் கொஞ்சம் கொங்குமொழியைத் தூவியிருந்தால் படத்திற்கு வட்டாரச் சாயல் வந்திருக்கும். பெருமனிதர்களின் புகழ் பாடுதல் என்னும் கதையின் மையம் அத்தகைய படங்களோடு பொருந்தியிருக்கும். ஆனால் இப்போதைய போக்குக்கு வட்டார மொழி தேவையில்லை. சத்யராஜ் கொங்குத்தமிழைப் பயன்படுத்தினாலும் அவருடைய படங்களில் இப்பகுதி வாழ்க்கையின் கூறுகூட இல்லை. தமிழ்த் திரைப்படத்தின் முகம் மாறிவரும் காலம். கொங்குப் பகுதி வாழ்வின் கூறுகளும் மொழியும் இயல்புடன் பதிவாக எதிர்காலத்தில் ஏதேனும் வர வாய்ப்பிருக்குமோ என்னவோ?

●

18

தோல்வி முயற்சி

சில மாதங்களுக்கு முன் என்னை செல்பேசியில் அழைத்த நண்பர் தன்னைக் 'கிருஷ்ணவேணி பஞ்சாலை' என்னும் படத்தின் இயக்குநர் தனபால் பத்மநாபன் என்று அறிமுகப்படுத்திக் கொண்டு சந்தேகம் ஒன்றைக் கேட்டார். 'கட்டித்தின்னி' என்னும் வசைச்சொல்லைப் படத்தில் பயன்படுத்தி இருப்பதாகவும் அதை சென்சாரில் அனுமதிப்பார்களா என்று தெரியவில்லை என்றும் சொல்லி அவ்வசவுக்கு என்ன அர்த்தம் என்றும் கேட்டார். எனக்கு மிகவும் ஆச்சர்யமாக இருந்தது. படத்தில் பயன்படுத்தியுள்ள ஒரு சொல்லுக்காக இயக்குநர் இவ்வளவு கவனம் எடுத்துக் கொள்கிறாரே. அந்தப்படம் பற்றிய எதிர்பார்ப்பு எனக்குள் உருவாகியிருந்தது.

படம் பற்றிய செய்திகள் எங்காவது மூலையில் வந்திருந்தாலும் ஆர்வத்தோடு படித்தேன். தொலைக்காட்சியில் பட இயக்குநர், சண்முகராஜன், கதாநாயகன், கதாநாயகி ஆகியோர் பங்கேற்ற நிகழ்ச்சி ஒன்றையும் கொஞ்ச நேரம் பார்க்க முடிந்தது. நடிகர்களுக்கு சண்முகராஜன் பயிற்சி கொடுத்த செய்தியை அதில் விரிவாகப் பேசினார்கள். நவீன நாடகத்திலும் திரைப்பட நடிப்பிலும் தனக்கென ஓர் இடத்தைப் பெற்றிருக்கும் சண்முகராஜனின் செயல்பாடுகள் மீது எனக்கு நம்பிக்கை உண்டு. ஆகவே அவர் பயிற்சி கொடுத்திருக்கிறார் என்பதும் படம் பற்றிய என் எதிர்பார்ப்புக்குக் காரணமாயிற்று. கடந்த மாதம் வெளியாகிப் பெரும் கவனம் பெற்ற 'வழக்கு எண் 18/9' படம் குறைந்த செலவில்

எடுக்கப்பட்டது. அதுபோலவே இப்படமும் குறைந்த செலவில் எடுக்கப்பட்ட படம் என்னும் செய்தியும் எனக்கு முக்கியமாகப் பட்டது. ஆகவே இப்படத்தை வெளியாகும் அன்றைக்கே பார்த்துவிட வேண்டும் என்று முடிவு செய்திருந்தேன்.

ஜூன் 11 அன்று படம் வெளியாயிற்று. நகரின் மையப் பகுதியிலேயே உள்ள பெரிய தியேட்டரில் படம் வெளியாகியிருந்தது. இப்போது பராமரிப்பின்றியும் நவீனமாக மாற்றாமலும் அத்தியேட்டர் நடந்து கொண்டிருக்கிறது. என்றாலும் குறைந்த செலவினப் படத்திற்கு அந்தத் தியேட்டர் கிடைத்திருந்தது எனக்குச் சந்தோசமாக இருந்தது. அதில் ஒருவாரம் ஓடினால் படம் பெரும் வெற்றி என்று அர்த்தம். முதல் ஆட்டம் மாலை ஆறரையிலிருந்து ஏழுக்குள் தொடங்கும். கூட்டம் நிறைந்துவிட்டால் ஆறரைக்கே படம் போட்டுவிடுவார்கள். கூட்டம் இல்லை என்றால் ஏழுமணி வரை ரசிகர்களுக்காகப் படம் காத்திருக்கும். ரசிகர் மன்றங்களைக் கொண்ட கதாநாயகன் இதில் இல்லை என்றாலும் படம் வெளியான முதல்நாள் என்பதால் ஓரளவேனும் கூட்டம் இருக்கும் என்று கருதினேன்.

ஆறேகால் மணிக்குப் போய்ச் சேர்ந்தபோது தியேட்டரின் முன்பக்கம் வெறிச்சோடிக் கிடந்தது. படம் ஆரம்பித்துவிட்டார்களோ என்னும் பதற்றத்தோடு வண்டி நிறுத்தும் இடத்திற்குப் போனால் அங்கே என் வண்டிதான் முதல். தியேட்டர் ஊழியர்கள் நான்கைந்து பேர் நடமாடிக் கொண்டிருந்தார்கள். அவர்கள் பார்வை என் மேல் விழுந்து விழுந்து மீண்டது. ஏதாவது பேசாமல் இருக்க என்னால் முடியவில்லை. ஆறரை மணிக்கு மேல்தான் டிக்கெட் கொடுப்பார்கள் என்றார்கள். படம் பற்றிக் கேட்டேன். 'எல்லாம் புதுமுகம். இப்படித்தான் இருக்கும்' என்றார் ஓர் ஊழியர். தனியாக உட்கார்ந்திருக்க ஒருமாதிரி இருந்தது. எதிரில் இருந்த கடைக்குப் போய் தேநீர் அருந்திவிட்டு வந்தேன். அப்போதும் நான் மட்டும்தான். மணி ஆறரையைத் தாண்டியும் டிக்கெட் கொடுக்கவில்லை.

பட இயக்குநருக்குப் பேசலாம் என்று அவரைச் செல்பேசியில் அழைத்தேன். பேசினார். படத்திற்கான வரவேற்பு பற்றி இன்னும் சரியாகத் தெரியவில்லை என்றும் சில நாட்கள் ஆகலாம் என்றும் சொன்னார். சென்னையில் ஓரிரு தியேட்டர்களில் அரங்கு நிறைந்திருப்பதாகச் செய்தி வந்தது என்றும் சொன்னார். இங்கே தியேட்டரில் நான் ஒருவன் மட்டும் காத்திருப்பதை அவரிடம் சொல்லவில்லை. படம் பார்க்க வந்திருப்பதை மட்டும் சொன்னேன். ஒருவழியாக

ஏழு மணிக்கு டிக்கெட் கொடுத்தபோது பத்துப் பேர் வந்து சேர்ந்திருந்தார்கள். டிக்கெட் முப்பது ரூபாய்தான். ஆனால் வண்டி நிறுத்தப் பத்து ரூபாய். தியேட்டருக்குள் எங்கே வேண்டுமானாலும் போய் உட்கார்ந்து கொள்ளலாம். பெரும்பாலானோர் பின்பகுதியில் உட்கார்ந்திருக்க இரண்டு பேர் மட்டும் திரையருகே அமர்ந்திருந்தார்கள். பரவாயில்லை, இன்னும் தரை டிக்கெட்டுக்கு ரசிகர்கள் இருக்கிறார்கள். எனக்கு மிகுந்த வருத்தமாக இருந்தது. படம் வெளியாகும் முதல் நாள் என்னும் உணர்வுகூட ரசிகர்களுக்கு இல்லாமல் போய்விட்டதே. இந்தத் தலைப்புக்காகவேனும் ஒருமுறை பார்க்கலாம் என்று ரசிக மகாஜனங்கள் வந்திருக்கலாமே. இடைவேளையின்போது எண்ணிப் பார்த்தேன். மிகுபோதையில் கவிழ்ந்து கிடந்த ஒன்றோடு சேர்த்து இருபத்திரண்டு தலைகள் இருந்தன.

படம் எனக்கு மிகுந்த ஏமாற்றத்தையே கொடுத்தது. மையமும் தெளிவும் கொண்ட திரைக்கதை இல்லை என்பது பெருங்குறை. முதலாளியின் கோணத்திலான பஞ்சாலை வரலாறு, தொழிற்சங்க நடவடிக்கைகள், தொழிலாளர் நிலை, நவீனத் தொழிற்சாலையில் உருவாகும் காதல்கள், காதலைவிடச் சாதியே பெரிது எனக் கருதுவதால் நடக்கும் கௌரவக் கொலைகள் என ஒன்றுகூட விட்டுப் போகாமல் எல்லாவற்றையும் சொல்லிவிட வேண்டும் என இயக்குநர் முயன்றிருக்கிறார். இவற்றுள் எதை மையப்படுத்துவது, எவற்றைப் பின்னணியாக்குவது என்பதில் தெளிவில்லை. ஆகவே ரசிகர்களை முதலிலிருந்து கடைசிவரை ஈர்த்துச் செல்ல முடியவில்லை. முந்நூறு பேர் வேலை செய்யும் பஞ்சாலைக்கான பரபரப்புகள், கோஷங்கள், தொழிற்சங்கப் போட்டிகள் ஆகிய பின்னணி எதுவும் அமையவில்லை. குறைந்த செலவினம் என்பதற்காக பஞ்சாலைக்கு உள்ளும் வெளியிலும் கேண்டீனிலும் திரும்பத் திரும்ப நான்கைந்து முகங்களே வந்து போனால் பஞ்சாலை சார்ந்த படம் என்பதை எப்படி உணர்வது?

ஐம்பது ஆண்டுகளுக்கு மேலான காலத்தை எடுத்துக் கொள்ளக் காரணம் பஞ்சாலையின் வரலாற்றைச் சொல்வது அதாவது அதன் முதலாளியைப் பற்றிச் சொல்வதுதான் என்று நினைக்கிறேன். பஞ்சாலை முதலாளிகளாக அப்பனும் மகனும் அநியாயத்திற்கு நல்லவர்களாக இருக்கிறார்கள். ஆலைக்காகவே கொலையும் செய்துவிட்டுத் தற்கொலை செய்து கொள்கிறார் தந்தை. வெளிநாட்டுப் படிப்புடனும் வெள்ளைக்காரியுடனும் வரும் மகன் பஞ்சாலையை வளர்க்கிறார். தொழிலாளர்களுக்காகக் கிருஷ்ணவேணி நகர் உருவாகிறது. மகளிர் கல்லூரியைத் தொடங்குகிறார். தொழிலாளர்களுக்கு நல்ல சம்பளம் தருகிறார். தொழிற்சங்கத் தலைவர்கள் இருபத்தைந்து

சதம், முப்பத்தைந்து சதம் என போனஸ் கேட்டால் தாமாக முன்வந்து நாற்பத்தைந்து சதம் தருகிறார். பஞ்சாலையை நடத்த வங்கியில் கடன் பெற்றும் வேறு பல வகைகளிலும் முயற்சி செய்கிறார். ஆலை மூடப்பட்ட பின்னும் தொழிலாளர்களை வரவைத்து அவர்களுக்குரியதை வழங்கிச் செட்டில்மெண்ட் செய்கிறார். அப்பழுக்கற்ற முதலாளிதான் ஐம்பது ஆண்டுகாலப் பஞ்சாலையின் வரலாறாக இருக்கிறது.

பஞ்சாலைத் தொழிற்சங்கம் பற்றிய சித்திரிப்புகள் மிகுந்த சார்புடையனவாக இருக்கின்றன. காங்கிரஸ் தொழிற்சங்கம், அதன் தலைவர்கள் ஆகியோர் முதலாளிக்கும் தொழிலாளர்களுக்கும் நல்ல இணைப்புப் பாலமாக விளங்கித் தொழிலாளர்களுக்குத் தேவையானவற்றைப் பெற்றுத் தரும் உயர்ந்த குணம் கொண்டவர்களாக இருக்கிறார்கள். ஆனால் மார்க்சியப் பின்னணி கொண்ட தொழிற்சங்கவாதிகள் தொழிலாளர்களைத் திசை திருப்பி நல்ல முதலாளிக்கு எதிராகப் போராட வைத்துப் பஞ்சாலை மூடப்படுவதற்கே காரணமாகிறார்கள். தொழிலாளர்களுக்கு எத்தனையோ உரிமைகளைப் பெற்றுத் தந்த மார்க்சியத் தொழிற்சங்கங்களின் உருவாக்கம் பற்றியும் அதன் செயல்பாடுகள் குறித்தும் மிகுந்த எள்ளலோடும் எதிர்மறையாகவும் காட்சிகள் உள்ளன. பஞ்சாலை மூடப்படுவதற்குத் தொழிற்சங்கமே காரணம் என்னும் பார்வை மிக மேலோட்டமானது என்பதில் சந்தேகமில்லை.

படத்தில் தொழிலாளர்களைப் பற்றி நல்லவிதமான சித்திரிப்பு ஏதுமில்லை என்றே சொல்லலாம். இரக்க குணமும் கருணையும் மிகுந்த முதலாளியை திடீரென்று எதிர்த்துப் போராட எந்தத் தொழிலாளியும் வரமாட்டேன் என்று மறுக்கவில்லை. போனஸ் பிரச்சினை வந்ததும் இத்தனை காலமாக முன்னின்று நடத்திய தொழிற்சங்கத் தலைவரைத் தூக்கி எறியவும் புதிய தலைவர் ஒருவரின் பின்னால் போகவும் எந்தத் தொழிலாளியும் எதிர்ப்புத் தெரிவிக்கவில்லை. வெவ்வேறு கொள்கைகளை உடைய கட்சி சார்ந்த தொழிற்சங்கங்கள் இணையாகச் செயல்பட்டன என்னும் வரலாற்றையும் மார்க்சியத் தொழிற்சங்கங்கள் விடுதலைக்கு முன்னாலிருந்தே இயங்கி வருகின்றன என்பதையும் பற்றிய குறைந்தபட்சப் புரிதல்கூட இயக்குநருக்கு இல்லை. தொழிலாளர்களுக்கு என்று சுயசிந்தனை ஏதுமில்லை, ஆட்டு மந்தைகள் என்பதான புரிதலே காட்சிகளாக வெளிப்படுகின்றன. மார்க்சியத் தொழிற்சங்கம் உருவாக்கும் அஜயன்பாலா ஒரு காட்சியில் கார்க்கியின் நூல் ஒன்றைப் படித்துக் கொண்டிருக்கிறார். 'அது என்ன?' என்று கேட்கும்

தொழிலாளத் தோழருக்கு 'இது உங்களுக்கெல்லாம் புரியாது' என்கிறார். அவர் மட்டும் எங்கிருந்து வந்தார்? அவருடைய பின்னணி என்ன? பஞ்சாலைக் கண்காணிப்பாளரிடம் விடுமுறைக்குக் கெஞ்சி நிற்கும் சாதாரணத் தொழிலாளிதானே அவர். போனஸ் பிரச்சினைக்கு முன் எதற்கும் எந்தச் சிறு எதிர்ப்பையும் தெரிவிக்காத, போராடாத அவர் திடுமெனத் தொழிலாளர் தலைவராவது எப்படி? அதைத் தொழிலாளர்கள் எந்தக் கேள்வியும் இல்லாமல் எப்படி ஏற்றுக் கொள்கின்றனர்? தொழிலாளர்கள் உட்பட எல்லாத் தரப்புக்கும் வாசிப்பையும் குறைந்தபட்ச அரசியல் அறிவையும் கொடுத்தது மார்க்சிய இயக்கம் என்னும் சாதாரண விஷயம்கூட இயக்குநரின் எண்ணத்தில் உதிக்கவில்லை. பஞ்சாலை முந்நூறு நாட்களாக மூடப்பட்ட போதும் அதற்குத் தொழிற்சங்கமே காரணமாக இருந்தபோதும் தொழிலாளர் பக்கமிருந்து எந்த முணுமுணுப்பும் ஏற்படவில்லை. தங்கள் கஷ்டங்களை எல்லாம் சகித்துக் கொள்கிறார்கள். இப்படித் தர்க்கக் குறைபாடுகள் ஏராளம்.

பஞ்சாலைத் தொழிலாளர்கள் காதலிப்பதைத் தவிர வேறொன்றும் செய்வதாகத் தெரியவில்லை. ஒவ்வொருவரும் பேருக்குப் பஞ்சாலைக்குள் நிற்கிறார்கள். யார் என்ன வேலை செய்கிறார்கள் என்பதைப் பற்றிக்கூடத் தெளிவில்லை. ஆணும் பெண்ணும் சந்திக்க வாய்ப்பை ஏற்படுத்திக் கொடுத்த பஞ்சாலை போன்ற நவீனத் தொழில்கள் சாதி மீறிய காதல் திருமணங்கள் நடக்கக் காரணமாயின. தொடக்கத்தில் அவற்றிற்கு எதிர்ப்புகள் இருந்தாலும் போகப்போக சாதாரணமாகி விட்டன. இன்றைய திருப்பூரின் நிலையே அதற்கு உதாரணம். காதல் மட்டுமல்ல, சமூக மதிப்பீடுகளை மீறிய உறவுகளும் அப்படியே. நவீனத் தொழில் ஏற்படுத்திய உடைப்பைப் பற்றிய தெளிவு கொண்ட காதல் சித்திரிப்பு படத்தில் இல்லை. காதலை எதிர்த்து நிகழும் கௌரவக் கொலைகள் பற்றியும் அழுத்தமான சித்திரிப்புகள் இல்லை. காதலர்களை உயிரோடு குழி தோண்டிப் புதைக்கும் காட்சி ஒன்று தொடக்கத்தில் வருகிறது. அதற்குச் சாதிவெறி காரணம் என உரையாடல் அமைகிறது. அதன்பின் கதாநாயகியின் அம்மா சோற்றில் விஷம் வைத்து அத்தகைய கொலையைச் செய்கிறாள். கணவனை இழந்து இரண்டு பெண்களை வளர்க்கும் தாய்க்கு அப்படி ஒரு சாதிவெறி இருக்கக் காரணம் என்ன? பெண்களைப் பஞ்சாலை வேலைக்கு அனுப்பும் தாய் அவள். பெண்கள் மூலமாகப் பஞ்சாலை சார்ந்த வேறொரு உலகம் அவளுக்கு அறிமுகம் ஆகியிருக்க வேண்டும். ஆனால் அவளுக்குள் எங்கிருந்து சாதிவெறி வந்தது?

அவளுக்குப் பாலூற்றும் பால்காரரிடம் 'நீங்க என்ன ஆளுங்க?' என்று கேட்கும் போது சாதியைச் சொல்லாமல் திட்டிவிட்டுப் போகிறார் அவர். அவருக்குள் ஏற்பட்டிருக்கும் மாற்றத்தில் துளிகூட அந்தத் தாய்க்குள் ஏற்படவில்லையா? அவள் மகள் திருமணம் செய்துகொள்ளும் காதலன் பொருளாதார ரீதியிலும் சாதியிலும் அவர்களுக்கு நிகரானவனாகவே காட்டப்படுகிறான். அப்படி இருக்கும்போது கொலை செய்யுமளவுக்குப் போவதன் தர்க்கம் விளங்கவில்லை. தன் மகள்களின் காதல் பற்றி எதுவும் தெரியாதவளாகவும் அவர்களுடன் வேலை செய்பவர்கள் பற்றி எந்த அறிமுகமும் இல்லாதவளாகவும் கிருஷ்ணவேணி நகர்வாசிகளுடன் உறவேதும் அற்றவளாகவும் அவள் இருக்க முடியுமா?

படத்தில் பல பாத்திரங்கள் மிக மேலோட்டமாக இருக்கின்றன. சண்முகராஜனின் பாத்திரத்திற்கு வயது பொருந்தவில்லை. இளைஞர் ஒருவரை அந்தப் பாத்திரத்தில் நடிக்க வைத்திருந்தால் கொஞ்சமாவது எடுபட்டிருக்கும். சண்முகராஜன் தோற்றத்திற்காக எவ்வளவோ மெனக்கெட்டும் பயனில்லை. பாலாசிங்கை 'டிப்டாப்' என்னும் பட்டப்பெயரில் அறிமுகப்படுத்துகிறார்கள். அது எதற்கு என்பது விளங்கவேயில்லை. அவருக்கும் அவர் மகனாகிய கதாநாயகனுக்குமான உரையாடல்கள்கூட அமையவில்லை. முதலாளியைப் பார்த்து இரண்டு முறை 'நல்லாயிருக்கீங்களா?' என்று கேட்பதுதான் அவர் வேலை. அஜயன்பாலா பாத்திரத்தில் தொழிற்சங்கத் தலைவருக்குரிய ஈர்க்கும் ஆற்றலோ ஆக்ரோஷமோ துளியும் இல்லை. பஞ்சாலை வேலையையே நம்பிப் பைத்தியமாகிவிடும் பெண் பாத்திரமும் வெகுசாதாரணமாக இருக்கிறது. முந்நூறு பேருக்கு மாற்றுவழி இருந்தபோது அந்தப் பெண்ணுக்கு எப்படி இல்லாமல் போயிற்று? பாத்திரங்களுக்கான தனித்தன்மைகள் வளர்த்தெடுக்கப்படவில்லை. எல்லாம் அறிமுக நிலையிலேயே முடிந்து போகின்றன. சுவாரசியத்திற்கான களம் இருந்தும் அப்படி அமையாமல் போனதற்கு இதுவே காரணம்.

குறைந்த செலவினத்தில் எடுக்கப்படும் படங்கள் எல்லாம் சிறப்பாக அமைந்துவிடுவதில்லை. அதைத் தீர்மானிப்பது இயக்குநரின் பார்வையும் தெளிவும்தான். தர்க்கக் குறைபாடு அற்றதாகவும் படத்திற்கான மையம் பற்றிய தெளிவு கொண்டதாகவும் திரைக்கதையை உருவாக்க இயக்குநர் இன்னும் எவ்வளவோ கவனம் எடுத்திருக்க வேண்டும். அது இல்லாததால் இது தோல்வி முயற்சியாக முடிந்துவிட்டது. 'படம் பார்த்துவிட்டு

உங்கள் கருத்தைச் சொல்லுங்கள்' என்று இயக்குநர் செல்பேசியில் என்னிடம் கேட்டிருந்தார். ஆனால் படம் முடிந்தவுடன் அவருடன் பேச எனக்கு ஒன்றும் இருக்கவில்லை. இரண்டு நாட்கள் கழித்து அவரே என்னை அழைத்தார். எடுத்துப் பேசத் தயக்கமாக இருந்தது. 'உங்களுடையது தோல்வி முயற்சி' என்று அவரிடம் சொல்ல நினைத்திருந்ததைக் காரணங்களோடு இதில் விளக்க முயன்றிருக்கிறேன்.

● ● ●

பெருமாள்முருகனின் பிற காலச்சுவடு வெளியீடுகள்

நாவல்

- நிழல்முற்றம் (2005)
- கூளமாதாரி (2007)
- ஏறுவெயில் (2008)
- மாதொருபாகன் (2010)
- ஆளண்டாப் பட்சி (2012)
- பூக்குழி (2013)
- கங்கணம் (2014)
- அர்த்தநாரி (2014)
- ஆலவாயன் (2014)
- மாதொருபாகன், அர்த்தநாரி, ஆலவாயன்
  (மூன்று நாவல்கள் அடங்கிய தொகுப்பு)
- பூனாச்சி அல்லது ஒரு வெள்ளாட்டின் கதை (2016)

சிறுகதை

- பெருமாள்முருகன் சிறுகதைகள் (முழுத் தொகுப்பு) (2016)

கவிதை

- கோழையின் பாடல்கள் (2016)
- மயானத்தில் நிற்கும் மரம் (2016)

கட்டுரை

- துயரமும் துயர நிமித்தமும் (2004)
- பதிப்புகள் மறுபதிப்புகள் (2011)

பதிப்பு

- பறவைகளும் வேடந்தாங்கலும் (மா. கிருஷ்ணன்) (2010)
- சாதியும் நானும் (2013)
- கு.ப.ரா. சிறுகதைகள் (2013)

தொகுப்பாசிரியர்

- பிரம்மாண்டமும் ஒச்சமும் (2004)
- உடைந்த மனோரதங்கள் (2004)
- சித்தன் போக்கு (பிரபஞ்சன்) (2004)
- உ.வே.சா.: பன்முக ஆளுமையின் பேருருவம் (2005)
- தீட்டுத்துணி (அண்ணா சிறுகதைகள்) (2008)
- கூடுசாலை (சி.சு. செல்லப்பா சிறுகதைகள்) (2014)